எப்போதும் முடிவிலே இன்பம்

எப்போதும் முடிவிலே இன்பம்
தேர்ந்தெடுத்த சிறுகதைகள்
புதுமைப்பித்தன் (1906–1948)

தமிழ்ச் சிறுகதையின் முதல்வராக மதிக்கப்படும் புதுமைப் பித்தனின் இயற்பெயர் சொ. விருத்தாசலம். தந்தையார் வி. சொக்கலிங்கம் பிள்ளை, தாசில்தார். தாயார் பர்வதத்தம்மாள். 1931இல் புதுமைப்பித்தன் நெல்லை இந்துக் கல்லூரியில் பி.ஏ. பட்டம் பெற்று கமலா (1917–1995)வைத் திருமணம் செய்து கொண்டார். முதல் படைப்பு 'குலோப்ஜான் காதல்' 1933இல் *காந்தியில்* வெளிவந்தது. *தினமணியின்* உதவி ஆசிரியராகவும் பின்னர் *தினசரியிலும்* பணியாற்றினார். 1946இல் திரைப்படத் துறையில் நுழைந்தார். 1948இல் காசநோயால், மகள் தினகரியின் இரண்டாவது வயதில், திருவனந்தபுரத்தில் மரணமடைந்தார்.

புதுமைப்பித்தனின் ஒரே வாரிசு திருமதி தினகரி சொக்கலிங்கம் தற்போது சென்னையில் வசித்து வருகிறார்.

ராஜகோபாலன். ஜா (பி. 1976)
தொகுப்பாசிரியர்

இலக்கிய வட்டாரங்களில் 'ஜாஜா' என்று அழைக்கப்படும் ஜா. ராஜகோபாலன், முதுநிலை மேலாண்மை படித்துத் தனியார் நிறுவனத்தில் முதுநிலை மேலாளராகப் பணிபுரிகிறார். சொந்த ஊர் நெல்லை, வசிப்பது சென்னை.

மனைவி: சுபாஷினி, மகன்: விஸ்வஜித்

தொடர்புக்கு: 9940235558

புதுமைப்பித்தன்

எப்போதும் முடிவிலே இன்பம்

தேர்ந்தெடுத்த சிறுகதைகள்

தேர்வும் தொகுப்பும்
ராஜகோபாலன். ஜா

காலச்சுவடு பதிப்பகம்

அன்பார்ந்த வாசகருக்கு,

வணக்கம்.

காலச்சுவடு நூலை வாங்கியமைக்கு நன்றி.

நூலின் உள்ளடக்கம், உருவாக்கம், அட்டைப்படம் இன்ன பிற அம்சங்கள் பற்றிய உங்கள் கருத்துகளையும் ஆலோசனைகளையும் காலச்சுவடு வரவேற்கிறது. தகவல், எழுத்து, வாக்கியப் பிழைகள் தென்பட்டால் கட்டாயம் தெரிவித்து உதவுங்கள். நூல் தயாரிப்பில் கடும் குறைபாடு இருப்பின் மாற்றுப் பிரதி உங்களுக்குக் கிடைக்கக் காலச்சுவடு ஏற்பாடு செய்யும்.

***மின்னஞ்சல்:* publisher@kalachuvadu. com**

காலச்சுவடு நாகர்கோவில் அலுவலகத்திற்குக் கடிதம் அனுப்பலாம்.

தங்கள்
எஸ். ஆர். சுந்தரம் (*கண்ணன்*)
பதிப்பாளர் — நிர்வாக இயக்குநர்

எப்போதும் முடிவிலே இன்பம் ◆ சிறுகதைகள் ◆ ஆசிரியர்: புதுமைப்பித்தன் ◆ முதல் பதிப்பு: டிசம்பர் 2012, ஏழாம் பதிப்பு: டிசம்பர் 2023 ◆ வெளியீடு: காலச்சுவடு பப்ளிகேஷன்ஸ் (பி) லிட்., 669 கே. பி. சாலை, நாகர்கோவில் 629001

eppootum muTivilee inpam ◆ ShortStories ◆ Author: Puthumaipithan ◆ Language: Tamil ◆ First Edition: December 2012, Seventh Edition: December 2023 ◆ Size: Demy 1 x 8 ◆ Paper: 18.6 kg maplitho ◆ Pages: 264

Published by Kalachuvadu Publications Pvt. Ltd., 669 K.P. Road, Nagercoil 629001, India ◆ Phone: 91-4652-278525 ◆ e-mail: publications @kalachuvadu.com ◆ Printed at Clicto Print, Jaleel Towers, 42 KB Dasan Road, Teynampet Chennai 600018

ISBN: 978-93-81969-40-3

12/2023/S.No. 485, kcp 4907, 18.6 (7) uss

பொருளடக்கம்

முன்னுரை:
புதுமைப்பித்தனின் படைப்புலகில் புகுமுன் — 9

வாடா மல்லிகை — 15
சிற்பியின் நரகம் — 19
புதிய கூண்டு — 26
பிரம்ம ராக்ஷஸ் — 46
ஒரு நாள் கழிந்தது — 61
மனித யந்திரம் — 73
காலனும் கிழவியும் — 83
மனக்குகை ஓவியங்கள் — 90
உபதேசம் — 95
விபரீத ஆசை — 100
சாமியாரும் குழந்தையும் சீடையும் — 105
செவ்வாய் தோஷம் — 108
மகாமசானம் — 116
காஞ்சனை — 122
செல்லம்மாள் — 134
சாப விமோசனம் — 155
கடவுளும் கந்தசாமிப் பிள்ளையும் — 172
எப்போதும் முடிவிலே இன்பம் — 194
கபாடபுரம் — 208
அன்று இரவு — 230
அவதாரம் — 248
கயிற்றரவு — 255

பின்னிணைப்பு:
புதுமைப்பித்தன் வாழ்க்கைக் குறிப்பு — 262

'எப்போதும் முடிவிலே இன்பம்' தொகுப்பில் இடம்பெறும் கதைப் பிரதிகள் ஆ.இரா. வேங்கடாசலபதி பதிப்பித்த 'புதுமைப்பித்தன் கதைகள்' தொகுப்பிலிருந்து (காலச்சுவடு செம்பதிப்பு) எடுக்கப்பட்டுள்ளன.

முன்னுரை

புதுமைப்பித்தனின் படைப்புலகில் புகுமுன்

நெடும் வரலாற்றைக் கொண்ட தமிழிலக்கியச் சூழலில் 1900க்குப் பின்னர் அதிகமும் பேசப்பட்ட இரு வராகப் பாரதியையும் புதுமைப்பித்தனையும் சொல்ல லாம். குறிப்பாக, தமிழின் சிற்றிதழ் குழுக்களின் சொல்லாடல்கள் மூலமாக மீண்டும் பிறந்து வந்து தனது இடத்தை நிறுவிக்கொண்டவர் புதுமைப்பித்தன்.

தமிழிலக்கியத்தின் புதுயுக எழுத்தின் முன்னோடி களில் ஒருவரான புதுமைப்பித்தனின் படைப்புகள் மீது அதிகமான வாசிப்புகள், விமர்சனங்கள் இரண்டுமே உண்டு. இலக்கிய உலகிற்கு தனது பெரும்பங்காகப் புதுமைப்பித்தன் அளித்திருப்பவை அவரது சிறு கதைகளே. சற்றேக்குறைய 1930களின் முற்பகுதியில் தொடங்கும் அவரது படைப்புக் காலம் 1948இல் அவரது மரணத்தோடு முடிவடைகிறது. தனது சமகால எழுத் தாளர்களிடமிருந்து புதுமைப்பித்தன் தனித்து நிற்பது இன்று வாசிக்கும் எந்த வாசகராலும் உணர முடிகின்ற ஒன்று. முற்றிலும் புதிய பாணி கூறுமுறைகள் பல வற்றையும் புதுமைப்பித்தனே தமிழ்ச் சிறுகதை உலகில் அறிமுகப்படுத்தியிருக்கிறார்.

1990களின் தொடக்கத்தில் நான் புதுமைப்பித்தனை வாசிக்கத் தொடங்கிய காலத்தில் எனக்கு அவர் அறிமுகம் செய்யப்பட்டது புதுமைப்பித்தன் ஒரு சமூகப் போராளி, சமதர்ம சிந்தனையோடு சமுதாய அவலங் களைச் சாடி எழுதியவர், நெல்லை வட்டார வழக்கை எள்ளலோடு கலந்து இலக்கியமாக்கியவர் எனப் பல

முறைகளில். அங்கொன்றும் இங்கொன்றுமாக வாசிக்கக் கிடைத்த புதுமைப்பித்தனும் அப்படித்தான் தோற்றமளித்தார். பின்னர் 1990களின் இறுதியில், தமிழிலக்கிய வாசிப்பாளர் களுக்கேயுரிய பொதுவிதியான, ஆகி வந்த மரபாக, ஒரு பழைய புத்தகக் கடையில் புதுமைப்பித்தனின் சிறுகதைத் தொகுப்பு கிடைத்தது. ஐந்திணைப் பதிப்பகத்தின் வெளியீடான அதனை வாசித்தபோதுதான் புதுமைப்பித்தனின் ஒட்டு மொத்த எழுத்தாளுமையும் புரியவந்தது.

ஒரு வாசகனாக நான் அவதானிக்கும் முக்கியமான படைப்பிலக்கியப் பண்பு புதுமைப்பித்தன் தனது மரபுசார் அறிவின், மரபார்ந்த சிந்தனையின் சாராம்சங்களைப் படைப்பு களில் கையாளும் விதமே. அதுவே அவரை ஒரு காலகட்டத் தின் முன்னோடியாக நிலைநிறுத்துகிறது. தனது வாழ்வின் மூலமும், வாசிப்புகளின் மூலமும் அவர் அடைந்த மரபின் அறிவு வெறும் மொழியோடு மட்டும் நின்றுவிடவில்லை. இந்தியத் தத்துவங்கள், சித்தாந்தங்கள், சிந்தனை மரபு முறை கள், அவற்றை ஒட்டிய பலதரப்பட்ட வாழ்க்கை முறைகள், நாட்டாரியல் என அனைத்துத் தளங்களிலும் அவரது வீச்சு பாராட்டத்தக்கது.

புதுமைப்பித்தனின் சமகால எழுத்தாளர்களில் எவருக்குமே இத்தகைய மரபார்ந்த அறிவின் வீச்சு இல்லையா என்றால் அவ்வாறானவர்களும் உண்டு என்பதே பதில். ஆனால் புதுமைப் பித்தன் தனது மரபார்ந்த சிந்தனை அறிவின் நீட்சியைப் படைப் பூக்கத்துடன் இணைத்துத் தனது படைப்புகளை அடுத்த கட்டத் துக்கு நகர்த்தத் தலைப்பட்டவர். அவரது சமகாலத்தில் புராண, இதிகாசங்களில் அறிவுடையோர் அதனைப் பௌராணிக விளக்க மாகச் செய்துவந்தபோது அந்த அறிவின் எல்லையில் நின்று மொழியை, சிந்தனையை அடுத்த கட்டத்திற்கு மடைமாற்றத் தலைப்பட்டவை புதுமைப்பித்தனின் படைப்புகள்.

இதிலுள்ள முக்கியமான சிக்கலே அறிவின் நீட்சி துருத்தி வந்து படைப்பின் கருவை மூடிவிடும் இடமே. ஆனால், புதுமைப்பித்தனின் கூறுமுறை இச்சிக்கலை வெற்றிகரமாகத் தாண்டிவிட்டது என்றே சொல்லலாம். அத்தகைய மரபின் அறிவு வழி கூறுமுறையைக் கையாளும் புதுமைப்பித்தன் வாசக னுக்குக் காட்டிச்செல்வதோ மகத்தான மானுட வாழ்வின் ஒட்டுமொத்தக் காட்சிகளை. மானுட குலத்துக்கே உரித்தான அவலங்கள், இயற்கையின் விதிகளை மீறத் துடிக்கும் பிரக்ஞை பாவங்கள், அற்பத்தனங்கள், விகசிப்புகள் என அனைத்தையுமே காட்டும் எள்ளலும் நேர்மையும் கொண்டு எழுதப்பட்டவை அவரது படைப்புகள்.

உதாரணமாக, தாந்திரீக, சித்த மரபு குறித்த அடிப்படை வாசிப்பு இருப்பவர்களுக்கே *கபாடபுரம்* பேசிச் செல்லும் விவரிப்புகள் துலக்கமான பொருள் தரும். ஆனால், விவரிப்பு களுக்கு மாறாகப் படைப்பின் வழி விரிவது மகத்தான மானுட கனவே அல்லவா? ரசவாதம், மாந்த்ரீகம் குறித்த வாசிப்புகள் இருப்பவருக்குத் துலங்கும் *பிரும்ம ராக்ஷஸ்* பேசுவது தோன்றிய காலம் முதல் மானுட குலத்தைக் கட்டி, இறுக்கி ஆட்டுவிக்கும் அமரத்துவம் என்ற மாயக்கயிற்றின் பிடியிலிருந்து விடுபட முடியா மானுடப் பிரக்ஞையைத்தானே? அத்வைதம் பயன் படுத்தும் வாதிற்கான கூறுமுறைகளை அறிந்தோர்க்குக் *கயிற்றரவு* தரும் வாசிப்பே வேறல்லவா? புராண, இதிகாசக் கதைகளைக் கேட்டும் வாசித்தும் அறிந்தோர்க்கு மனக்குகை ஓவியங்கள் உருவாக்கும் சிந்தனைகளே வேறல்லவா? திருவிளையாடற் புராணக் கதைகளை, ராமாயண இதிகாசத்தைக் கற்றறிந் தோர்க்கு *அன்று இரவு, சாப விமோசனம்* ஆகியன தரும் வாசிப்பு, அவர்கள் அதுவரை கற்றதைக் கலைத்து அடுக்கி விடாதா?

புதுமைப்பித்தனின் தனித்துவம் அவருடைய எழுத்து நடையாலும் அடையாளம் காணத்தக்கது. கதையின் கருப் பொருளை மீறித் துலங்கும் மரபுசார் அறிவின் நீட்சி அவரால் தவிர்க்கப்பட்டிருக்கிறது. இன்னும் நுட்பமான தனித்துவம் அவரது அங்கதச் சுவை. வாழ்வியல் கதைகளை எழுதும்போது, குறிப்பாக நெல்லை வட்டார கதைக் களன்களில் புதுமைப் பித்தனின் அங்கதம் உச்சத்தைத் தொடுகிறது. கல்லூரித் தேர்வுக்குத் தயாராகும் மாணவர்களின் "லட்சணத்தை" சொல்லும் புதுமைப்பித்தனின் அங்கதத் திறன் அம்மட்டோடு நிற்பதில்லை. மரபு சார் வழியேயும்கூட அவரால் இதுபோன்றே அங்கதம் பேசமுடிவது அவரது மற்றுமொரு தனித்தன்மை. வற்றி ஒடுங்கிய கிழவிக்கும் எமனுக்குமான சம்வாதத்தில் இருக்கும் எள்ளல் ஒருவிதமென்றால், முயலார் வழியே விரியும் சித்தரிப்புகளின் அங்கதம் எல்லாம் முடிவிலே இன்பம்தான்.

புதுமைப்பித்தனின் எழுத்துகள் மீதான மற்றொரு முக்கிய மான அவதானிப்பைச் சொல்ல வேண்டும். சித்தாந்தங்களும் தத்துவங்களும் வெறும் பௌராணிக விளக்கங்களாக வந்து கொண்டிருந்த அதே காலத்தில்தான் சமூக சீர்திருத்தக் கருத்து களும் பெருமளவு வெளிவரத் தொடங்குகின்றன. புதுமைப் பித்தன் இவை இரண்டையுமே ஒன்றையொன்று இட்டு நிரப்பி நிரவும் விதமாய்க் கையாளுகிறார். ஒரு தத்துவவாதியின் பின் பற்றலையும், ஒரு மதவாதியின் நம்பிக்கையையும் ஒரே நேரத்தில் கேள்வி கேட்டு அதிர்ச்சி அடையச் செய்யும்

படைப்பாளியின் சுதந்திரத்தைத் தமிழில் முதலில் கை யாண்டவர் புதுமைப்பித்தனே எனச் சொல்லலாம்.

அவரது சமகாலக் கதைகளில் பெருமளவு காணக் கிடைக்கும் 'ஆகிவந்த' கூறுமுறைகளிலிருந்து புதுமைப்பித்தனின் பாணி முற்றிலும் மாறுபட்டது. இன்று வாசிக்கும் போதும் அந்த நடை பழையதாய்த் தோன்றுவதில்லை. பெருமளவு மேலைநாட்டு எழுத்தாளர்களை வாசித்தவர் என்பதாலும், மொழிபெயர்ப்புப் பணிகளில் கவனம் செலுத்தியவர் என்பதாலும் அவர் தனது பாணியினை மேலைநாட்டுச் சிறுகதை அமைப்பிலிருந்து, குறிப்பாக மாப்பஸானின் நடையிலிருந்து, எடுத்தாண்டிருக்கலாம் என்பது அவர் மேலுள்ள விமரிசனங்களில் ஒன்று. ஆனால், தமிழ்ச் சிறுகதை உலகின் கூறு முறையை மாற்றியமைத்த முன்னோடியாய்ப் புதுமைப்பித்தனையே சொல்ல முடியும்.

எவ்வாறு புதுமைப்பித்தன் தனது தத்துவ, மரபு அறிவினையும், கூறுமுறையையும் திட்டமிட்டு யுக்தியாகப் பயன்படுத்தினாரோ, அப்படித்தான் அவரது கதைக் களன்களும் கதை மாந்தர்களும். புராண, இதிகாசங்களுக்குள் அனாயாசமாய்ப் புகுந்து புறப்படும் புதுமைப்பித்தன் அதற்கு அடுத்த களமாகக் கொள்வது நெல்லை மாவட்ட சைவப் பிள்ளைவாள்களின் வீட்டையே. சிங்கிக்குளத்து பிள்ளை வீட்டின் திண்ணையில் மூன்று கதைகளைச் சொல்லி, பாபநாசம் பிள்ளைவாள் வீட்டு முற்றத்தில் நான்கு கதைகளைப் பேசி, அருவங்குளத்து பிள்ளைவாள் வீட்டு அங்கணத்தின் ஆறு கதைகளைச் சொல்லி, நெல்லை டவுண் தேரடி வீதி பிள்ளைவாள்களின் வீட்டுச் சமையலறையில் நிறுத்திப் பத்து கதைகளைப் பேசி முடிக்கிறார் புதுமைப்பித்தன்.

இடைவெளிகள் கிடைக்கும்போதெல்லாம் வண்ணாரப் பேட்டை வழியாகக் கிளம்பி வந்து தாமிரபரணியில் நீராடி விட்டு, கரப்பன்துறையில் "துஷ்டி" முழுக்கு போடவும் தவறுவதில்லை அவரது கதைகள். ஒரு விதத்தில் தனது கதைக் களன்களுக்கான எல்லையை வரையறுத்துக்கொண்டு, அதைத் தாண்ட புதுமைப்பித்தன் முயலவே இல்லை என்றுதான் சொல்ல வேண்டும். "மெட்ராஸ்" பற்றிப் பேசும் பல கதைகளிலும் கதை நாயகர் திருநெல்வேலியிலிருந்து வந்த 'பிள்ளைவாளாகவே' இருக்கிறார். ஒரு மணிநேரப் பயணத் தொலைவில் நெல்லை இருக்குமானால் அவரது கதையின் நாயகர்கள் மதிய உணவுக்கும் மெட்ராஸிலிருந்து நெல்லைக்கு வந்து போயிருப்பார்கள் தினமும்.

படைப்பினை அளிக்கும் விதத்தினை வைத்துப்பார்க்கும் போது அவரது கதைகள் பெரும்பான்மையும் ஒரு சாட்சி பாவமான பகிர்தல்களாகத்தான் தோன்றுகின்றன. மனித மனதின் ஆழ்மனச் சிக்கல்களை, சமூகக் கோணல்களை முன் வைக்கும் போதெல்லாம் புதுமைப்பித்தனின் எழுத்துகள் சார்புநிலை ஏதுமின்றி உண்மையாகத்தான் இருக்கின்றன. ஆனால், சாட்சியாய் நிற்கும் ஒருவரது நடுநிலைமை இரு கட்சியினரில் ஒருவருக்குச் சாதகமாவது போல் புதுமைப்பித்த னின் படைப்புகளுக்கும் ஒரு நிறத்தைப் பூசிக் குறுக்கி விட முடியும்தான். ஆனால் அவரது ஒட்டுமொத்தப் படைப்புகளையும் வாசிப்பவருக்குப் படைப்பின் நேர்மையான சாட்சிபாவம் பிடி பட்டுவிடும்.

இத்தொகுப்பு ஒரு விமரிசகனின் பார்வையிலோ அல்லது படைப்பின் மீதான திறனாய்வு நோக்கிலோ புதுமைப்பித்தனை முன்வைக்க முற்படவில்லை. ஒரு வாசகனாகப் புதுமைப்பித்தன் படைப்புகள் ஏற்படுத்தக்கூடிய தாக்கங்களின் அடிப்படை யிலேயே இத்தொகுப்பு மேற்கொள்ளப்பட்டுள்ளது. இது புதுமைப்பித்தனின் கதைகளில் சிலவற்றைக் கொண்டு அவரது படைப்பாளுமையின் குறுக்குவெட்டுச் சித்திரத்தை அளிக்கும் முயற்சி; அதிலும் ஒரு வாசகனின் பார்வையில். முழுச் சித்திரத்தையும் உணர முயல்வோர் அவரது மொத்தப் படைப்பு களையும் வாசித்தாக வேண்டும்.

இப்பணிக்கு எனக்குப் பலவகைகளில் உறுதுணையாய் இருந்த எனது குடும்பத்தார்க்கு நன்றி. புதுமைப்பித்தன் மீதான வாசிப்பை எழுத்தாக மாற்ற ஊக்கமளித்திட்ட எழுத்தாளர் ஜெயமோகனுக்கு நன்றி. இந்த நல்வாய்ப்பினைத் தந்த காலச்சுவடு பதிப்பகத்தார்க்கு மனமார்ந்த நன்றி.

சென்னை **ராஜகோபாலன். ஜா**

16.9.2012

வாடா மல்லிகை

அவள் பெயர் ஸரஸு; ஒரு பிராமணப் பெண். பெயருக்குத் தகுந்ததுபோல் இருக்க வேண்டும் என்று நினைத்தோ என்னவோ பதினேழு வயதிற்குள்ளேயே சமூகம் அவளுக்கு வெள்ளைக் கலையை மனமுவந்து அளித்தது. அவள் கணவனுக்குக் காலனுடன் தோழமை ஏற்பட்டுவிட்டால் அதற்குச் சமூகம் என்ன செய்ய முடியும்?

ஸரஸு ஓர் உலாவும் கவிதை. இயற்கையின் பரிபூரணக் கிருபையில் மலரும் பருவம். காட்டிலே ரோஜா யாருமின்றி உதிர்ந்தால் அதைப் பற்றிப் பிரமாதமாக யாரும் கவலைப்பட மாட்டார்கள். ஆனால் நந்தவனத்திலே, மனத்தின் களிப்பில் குலாவக்கூடிய இடத்திலே, தனிமை என்ற விதி ஏற்பட்டால் அதைப் பற்றிப் பரிதவிக்காமல் முடியுமா? இயற்கையின் போக்கைத் தடைசெய்துகொண்டு அவள் தியாகம் செய்கிறாள்; அவள் பரிசுத்தவதி என்று சமூகம் களித்துக்கொண்டு இருப்பது அதன் ரத்தவெறிதான். அவளுக்கு இந்தச் சமூகத்தில் உரிமையே கிடையாதா? அவள் நிலைமை என்ன? சாம்ராஜ்யப் பிரஜையின் நிலைதானா? சமூகம் என்ன செய்ய முடியும், வேதம் சொல்லுகிறது, தர்ம சாஸ்திரம் சொல்லுகிறது என்று பேத்திக்கொண்டிருக்கும்..?

ஸரஸுவுக்கு இதெல்லாம் தெரியாது. அவள் ஒரு ஹிந்துப் பெண். வாயில்லாப் பூச்சி. பெற்றோரையும் புருஷனையும் முன்னோரையும் நம்பித்தான் உயிர் வாழ்ந்து வந்தாள். பெற்றோர் கலியாணம் செய்து வைத்தார்கள். புருஷன் வாழ்க்கையின் இன்பத்தைச் சற்றுக் காண்பித்துவிட்டு, விடாய் தீருமுன் தண்ணீரைத் தட்டிப்

பறித்த மாதிரி, எங்கோ மறைந்துவிட்டான். அவனை இந்த உலகத்தில் இனிக் காண முடியாது. பிறகு . . . கண்டால்தான் என்ன? அது போகட்டும். இப்படித்தான் இருக்க வேண்டும் என்று சொல்லிவைத்துவிட்டுப்போன முன்னோர்கள் கணவன் சென்றவிடத்தில் இருக்கிறார்கள். ஸரஸு பெற்றோரைத் தட்டியது கிடையாது. பிறகு முன்னோரை எப்படி எதிர்க்க முடியும்? அவளும் பெண்தானே! அச்சம் என்பதுதான் அவளுக்கு அணிகலன் என்று சமூகம் சொல்லுகிறதே. பிறகு அவள் வேறு என்னவாக இருக்க முடியும்? அவள் 'உயர்தர'ப் படிப்புப் படித்த பெண்ணா? நாலு விஷயங்களைத் தானாக ஆராய்ச்சி செய்துகொள்ள அவளுக்குத் திறன் ஏது? இயற்கையின் தேவை கட்டுக்கடங்காமல் மீறி ஒரு மிருகத்தின் முரட்டுத் தைரியத்தைக் கொடுக்கவில்லை. கொடுத்திருந்தால் அவளைச் சமூகம் தூற்றுவதற்குத் தயார்.

எந்த அமைப்பிலேயும் விதிவிலக்குகளான சிறுபான்மை யோர் கஷ்டப்படத்தான் வேண்டும் என்று தத்துவம் பேசலாம். தத்துவம் நன்றாகத்தான் இருக்கிறது! ஸரஸுவின் உணர்ச்சிக்கு உரிமையில்லை – அவள் விதிவிலக்கு.

ஸரஸு எப்பொழுதும் மாடியின்மேல் காலை ஏழு மணிக்கே தலையை உலர்த்த வருவாள். அப்பொழுதே ஸ்நான மாகிவிடும். பெற்றோரின் பாசம், அவளைச் சமண முனி மாதிரி, ஒரு பெண்மையின் கோரமாக்கத் துணியவில்லை. அதை எடுத்திருந்தாலும் அவள் கவலைப்பட்டிருக்க மாட்டாள். வாழ்க்கைக்கே வசதியில்லாமலிருக்கும்பொழுது சிகை போவது தானா பிரமாதம்?

அவளைப் பார்த்தால் யாருக்கும் கண் கலங்கும். அவள் கண்களிலே ஒரு நிரந்தரமான துயரம், போக்க வழியில்லாத துன்பம் குடிகொண்டிருக்கும். அவள் சிரிக்கத்தான் செய்கிறாள். குதூகலமாகப் பேசத்தான் செய்கிறாள். இவை யாவற்றிற்கும் பின் சோகந்தான் நிலவும்.

பிரம்மசாரியாக, உண்மையான பிரம்மசாரியாக நீ இருந்து பார்த்திருக்கிறாயா? வேறு ஓர் உயர்ந்த இலட்சியம் உனது உள்ளத்தைக் கொள்ளைகொண்டு, உன்னை அப்படியே விழுங்கி விடாவிட்டால் பிரம்மசரியம் உன்னைக் கொன்றுவிடும். உன்னை மிருகமாக்கி உனது உள்ளத்தைப் பேயாகச் சிதற அடித்துவிடும். ஆனால் கட்டாயத்தின் பேரில் இப்படிக் கன்னிகையாகக் காலங்கழிக்க வேண்டிய நிலைமையை என்ன சொல்வது?

அன்று ஸரஸுவின் தம்பி துரைசாமிக்குச் சாந்திக் கலியாணம். முதலிலே ஸரஸுவுக்குத் தாங்க முடியாத குதூகலம் – தங்கள் வீட்டில் விசேஷம் வருகிறது என்றுதான், தம்பியின்மீது இருந்த ஒரு ஹிந்துத் தமக்கையின் அளவு கடந்த பாசத்தினால்.

அன்று பகல் வந்தது . . .

அன்று இரவு வந்தது. ஊரில் இருள். வீட்டில் ஒளி.

வீட்டில் ஒளி : ஸரஸுவின் உள்ளத்தில்?

அவளுக்கு என்னென்னவோ நினைவுகளெல்லாம் குவிந்தன. அப்படித்தானே மூன்று வருஷங்களுக்கு முன், முதல் முதலாக அவருக்கு . . . என்னென்னவோ தோன்றின. நேரமாக நேரமாக அவள் மனத்தில் அந்த மூன்று வருஷங்களுக்கு முந்திய சந்தோஷ கரமான வாழ்க்கையை ஓர் இன்ப ஒளியாக்க முயன்ற அந்த இரவின் ஒவ்வொரு சிறு சம்பவமும் . . . அவர் முதலில் என்ன கூச்சப்பட்டார்! பிறகு அந்த உரிமை என்ற தைரியம்தானே . . . இவ்வளவு சீக்கிரம் அவள் வாழ்க்கை இருட்டிவிடும் என்று அப்பொழுது கண்டாளா? என்னவோ சாசுவதமான அழியாத நித்திய வஸ்துவென்றல்லவோ . . .

துரைசாமியையும் அவன் மனைவியையும் அழைத்துக் கொண்டு சென்றனர். கூச்சலும் அமளியும் அவளுக்குப் பொறுக்க முடியவில்லை.

தன்னை மீறிய, கட்டுக்கடங்காத ஓர் ஆவேசம் அவளைப் பிடர் பிடித்துத் தள்ளியது. பின்புறம் புழக்கடைக்குச் சென்று விட்டாள்.

நானும் பின்தொடர்ந்தேன். அவள் நிலைமை எனக்கு ஒருவாறு தெரிந்தது. அவள்மீது ஒரு பரிதாபம். அதனால் . . .

புழக்கடையில் ஒரு பெண் தேம்பிக்கொண்டு இருந்த சப்தம் கேட்டது.

நெருங்கினேன். அவள்தான்!

“ஸரஸு!”

பதில் இல்லை.

இன்னும் நெருங்கித் தோளில் கையை வைத்தேன். உணர்ச்சி யற்ற கட்டைபோல் இருந்தாள்; உடல் தேம்புவதினால் குலுங்கியது.

"ஸரஸு! நான் இருக்கிறேன், பயப்படாதே!" என்றேன்.

"நான் ஒரு ஹிந்துப் பெண்!" என்று கூறிவிட்டுச் சடக்கென்று உள்ளே சென்றுவிட்டாள்.

நான் திகைத்து நின்றேன். ஹிந்துப் பெண் என்றால் உயிர்வாழ உரிமையில்லையா?

நான் எவ்வளவு நேரம் நின்றேனோ!

மறுபடியும் அவள் வந்தாள்.

"ஸரஸு! என்னை மன்னித்துவிடு. நான் கூறியது வேறு. நீ அர்த்தம் பண்ணிக்கொண்டது வேறு. நான் உன்னை மணம் செய்து கொள்ளுகிறேன்!" என்றேன்.

"கொள்கைக்காக நீர் தியாகம் செய்துகொள்ள முயலுகிறீர். அது வேண்டாம் – மிஞ்சினால் நான் உமக்குப் போகக் கருவியாகத்தான், உமது தியாகத்தின் பலிபீடமாகத்தான் நீர் கருதுவீர். அது எனக்கு வேண்டாம். நான் காதலைக் கேட்கவில்லை. தியாகத்தைக் கேட்கவில்லை. நான் தேடுவது பாசம்..."

"அது என்னிடம் இருக்கிறது" என்றேன். அவளிடம் இவ்வளவு எதிர்பார்க்கவில்லை.

"அப்படியானால் திருமணம் வேண்டாம்... பாசம் இருந்தால் போதும்" என்று சொல்லித் தலை குனிந்தாள்.

"என்ன ஸரஸு இப்படிச் சொல்லுகிறாய் – இரகசியம் பாபம் அல்லவா? கலியாணம் இதை நீக்கிவிடுமே!"

"எனக்கு உமது தியாகம் வேண்டாம். உமது பாசம் இருந்தால் போதும்!"

"நீ ஒரு பரத்தை!"

"உமது தியாகத்திற்கு நான் பலியாக மாட்டேன் – அதில் எப்பொழுதும் உமக்கு இந்தக் காலத்து நன்மதிப்பு ஏற்படும். தைரியசாலி என்பார்கள். அதை எதிர்பார்க்கிறீர். நான் பரத்தையன்று – நான் ஒரு பெண். இயற்கையின் தேவையை நாடுகிறேன்!" என்றாள்.

எனது மனம் கலங்கிவிட்டது. வெளியேறினேன்...

மறுநாள் அவள் பிரேதம் கிணற்றில் மிதந்தது. அதன் மடியில், "நான் எதிர்பார்த்தபடியே" என்று எழுதிய ஒரு நனைந்த கடுதாசி இருந்தது.

***ஊழியன்*, 7.9.1934**

சிற்பியின் நரகம்

1

சூரியாஸ்தமன சமயம். காவிரிப்பூம்பட்டினத் துறைமுகத்தில் என்றையும்விட அதிக நெருக்கடி. கறுத்து ஒடுங்கிய மிசிர தேச வாசிகளும், வெளுத்து ஒடுங்கிய கடாரவாசிகளும், தசை வலிமையின் இலட்சியம் போன்ற கறுத்த காப்பிரிகளும், வெளுத்த யவனர்களும், தென் னாட்டுத் தமிழும், வடநாட்டுப் பிராகிருதமும் – எல்லாம் ஒன்றிற்கொன்று முரண்பட்டுக் குழம்பின. சுங்க உத்தி யோகஸ்தர்கள் அன்னம் போலும், முதலைகள் போலும் மிதக்கும் நாவாய்களிலிருந்து இறக்குமதி செய்யப்படும் பண்டங்களையும், வேலைக்காரர்களையும் பொற் பிரம்பின் சமயோசிதப் பிரயோகத்தால் தணிக்கை செய்து கொண்டிருந்தனர். அரசனுக்குக் கடாரத்திலிருந்து வெள்ளை யானைகள் கொண்டுவரப்பட்டிருக்கின்றன. அவற்றைப் பார்க்கத்தான் என்றுமில்லாத கூட்டம்!

அஸ்தமன சூரியனின் ஒளியே எப்பொழுதும் ஒரு சோக நாடகம். கோவில் சிகரங்களிலும், மாளிகைக் கலசங்களிலும் தாக்கிக் கண்களைப் பறிப்பது மட்டு மல்லாது, கடற்கரையில் கரும்பாறையில் நிற்கும் துவஜஸ் தம்பத்தின்மீது, கீழ்த்திசை நோக்கிப் பாயும் பாவனையில் அமைக்கப்பட்ட பொன் முலாம் பூசிய வெண்கலப் புலியின் முதுகிலும் வாலிலும் பிரதிபலிப்பது அவ்விடத் திற்கே ஒரு மயக்கத்தைக் கொடுத்தது.

இந்திர விழாவின் சமயத்தில் மக்களின் வசதிக்காக அமைக்கப்பட்ட ஸ்நான கட்டத்தின் படிக்கட்டில், பைலார்க்கஸ் என்ற யவனன் கடலை நோக்கியபடி உட்கார்ந்திருந்தான். நீண்ட போர்வையான அவனது டோகா காற்றில் அசைந்து படபடவென்றடித்து, சில

சமயம் அவனது தாடியையும் கழுத்துடன் இறுகப் பின்னியது. பெரிய அலைகள் சமயா சமயங்களில் அவனது பின்னிய தோல் வார்ப் பாதரட்சையை நனைத்தன. அவ்வளவிற்கும் அவன் தேகத்தில் சிறிதாவது சலனம் கிடையாது. மனம் ஒன்றில் லயித்துவிட்டால் காற்றுத்தான் என்ன செய்ய முடியும், அலைதான் என்ன செய்ய முடியும்?

பைலார்க்கஸின் சிந்தனை சில சமயம் அலைகளைப் போல் குவிந்து விழுந்து சிதறின. கனவுகள் அவனை வெறியனைப் போல் விழிக்கச் செய்தன.

திடீரென்று, "சிவா!" என்ற குரல். ஒரு தமிழ்நாட்டுப் பரதேசி!

"யவனரே! உமது சித்தம் உமக்குப் பிரியமான ஒன்றுமற்ற பாழ் வெளியில் லயித்ததோ? நான் நேற்றுச் சொன்னது உமக்குப் பதிந்ததா? எல்லாம் மூலசக்தியின் திருவிளையாடல், அதன் உருவம்! கொல்லிப் பாவையும் அதுதான்; குமரக் கடவுளும் அதுதான்! எல்லாம் ஒன்றில் லயித்தால்..?"

"உமது தத்துவத்திற்குப் பதில் ஒரு கிண்ணம் திராட்ச மது எவ்வளவோ மேலானது. அதுவும் ஸைப்பிரஸ் தீவின் திராட்சை ... அதோ போகிறானே, அந்தக் காப்பிரியும் எதோ கனவை நம்புகிறான். உமது முதல் சூத்திரத்தை ஒப்புக்கொண்டால், உமது கட்டுக்கோப்பில் தவறு கிடையாதுதான்... அதை எப்படி ஒப்புக்கொள்ள முடியும்? ஒவ்வொருவனுடைய மனப் பிராந்திக்கும் தகுந்தபடி தத்துவம்... எனக்கு அது வேண்டாம்... நாளங்காடியில் திரியும் உங்கள் கருநாடிய நங்கையும், மதுக் கிண்ணமும் போதும்..."

"சிவ! சிவ! இந்த ஜைனப் பிசாசுகள்கூடத் தேவலை, கபாலி வெறியர்கள்கூடத் தேவலை... உம்மை யார் இந்த அசட்டு மூட்டையைக் கட்டிக்கொண்டு யவனத்திலிருந்து வரச் சொன்னது?"

"உம்மைப் போன்றவர்கள் இருக்குமிடத்தில் நான் இருந்தால் தான் அர்த்தமுண்டு. எங்கள் *ஜுபிட்டரின் அசட்டுத்தனத்திற்கும் உங்கள் கந்தனின் அசட்டுத்தனத்திற்கும் ஏற்றத்தாழ்வில்லை..." என்று சிரித்தான் பைலார்க்கஸ்.

"சிவ! உம்மிடம் பாசத்தை வைத்தான், அதுவும் அவன் விளையாட்டுதான்!" என்று தம் சம்புடத்திலிருந்த விபூதியை நெற்றியில் துலாம்பரமாக அணிந்துகொண்டார் பரதேசி.

---

* ஜுபிட்டர் : யவன இதிகாசங்களில் குறிப்பிடப்படும் தேவர்களுக்கு அரசன்; கிரகங்களில் வியாழன்.

"நாளங்காடிப் பக்கம் போகிறேன், வருகிறீரா?" என்றார் மீண்டும் அச்சந்நியாசி.

"ஆமாம்! அங்கே போனாலும் சாத்தனைப் பார்க்கலாம். அவனிடம் பேசுவதில் அர்த்தமுண்டு... அவனுக்குத் தெரியும் சிருஷ்டி ரகசியம்..."

"ஓஹோ! அந்தச் சிலை செய்கிற கிழவனையா? உமக்கு ஏற்ற பைத்தியக்காரன்தான்... ஏதேது! அவனே அதோ வருகிறானே!" என்றார் சாமியார்.

பைலார்க்கஸ் எழுந்து அவனை யவன முறையில் வணங்கினான்.

சாத்தனுக்கு எண்பது வயதிருக்கும்; தொண்டு கிழவன். ஆனால் வலிமை குன்றவில்லை; கண்களின் தீட்சண்யம் போகவில்லை. பிரமன் மனித வடிவம் பெற்றது போல் காணப் பட்டான். அவனும் கைகூப்பி வணங்கி, "பைலார்க்கஸ், உன்னைத்தான் தேடிவந்தேன்! வீட்டிற்கு வருகிறாயா? எனது லட்சியம் இன்றுதான் வடிவம் பெற்றது...!" என்று ஒரு குழந்தையின் உற்சாகத்துடன் கூவியழைத்தான்.

"இவரைத் தெரியுமா? பாண்டிய நாட்டு, உங்கள் பரதேசி... அவர் தத்துவங்களை எல்லாம் என்னுள் திணித்துப் பார்த் தார்... பைலார்க்கஸிடம் முடியுமா?" என்று கேலியாகச் சிரித்தான் யவனன்.

"சுவாமி வரணும், இன்று என் குடிசையில் அமுது படி கழிக்க வேண்டும்" என்று பரதேசியைச் சாஷ்டாங்கமாக நமஸ்கரித்தான் சாத்தன்.

"என்ன, என்ன! நீயுமா?" என்றான் பைலார்க்கஸ்.

"பைலார்க்கஸ்! நீ நிரீசுவரவாதியாக இருப்பதில் எனக்கு வருத்தமில்லை; மற்றவரைக் கேலி செய்யாதே..."

"அதற்குத்தான் நான் பிறந்திருக்கிறேன், அப்பா! எனது வேலை அது..."

"சரி, வாருங்கள் போகலாம், சுவாமி வரணும்!" என்று இருவரையும் இரட்டை மாட்டு வண்டிக்கு அழைத்துச் சென்றான் சிற்பி.

வண்டியின் கதி மெதுவாகத்தான் இருக்க முடிந்தது. எதிரே யானைகளும், பொதி கழுதை, பொதி மாடுகளும், துறைமுகத்தை நோக்கிவரும் நேரத்தில் தீப்பந்தம் பிடித்துச் செல்லும் மக்களை விலக்கிக்கொண்டு வண்டி செல்வது

கடினந்தான். திடீரென்று அரசாங்க உத்தியோகஸ்தர்களின் ரதம், யானை வந்துவிட்டால் தெருவே தூளிபடும். முரசொலி இருந்து என்ன பயன்? அந்த உப்பு வண்டி ஓட்டிச்செல்லும் பெண் சிறிது தவறினால் ரதத்தின் அடியில்தான்! சாத்தனின் வண்டி அதில் முட்டிக்கொள்ளவிருந்தது.

"தெய்வச் செயல்!" என்றான் சாத்தன்.

"உன் சிருஷ்டி சக்தி!" என்றான் பைலார்க்கஸ், வேறு எதையோ நினைத்துக்கொண்டு.

"பைலார்க்கஸ், உனது பேச்சு எனது பெருமையைச் சாந்தி செய்யலாம். நான் எத்தனை நாள் கஷ்டப்பட்டேன்! அது உனக்குத் தெரியுமா? நீ நேற்றுப் பிறந்தவன் ... கூத்து! ... அதில் எவ்வளவு அர்த்தம்! மனிதனுக்குத் தெரிந்ததெல்லாம், தெரியவேண்டுவதெல்லாம் ... இந்தப் பிரபஞ்சமே, பைலார்க்கஸ், நீ நினைப்பது போல் வெறும் பாழ் வெளியன்று; அர்த்தமற்ற பேய்க் குழப்பம் அன்று ... இருபது வயசிருக்கும்; அப்போ ஒரு தரம் பாண்டிய நாட்டுக்குப் போயிருந்தேன் ... சிற்பத்தைப் பார்க்க வேண்டுமானால் கொல்லிப்பாவையைப் பார்க்க வேண்டும். அங்கேதான், ஒரு மறவன், நாகன், ஒரு கூத்தில் அபிநயம் பிடித்தான். அந்தக் கால் வளைவு, அதை அதிலே பிடித்தேன் ... உலகத்தின் அர்த்தத்தை ... ஒவ்வொன்றாக, படிப்படியாக வளர்ந்தது ... அந்த மலையத்து நடிகைதான் முகத்தின் சாந்தியை, அந்த அபூர்வமான புன்சிரிப்பை, அர்த்தமற்ற அர்த்தத்தை – பைலார்க்கஸ், உனக்கென்ன! நீ கேலிக்காரன் – உபநிஷத்தில் தேடியலைந்தேன் ... ஹிமயத்தில் தேடியலைந்தேன் ... சாந்தி அந்த இரவு ... என் மனைவி அங்கயற்கண்ணி இறந்த அன்று கிட்டியது ... பிறகு வெண்கலக் கலப்பிற்கு என்ன பரீட்சை! என்ன ஏமாற்றம்! ... ஆசைதான் வழிகாட்டியது. அந்த ரூப சௌந்தரியம் பெறுவதற்கு எத்தனை ஆட்களைத் தேடினேன்! ... அதன் ஒரு சாயை ... நீலமலைக் கொடுங்கோலன் – பத்து வருஷங்களுக்கு முன்பு சிரச்சேதம் செய்யப்பட்டானே – அவனுடைய இடைதுவளுதலில் கண்டேன் ... தெய்வம் ஒன்று உண்டு ... அதன் அர்த்தத்தை என் சிலை உணர்த்த முடிந்தது எனது பூர்வ ஜன்மப் பலன் ... இந்தக் கைகளால் ... பின்னாலிருந்து ஓர் அர்த்தமுள்ள வஸ்து தூண்டாவிட்டால் ... அதைச் சாதிக்க முடியும்?"

"நீதான் சாதித்தாய்! நீதான் பிரம்மா! உன் சாதனை தான் அது. சிருஷ்டி! மயங்காதே! பயப்படாதே! நீதான் பிரம்மா! சிருஷ்டித் தெய்வம்!" என்று பைலார்க்கஸ் அடுக்கிக் கொண்டே போனான்.

சாமியார் புன்சிரிப்புடன் வெளியே எட்டிப்பார்த்துக் கொண்டிருந்தார்.

வண்டியும் நாளங்காடியை அடைந்து, கீழ்ச் சதுக்கத்தின் வழியாக ஒரு சந்தில் திரும்பி, ஒரு வீட்டின் முன்பு நின்றது.

மூவரும் இறங்கி வாசற்படியில் ஏறினர். ஒரு யவனப் பெண் வந்து காலைக் கழுவினாள். ஒரு காப்பிரி, மரியாதையாகக் குனிந்து, கலிங்க வஸ்திரத்தினால் துடைத்தான்.

“சுவாமி, வரவேண்டும்! பைலார்க்கஸ், இப்படி வா!” என்று இருவரையும் அழைத்துக்கொண்டு ஓர் அறைக்குள் சென்றான் சாத்தன் ... அவன் வயதிற்கு அவ்வளவு துடிதுடிப்பு ஆச்சரியமானதுதான்!

“மூபாங்கோ, தீபம்!” என்று கத்தினான். அந்தக் காப்பிரி ஒரு கைவிளக்கை எடுத்துக்கொண்டு உள்ளே நுழைந்தான். ஜன்னல் இல்லாத அந்த அறையிலும் காற்று நூலிழை போல் வந்து உள்ளத்தையும் உடலையும் மயக்கியது.

“இங்குகூடவா விளக்கு இல்லை! திரையை ஒதுக்கு! ஸ்வாமி, பைலார்க்கஸ், இதுதான் என் வாழ்க்கை!” என்று திரையை ஒதுக்கினான்.

இருவரும் ஸ்தம்பித்து நின்றனர். அந்த மங்கிய தீபவொளியில், ஒற்றைக் காலைத் தூக்கி நடிக்கும் பாவனையில், ஆள் உயரத்தில் மனித விக்ரகம்! விரிந்த சடையும் அதன்மீது விளங்கும் பிறையும், விரிந்து சின்முத்திரைகளைக் காண்பிக்கும் கைகளும், அந்த அதரத்தில் தோன்றிய அபூர்வப் புன்னகையும் மனத்தில் அலைமேல் அலையாகச் சிந்தனைக் கற்பனைகளைக் கிளப்பின. மூவரும் அந்தச் சிலையேயாயினர். சிலையின் ஒவ்வொரு வளைவிலும், ஒவ்வொரு அங்கத்திலும் என்ன ஜீவத் துடிதுடிப்பு!

சந்நியாசி, தம்மையறியாமல் பாட ஆரம்பித்தார்:

பனித்த சடையும், பவளம்போல்
  மேனியும், பால் வெண்ணீறும்,
குனித்த புருவமும், கொவ்வைச்
  செவ்வாயும், குமிண் சிரிப்பும்,
இனித்தங்கசிய எடுத்த பொற்
  பாதமும் காணப் பெற்றால்
மனித்தப் பிறவியும் வேண்டுவதே
  இந்த மாநிலத்தே!

“சுவாமி, அப்படிச் சொல்லக் கூடாது!”

"சாத்தா! அவர் சொல்லுவதுதான் சரி! இது கலையா? இது சிருஷ்டி! இதை என்ன செய்யப்போகிறாய்?"

"அரசன் கோவிலுக்கு ... இதென்ன கேள்வி?"

"என்ன! இந்த அசட்டுத்தனத்தை விட்டுத் தள்ளு ... அரசனுடைய அந்தப்புர நிர்வாண உருவங்களின் பக்கலில் இதை வைத்தாலும் அர்த்தம் உண்டு ... இதை உடைத்துக் குன்றின் மேல் எறிந்தாலும் அந்தத் துண்டுகளுக்கு அர்த்தம் உண்டு; ஜீவன் உண்டு ..." என்று வெறி பிடித்தவன் போல் பேசினான் பைலார்க்கஸ்.

"சீ, பைலார்க்கஸ்! உனது வெறிபிடித்த கொள்கைகளுக்கு யவனந்தான் சரி! அகஸ்தூஸா – அந்த உங்கள் சாம்ராட் ... அவனுக்குத்தான் சரி உன் பேத்தல்!"

"சாத்தனாரே! உமது இலட்சியத்திற்கு அரசன் கோரிக்கைதான் சரியான முடிவு. இனி ஏன் இந்த ஜைனர்கள் தலைதூக்கப் போகிறார்கள் ..!" என்றார் சாமியார்.

"இந்த வெறிபிடித்த மனிதர்களைவிட, அந்தக் கடலுக்கு எவ்வளவோ புத்தியிருக்கிறது ..." என்று கோபித்துக்கொண்டு பைலார்க்கஸ் வெளியேறிவிட்டான்.

2

அன்றுதான் கும்பாபிஷேகம். சிலையைப் பிரதிஷ்டை செய்த தினம். சோழ தேசத்திலேயே அது ஒரு பெரும் களியாட்டம் என்று கூறவேண்டும். சாத்தனுக்கு இலட்சியம் நிறைவேறிற்று. அன்று பைலார்க்கஸ் தனது குதூகலத்தில் பங்கெடுத்துக்கொள்ள உயிருடன் இல்லையே என்ற வருத்தம் சாத்தனுக்கு அதிகம்.

புதிய கோவிலிலிருந்து வீடு சேரும்பொழுது அர்த்த ஜாமமாகிவிட்டது.

வயதின் முதிர்ச்சி அன்றுதான் அவனைச் சிறிது தளர்த்தியது. சோர்ந்து படுத்தான். அயர்ந்துவிட்டான் ...

அப்பா! என்ன ஜோதி! அகண்டமான எல்லையற்ற வெளி! அதிலே சாத்தனின் இலட்சியம், அந்த அர்த்தமற்ற, ஆனால் அர்த்த புஷ்டி மிகுந்த, ஒரு புன்சிரிப்பு! மெதுவான ஹிருதய தாளத்தில் நடனம்! என்ன ஜீவன்! என்ன சிருஷ்டி!

திடீரென்று எல்லாம் இருண்டது! ஒரே கன்னக் கனிந்த இருள்! ஹிருதய சூனியம் போன்ற பாழ் இருட்டு!

பிறகும் ஒளி... இப்பொழுது தங்கத்தினாலான கோவில்! கண்கள் கூசும்படியான பிரகாசம்!... கதவுகள் மணியோசையுடன் தாமே திறக்கின்றன... உள்ளே அந்தப் பழைய இருள்!

சாத்தன் உள்ளே செல்லுகிறான். இருட்டின் கரு போன்ற இடம். அதில் மங்கிய தீபவொளி தோன்றுகிறது! என்ன! இதுவா பழைய சிலை! உயிரில்லை! கவர்ச்சிக்கும் புன்னகையில்லையே!... எல்லாம் மருள்... மருள்..!

அந்தகார வாசலில் சாயைகள் போல் உருவங்கள் குனிந்தபடி வருகின்றன. குனிந்தபடி வணங்குகின்றன.

"எனக்கு மோட்சம்! எனக்கு மோட்சம்!" என்ற எதிரொலிப்பு. அந்தக் கோடிக்கணக்கான சாயைகளின் கூட்டத்தில் ஒருவராவது சிலையை ஏறிட்டுப் பார்க்கவில்லை! இப்படியே தினமும்...

நாட்கள், வருஷங்கள், நூற்றாண்டுகள் அலைபோல் புரள்கின்றன – அந்த அனந்த கோடி வருஷங்களில் ஒரு சாயையாவது ஏறிட்டுப் பார்க்கவேண்டுமே!

"எனக்கு மோட்சம்..!" இதுதான் பல்லவி, பாட்டு, எல்லாம்!

சாத்தன் நிற்கிறான்...

எத்தனை யுகங்கள்! அவனுக்கு வெறி பிடிக்கிறது. "உயிரற்ற மோட்சச் சிலையே! உன்னை உடைக்கிறேன்! போடு! உடை! ஐயோ, தெய்வமே! உடைய மாட்டாயா! உடைந்துவிடு! நீ உடைந்து போ! அல்லது உன் மழு என்னைக் கொல்லட்டும். அர்த்தமற்ற கூத்து..!" இடி இடித்த மாதிரி சிலை புரள்கிறது – சாத்தனது ஆலிங்கனத்தில், அவன் ரத்தத்தில் அது தோய்கிறது... ரத்தம் அவ்வளவு புனிதமா! பழைய புன்னகை..!

சாத்தன் திடுக்கிட்டு விழித்தான். வெள்ளி முளைத்துவிட்டது. புதிய கோவிலின் சங்கநாதத்துடன் அவனது குழம்பிய உள்ளம் முட்டுகிறது.

"என்ன பேய்க் கனவு, சீ!" என்று விபூதியை நெற்றியில் அணிந்துகொள்கிறான்.

"பைலார்க்கஸ் – பாவம் அவன் இருந்தால்..." சாத்தனின் மனம் சாந்தி பெறவில்லை.

மணிக்கொடி, 25.8.1935

புதிய கூண்டு

1

அருவங்குளம் என்ற நாரணம்மாள்புரம் தாமிர வருணியின் வடகரையில் ஒரு சிறு கிராமம். சுற்றிலும் தோப்புத்துரவு; கண்ணுக்கெட்டிய வரையில் வயல்கள்; அதாவது, திருநெல்வேலி ஜில்லாவின் வசீகர சக்தியின் ஒரு பகுதி அது.

சாயங்காலம்.

வேனிற்கால ஆரம்பமாகையால் இரண்டாவது அறுவடை சமீபித்துவிட்டது. பயிர்கள் பொன்னிறம் போர்த்து, காற்றில் அலை போல் நிமிர்ந்து விழுந்து, ஆகாயத்தில் நடக்கும் இந்திர ஜாலங்களுக்குத் தகுந்த, அசைந்தாடும் பொற்பீடமாக விளங்கியது.

அகன்ற மார்பில் யக்ஞோபவீதம்போல் ஆற்றில் நீர் பெயருக்கு மட்டிலும் ஓடிக்கொண்டிருந்தது. நீர், ஸ்படிகம்போல் களங்கமற்று மனிதனைக் குனிந்து அள்ளிக் குடிக்கும்படி வசீகரித்தது.

ஆற்றுமணலில் பள்ளிக்கூடத்திலிருந்து திரும்பும் இரு மாணவர்கள் நடந்துகொண்டிருந்தனர். இருவருக்கும் ஒரு கையில் புஸ்தகம், மற்றொரு கையில் போஜனப் பாத்திரம் என்ற மாணவ சின்னங்கள். இருவரும் 'குடுத்துணி' மட்டும் அணிந்து இடையில் ஒரு நாட்டு வேஷ்டி கட்டியிருந்தனர். ஒருவன் மூத்தவன்; இன்னொருவன் சற்று வயசில் குறைந்தவன். இருவரும் சகோதரர் என்பதைக் கேட்டுத் தெரிந்துகொள்ள வேண்டியதில்லை; முகத்தோற்றமே தெரிவிக்கும். இருவரும் நல்ல அழகர்கள்.

மூத்தவன் அதிதீக்ஷண்ய புத்தியுடையவனாயினும் கறுத்த கண்களும் கூரிய நாசியும் சற்று அகன்ற நெற்றியும் சற்றுத் தடித்த ஆனால் அழகான உதடுகளும் அவன் சிறிதே உணர்ச்சி வசப்படுகிறவன் என்பதைத் தெரிவித்தன. தம்பியின் மெல்லிய உதடுகள் திடசித்தமும் எதையும் தனது அறிவுத் தராசில் போட்டு நிறுக்கும் உறுதியும் உடையவன் என்பதையும் தெரிவித் தன. இருவரும் ஒற்றைநாடியான சரீரம். அவர்கள் குடுமி, தற்கால அழகுணர்ச்சியைத் திருப்தி செய்யாமல் குறுக்கே விழுந்தாலும், பொதுவாக அவர்களைப் பார்த்ததும் அழகர்கள் என்பதை எடுத்துக் காட்டத் துணைபுரிந்தன.

இருவரும் மிக வேகமாக நதியைக் கடந்தனர். முகத்தின் சோர்வும் களைப்பும் அவர்களைப் பேசவிடாமல் தடுத்து, வீடு என்ற ஒரே எண்ணத்தை மனசில் நிறுத்தியதால் அவர்கள் மிக வேகமாகச் சென்றார்கள்.

தோப்பைத் தாண்டியதும் திடீரென்று ஒரு வரிசை வீடுகள்; தெருவின் மேற்குக் கோடியில் ஒரு கோயில்; அது தான் நாரணம்மாள்புரம் என்ற அக்கிரகாரம்.

நாரணம்மாள்புரம் மகாவிஷ்ணுவின் பெயரை வைத்துக் கொண்ட மட்டிலேயே திருப்தியடைந்தது. செல்வம் என்பது என்னவென்று கேட்கக்கூடிய மாதிரி அதன் சகோதரனின் ஆதிக்கம் அங்கே தாண்டவமாடியது.

❍ ❍ ❍

மீனாட்சியம்மாள் ஒரு விதவை. தகப்பனார் வீட்டில் தரித்திரம். புக்ககம், நம்பிக்கையைக்கொண்டு உயிர் வைத்திருக்க வேண்டிய இடம். போதாததற்கு இரண்டு ஆண் குழந்தைகளின் பொறுப்பை அவள் தலையில் சுமத்திவிட்டு அவள் கணவன் இந்த உலகத்தை நீத்தார். அந்த மட்டில் பெண் சுமையை ஏற்றாமல் போனாரே என்ற ஆறுதல்தான் அவளுக்கு.

மீனாட்சியம்மாள், இட்டிலி, முறுக்கு, அப்பளம் இட்டு அவைகளிலே தன் இரண்டு பொறுப்புக்களின் சம்ரட்சணையை யும் நடத்தி வருகிறாள். பாதிரிகளின் பள்ளிக்கூடத்துப் புண்ணிய வான்களின் உதவியால் தன் புத்திரர்களுக்குக் கல்வி என்ற மகத்தான கண் திறக்கப்படுவதற்காகத் தனது பூஜைகளில் அவர்களுக்காகக் குலதெய்வத்தை மீனாட்சியம்மாள் தொழுது வந்தாள். இப்பொழுதும் வெள்ளைக்காரன் என்றால் மீனாட்சி யம்மாளுக்குத் தெய்வத்திற்கு நிகர். தன் புத்திரர்களுக்குக் கல்வியை இலவசமாகப் போதிக்கும் தயாநிதிகளை யார்தாம் போற்றாமல் இருப்பார்கள்!

வீட்டு முற்றத்தில் 'அம்மா' என்ற குரல் தன் புத்திரர்கள் வந்துவிட்டார்கள் என்பதைத் தெரிவித்தது. புறக்கடையில் உளுந்து கழுவிக்கொண்டிருந்த மீனாட்சியம்மாள், "அம்பியா? அண்ணாவும் வந்தாச்சோ? கையைக் காலைக் கழுவிப்பிட்டு, இந்த உறியிலே முறுக்கு வெச்சிருக்கேன்; எடுத்துச் சாப்பிடுங்கோ. கையிலே உளுந்து இருக்கு" என்றாள்.

அம்பி புஸ்தகத்தை வைத்துவிட்டு வருமுன், அவனுடைய மூத்த சகோதரன் புஸ்தகத்தை ஜன்னலில் வைத்துவிட்டுக் கால் முகம் கழுவ நேரே புறக்கடைக்கு ஓடி வந்தான். வைத்த அவசரத்தில் புஸ்தகங்கள் கீழே விழுந்தன. அம்பி அதையும் ஜாக்கிரதையாக எடுத்து வைத்துவிட்டுச் சட்டையைக் கழற்றிய பிறகு உள்ளே வந்தான்.

"என்னடா, தீட்டையும் கீட்டையும் அப்படியே உள்ளுக்குக் கொண்டுவர்றே? அம்பிக்கு இருக்கிற புத்திகூட, ஏண்டா கிட்டு – ஹூம் நான்தான் பொண்ணாப் பிறந்தேனே..." என்று தலையில் அடித்துக்கொண்டாள்.

கிட்டு சிரித்துக்கொண்டே, "அம்மா, உன்னைத் தொட்டு விடுவேன்; பேசாதே" என்று நெருங்கினான்.

"அடே, கட்டேலெ போறவனே, சித்தெ மடியா கிடியா இரு" என்று பதறினாள் மீனாட்சி.

"என்னடா கிட்டா, அம்மா கிட்ட என்னடா! அவளுக்குத் தெரியுமோ" என்றான் அம்பி.

இருவரும் காலைக் கழுவிவிட்டு, தாய் வைத்திருந்த முறுக்கைச் சாப்பிட்டுவிட்டு ஆற்றங்கரைப் பக்கம் நடந்தார்கள்.

"அம்பி, பரீட்சை நெருங்குகிறதே" என்றான் கிட்டு.

"அதற்கென்ன அண்ணா! பயமில்லை" என்று சொல்லி விட்டுத் தன் நண்பன் ஒருவனைத் தேடிக்கொண்டு சென்று விட்டான்.

கிட்டு என்ற கிருஷ்ணமூர்த்தி இந்த வருஷம் பி.ஏ. பரீட்சைக் குச் செல்ல இருக்கிறான். அவன் சகோதரன் அம்பி – அவன் பெயர் ராமசாமி – இண்டர்மீடியட் பரீட்சைக்குப் போகிறான். இருவரும் பாளையங்கோட்டையில் இருக்கும் கிறிஸ்தவக் கலாசாலையில் படிக்கிறார்கள். கிட்டு, தனக்குப் பரீட்சை தேறியதும் குடும்பப் பொறுப்பை ஏற்றுக்கொண்டு குடும்ப சம்ரட்சணையில் களைத்த தன் தாயின் கவலையை நீக்கி விடுவான் என்பதுதான் அவர்கள் தற்போது கொண்ட லட்சியம். மேலும் சகோதரனது கல்விக்கு இனியாவது தர்மத்தை எதிர் பாராது இருக்கவேண்டும் என்பதும் அவன் நோக்கம்.

2

பாளையங்கோட்டை கிறிஸ்தவக் கலாசாலை ரோமன் கத்தோலிக்க மதத்தினருடையது. அதாவது இருள் சூழ்ந்த பிரதேசங்களில் கர்த்தருடைய மதத்தைப் பரப்ப ரோமாபுரி யிலிருந்து அனுப்பப்படும் கருவி. தன் கையை வைத்தே தன் கண்ணில் குத்திக்கொள்ள வைப்பதுபோல் பழகிய யானையை வைத்துக்கொண்டு காட்டு யானைக் கூட்டங்களைப் பிடிப்பது போல், இந்தத் தொழில் நடந்து வந்தது.

ஞானாதிக்கம் என்ற கிறிஸ்தவச் சாமியாருக்குக் கிட்டுவின் மீதும் அம்பியின்மீதும் ஒரு கண். அதாவது ரோமாபுரியில் பேதுரு அப்போஸ்தலர் கட்டிய மகத்தான கோவிலின் சக்தியைப் பரப்ப இந்த இருவரும் ஏற்றவர்கள் என்பது அவர் துணிபு. அதனால் இருவரைப் பற்றியும் அவர் மிக்க கவலை மேற்கொண் டார். இது மறைமுகமாகவே நடந்தது. ஆனால் நாளடைவில் கிட்டுவை மிக எளிதில் வசப்படுத்திவிடலாம் என்றும் அம்பி யிடம் தம் முயற்சி சாயாது என்றும் கண்டுகொண்டார். ரோமாபுரி போப்பின் ஆதிக்கத்தையும் கர்த்தரின் பரிசுத்தமான வார்த்தைகளையும் பரப்புவதற்கு எத்தனையோ வழிகள் உண்டு.

ஞானாதிக்கம் சாமியார் ஓர் உண்மைக் கத்தோலிக்க பாதிரியார். அவர் தமக்குத் தோன்றிய உண்மைகளுக்குத் தம் முழு வாழ்க்கையையும் அர்ப்பணம் செய்தவர். அம்பியையும் வசப்படுத்துவதற்கு ஒரு புது வழியைத் தேடிக்கொண்டிருந்தார். ஏனெனில் அம்பியிடம் கிறிஸ்தவ தர்மத்தையும் ஹிந்து சமயத்தின் தவறுகளையும் பற்றித் தர்க்கிக்க ஆரம்பித்தால் அவன் அதற்கு இடம் கொடுப்பதே இல்லை. "தர்க்க சாஸ்திரமும் சமயமும் ஒத்துவராது; வேண்டுமானால் எங்கள் பண்டிதர் களிடம் தர்க்கம் செய்துகொள்ளுங்கள்" என்று கூறிவிடுவான். ஆனால் கிட்டுவை, உணர்ச்சியில் மயங்கக்கூடிய கிட்டுவைத் தர்க்கத்திற்கு இழுக்காமல் கிறிஸ்தவ நாயன்மார்களின் தியாகத்தையும் தரிசனத்தையும் காண்பிக்கும் இலக்கியங் களினால் பண்படுத்தி வந்தார்.

3

ஸ்ரீ ஜான் சகரியாஸ் நாடாரின் முன்னோர்கள் புரோட்டஸ் டாண்ட் கிறிஸ்தவ மதத்தைத் தழுவியது திருநெல்வேலி ஜில்லாவிலே ஒரு ரஸமான கதை. 19ஆம் நூற்றாண்டின் இறுதியில், இங்கிலாந்து, வியாபாரப் பொருள் உற்பத்தி முறையில் ஒரு நூதன வழியைக் கடைப்பிடித்தது. பொருள்களை

ஏக காலத்தில் நூற்றுக்கணக்காகச் செய்து குவிப்பதில் பெரும் நம்பிக்கை வைத்தது; அதே சமயத்தில் பாதிரிகள், இந்தியாவின் தெற்கு மூலைகளில் நூற்றுக்கணக்காக ஞானஸ்நானம் கொடுப் பதில் நம்பிக்கை வைத்தார்கள். அவர்கள் நாசரேத், மெய்ஞ்ஞான புரம் முதலிய பிரதேசங்களில் வந்ததும், முன்பு, கிறிஸ்து பிறப்பதற்கு நெடுங்காலத்திற்கு முன்பு, "உண்டாகுக" என்று கர்த்தர் அருளியதும், உலகம் அவர் போட்ட வரிசைப்படி தழைத்து அப்பெருமானுக்குக் களிப்பூட்டியதாம். இதைப்போல இந்தப் பாதிரிகளும் அந்தப் பிரதேசங்களை அடைந்ததும் தாங்களே கர்த்தர் பெருமான் என்று நினைத்துக்கொண்டனரோ என்னவோ? அங்கிருந்த நாடார்களை நீரைத் தெளித்து, 'நீங்கள் கிறிஸ்தவர்களாகக் கடவது!' என்றதன் பயனாக விளைந்தவற்றில் சகரியாஸ் குடும்பமும் ஒன்று.

அவர் அங்கிருந்த புரோட்டஸ்டாண்ட் பள்ளிக்கூடத்தின் தலைமையாசிரியர். தமக்குக் கர்த்தருடைய கருணை கிடைத்த போதெல்லாம் அஞ்ஞானிகளுக்கு விழிப்பைக் கொடுப்பதில் முனைந்து வந்தார்.

அவருக்கு ஒரு புதல்வி. எந்த மதத்தினரானாலும் உபாத்தி யாயர்களுக்கு மட்டும் வம்ச விருத்தியில் தனிச் சிறப்பு உண்டு. அதற்கு விலக்காக இருந்தார் ஸ்ரீ சகரியாஸ். அவருக்கு அந்தப் புதல்வியே மகன், மகள் என்ற இரண்டு ஸ்தானத்தையும் நிரப்பி வந்தாள். அவள் பெயர் லில்லி அற்புதம் ஜயலக்ஷ்மி. அவள்தான் அவர்கள் குடும்பத்தின் விளக்கு; உயிர் நாடி; அதாவது அவள்தான் அந்த வீட்டில் ஒரு முஸோலினியின் எதேச்சாதிகாரத்தை ஸ்தாபித்து வந்தாள். பிரேமையினால், தாய் தந்தையர் இருவரும் அவளுக்கு அடிமைகள்.

அவளுடைய அழகு ஆளை மயக்கும் போதைப் பொருள் போன்றதல்ல; மனசில் கனவுகளைத் தோற்றுவிக்கும் ஓர் இன்பகரமான மோகன அழகு. அதன் பின்னே ஒரு சாந்தியின் சோபை அவளுடன் பேசுவதில் பெரும் இன்பத்தைக் கொடுத்தது. தமிழ்க் கவிஞர்களின் கனவுகள் எல்லாம் திரண்டு வடிவெடுத்தது போன்றது அவள் தேக அமைப்பு.

கிறிஸ்தவ சமூகத்தின் சுதந்திரமும் சிறுமைப் புத்தியும் அறிவும் படைத்தவள். கணக்கு, விஞ்ஞானம் முதலியவற்றில் ஒருவிதப் பிரேமை; அதில் ஆசையோடு ஈடுபட்டவள் என்று கூறமுடியாது. பள்ளிக்கூட உலகத்திலே, அந்தப் பாடங்களைப் படிப்பவர்கள் எல்லாரும் பெரிய மேதாவிகள் என்ற ஓர் அபிப்பிராயத்தை உபாத்தியாயர்களும் மாணவர்களும்

சேர்ந்து வளர்த்து வருகிறார்கள். இதனால் ஏற்படும் ஒரு போட்டி மனப்பான்மையில் அவள் அதைப் படிக்க ஆரம்பித்திருக்கலாம். ஆனால் கலாசாலையைப் பொறுத்தவரையில் அவர்கள் 'மார்க்கு' என்ற அளவுகோலைப் பொறுத்தவரையில் அவள் கெட்டிக்காரிதான்.

இவள் தெரிந்தெடுத்த பாடங்களை உடையது அந்தக் கத்தோலிகர் கலாசாலை ஒன்றுதான். அதனால் அவள் அங்கே சென்று படிக்க வேண்டியதாயிற்று.

வகுப்பில் இரண்டு கெட்டிக்காரர்கள் இருந்தால் இரண்டு பேர்களுக்கும் நட்பு ஏற்படுவது இயற்கை; பகைமை ஏற்படுவதும் சகஜம். இவை இரண்டும் அற்று இருப்பது விதிக்கு விலக்கு. ஆனால் ஒன்று ஆணும், மற்றது பெண்ணுமாக இருந்தால் ..? அது ... தான் நடக்கவில்லை.

அம்பி, ஹிந்து தர்மம் என்றால் ஏதோ புனிதமான பொருள் என்று அவளை வெறுப்புக் கண்களால் நோக்கினான். அது கிறிஸ்தவக் கலாசாலையில் படிக்கும் மாணவர்களுக்கு உண்டாகும் ஒரு தனி மனப்பான்மை. சில சமயம் அசட்டுச் சமய வெறி என்ற மூடக் கொள்கைவரையில் கொண்டுபோய் விட்டுவிடும் அம்மனப்பான்மை. நல்ல காலம், அம்பிக்கு இந்த வியாதி பீடிக்கவில்லை. ஏதோ அவன் வயசிற்கு மேற்பட்ட அதிதீக்ஷண்ய அறிவில் ஹிந்து தர்மத்தின் உயிர் நாடியை அறிந்துகொண்டான். அதனால் அவளைப் பார்க்குந்தோறும் ஒரு பரிதாபம் அவனுக்குத் தோன்றும். ஹிந்துப் பெண்ணாக, நாடாராகவே இருந்துவிட்டாலும் காதலிக்கலாம் என்ற கனவில் இருப்பவனுக்கு இது இயற்கைதானே?

அற்புதம் ஜயலக்ஷ்மி அவனை அஞ்ஞானி என்ற முறையில் தான் அறிந்திருந்தாள். அதுவும் அல்லாமல் அழகை மறைக்கும் தரித்திரமும் குடுமியும் அவனை அவள் அறிவதற்குப் பெருந் தடையாக இருந்தன. ஆனால் அவன் அறிவுத் திறமையை வியக்காமல் இருக்க முடியவில்லை. எப்படியாயினும் அஞ்ஞானி; அதுவும் குணப்படுத்த முடியாத அஞ்ஞானிதானே அவன்!

ஏறக்குறைய பரீட்சைக் காலமும் நெருங்கிவிட்டதால் ஆசிரியர்களின் நம்பிக்கையெல்லாம் இவர்களுடைய கீர்த்தியைக் கொண்டு வரும் வெற்றியைக் குறித்தவண்ணமாக இருந்தது.

அன்று ரசாயன அறையில் இருவரும் ஒரு ரசாயன சோதனை செய்துகொண்டிருக்கிறார்கள். இருவருக்கும் அடுத்தடுத்த மேஜையானாலும், இருவரும் அந்த இரண்டு வருஷங்

களில் இரண்டு முறை பேசியிருப்பார்களோ என்னவோ? ஆனால், அவர்கள் பேசாதது கூச்சத்தினால் அல்ல.

ரசாயன வகுப்பில் மாணவர்களின் சிறு குறும்பிற்குத் தகுந்த வசதிகள் இருக்கின்றன. ஒன்றுமில்லை: சாக்குக் கட்டியைப் பொடித்து மேஜையில் பதித்திருக்கும் இங்கிப் புட்டிகளில் போட்டுவிட்டால் அது பொங்கிப் பக்கத்தில் இருக்கிறவர்கள் உடைகளை நாசமாக்கிவிடும். இதைவிடச் சிறிது அபாயகரமான, ஆனால் குஷியான வேடிக்கை இரண்டு மூன்று அமிலங்களை ஒன்றாகக் கலந்து வைத்துவிடுகிறது; அது சில சமயம் டபீர் என்று வெடித்து உடைகளைச் சிதைத்து விடும். சில சமயம் தேகத்தில் பட்டுப் பொத்து விடுவதும் உண்டு.

அன்று இருவரும் ரசாயன சோதனையில் ஈடுபட்டிருக்கும் பொழுது (இயற்கையான வகுப்புச் சமயம் அல்ல) ஜயலக்ஷ்மி யின் பக்கத்தில் ஒரு பாட்டில் டபீர் என்று வெடித்து அவள் உடைகளை நாசமாக்கிவிட்டது. ஜயா பயந்துபோய்ச் சிறு கூக்குரலிட்டாள். அம்பி திடுக்கிட்டு நின்றான். அடுத்த கணம் ஜயாவிற்கு பயம் தெளிந்தது.

“மிஸ்டர் ராமசாமி! இந்த மாதிரிக் குறும்புசெய்யும் ஒரு கோழை என்று தங்களை நான் நினைக்கவில்லை” என்று ஆங்கிலத்தில் சொன்னாள்.

அம்பிக்குச் சுறுக்கென்று அவ்வார்த்தை உள்ளத்தே தைத்தது. அவனும் பெருமிதமாக, “ஒரு ஹிந்து கோழையல்ல” என்று சொல்லிவிட்டு வேறுபுறம் திரும்பிக்கொண்டான்.

அவளுக்கு இது தன் மதத்தினரைக் கேலிசெய்த மாதிரிப் பட்டது. உடனே ஆசிரியரின் உதவியை நாடி – கத்தோலிக்க ராயினும் கிறிஸ்தவர்தானே – இவனுக்குப் புத்தி புகட்ட வேண்டும் என்று சரேலென்று வெளியே சென்றாள்.

நேராக ஞானாதிக்கம் சாமியாரிடம் சென்று விஷயத்தைச் சொல்ல, தம் லட்சியத்திற்கு ஒரு வழி அகப்பட்டதென்று நினைத்தார் அவர். இதை வளர்ப்பது (அவர் ஊடல் என்று நினைத்தார்) இவ்விருவரையும் தமது மதத்திற்கு அவளுடன் கொண்டுவரும் வழி என்று நினைத்து, அவளைப் பார்த்துச் சிரித்துவிட்டு, “உனக்கு ஹாஸ்ய உணர்ச்சி போதாது. நான் அவனைக் கண்டிக்கிறேன். நீ, ஏன் அவனுடன் சண்டை பிடித்துக்கொள்ள வேண்டும்?” என்று சொல்லி அனுப்பி விட்டார். ஜயாவிற்கு இது திருப்தி அளிக்கவில்லை. அதுவும் அல்லாமல் அவருடைய நடத்தை ஆச்சரியமாக இருந்தது.

4

ஜயாவிற்கு என்ன செய்வது என்று தெரியவில்லை. அம்பியை எப்படியாவது தண்டனை பெறச் செய்ய வேண்டும் என்று தோன்றியது. அவன் அதைச் செய்திருப்பானோ, இல்லையோ என்ற பிரச்னையே இப்போது இல்லை. தன்னால் அவனை என்ன செய்ய முடியும்? இப்பொழுது அவன் அண்ண னிடம் சொன்னால்? – அப்படித்தான்செய்ய வேண்டும். அதுதான் அவள் மனப்போக்கு.

அன்று சாயந்தரம் கலாசாலை விட்டாயிற்று. கிருஷ்ண மூர்த்தி நேராக 'லைப்ரரி'க்குச் சென்றான், வாசிப்பதற்குப் புஸ்தகம் ஏதாவது எடுத்துக்கொண்டு செல்ல.

அங்கே ஜயா அவனைச் சந்தித்தாள்.

"மிஸ்டர் கிருஷ்ணமூர்த்தி, ஒரே ஒரு வார்த்தை" என்றாள்.

எப்பொழுதும் பெண்களுடன் – அதாவது தாயைத் தவிர – வேறு யாருடனும் பேசிப் பழகாதவன் சற்றுத் திடுக்கிட்டுத் திரும்பினான்.

"என்ன!" என்று தழுதழுத்த குரலில் கேட்டான்.

ஜயலக்ஷ்மிக்கு உள்ளூர நகைப்பு. 'இந்த அஞ்ஞானிகள் பெண்களுடன் பேசுவதென்றால் என்ன இவ்வளவு கோழையாக இருக்கிறார்கள்! ஒரு கிறிஸ்தவப் பையன் இப்படி இருப்பானா? இவனைச் சிறிதே கிண்டல் செய்யவேண்டும்' என்று நினைத்தாள்.

"உங்களுடன் தனியாகச் சற்றுப் பேச வேண்டும்; வராந்தா விற்கு வாருங்கள்" என்றாள்.

கிட்டுவிற்கு உடல் முழுவதும் வியர்த்தது. மற்றவர்கள் என்ன நினைப்பார்கள்? பதில் பேசத் தைரியம் இல்லை. பின்னால் சென்றான்.

அவள் அன்று மத்தியானம் நடந்ததை, அம்பி செய்ததை, கூறினாள்.

கிட்டுவிற்குப் பிரமாதமான கோபம் வந்துவிட்டது. "அவன் வரட்டும் கண்டிக்கிறேன்; நீங்களும் இருங்கள். உங்கள் முன்னிலை யிலேயே" என்றான் கிட்டு.

கீழே 'காம்பவுண்டி'ல் அம்பி நிற்பதைக் கவனித்தான் கிட்டு. "அம்பி! உயரே வா" என்று கூப்பிட்டான். அந்தக் குரலில் கோபமும் பெருமிதமும் கலந்திருந்தன.

"அவன் வரட்டும்; அவனுக்குப் புத்தி கற்பிக்கிறேன்."

அம்பி வந்தான். மத்தியான்ன சம்பவம் அவனுக்கு ஞாபகமே இல்லை. ஆனால் அவர்கள் இருவரும் நின்றிருப்பது ஆச்சரியமாக இருந்தது.

நெருங்கினான்.

“என்னடா அம்பி! இத்தனை நாள் உன்னை மனிதனாக நினைத்திருந்தேன். உனது ‘கிளாஸ் மேட்’டினிடம், அதுவும் ஒரு பெண்ணினிடம் இந்த மாதிரிக் குறும்புத்தனமாக நடக்கலாமா?” என்று கோபித்தான் கிட்டு.

அம்பிக்குத் தூக்கிவாரிப் போட்டது. இத்தனை நாள் தன்னுடன் நெருங்கிப் பழகிய கிட்டுவே இப்படி நினைத்தால் ... அவனுக்குக் கோபம் வந்தது.

“தாங்கள் எத்தனை நாளாக இந்தக் காலேஜில் பிரின்ஸிபால்” என்று கிட்டுவைக் கேட்டுவிட்டு, “தங்களுக்குப் பிரின்ஸிபால் யாரென்று தெரியாவிட்டால் நான் அறிமுகம் செய்துவைக்கிறேன்” என்று ஜயாவைப் பார்த்தான் அம்பி.

இதற்கு முன் எதிர்க்காதவன், அடங்கியிருக்க வேண்டியவன் எதிர்த்தால் ஏன் கோபம் வராது? கிட்டு, பளீரென்று கன்னத்தில் அடித்தான். இதை எதிர்பார்க்காத அம்பி மலைத்துக் கல்லாகச் சமைந்தான். அடிகள் வெகு பலமாக, மூர்க்கமாக, ஒன்றன்பின் ஒன்றாகத் தொடர்ந்தன.

ஜயாவின் நிலைமை மிகக் கஷ்டமாகிவிட்டது; ஏன் சொன்னோம் என்றாகிவிட்டது. அவள் எதிர்பார்த்தது ஓர் அதட்டல், ஒரு மன்னிப்பு. ஆனால் இப்போது அம்பியின்மீது இரக்கம்!

“மிஸ்டர் கிட்டு! நிறுத்துங்கள், இதென்ன? நிறுத்துங்கள் ...”

அம்பிக்கு ஏற்பட்ட மலைப்பு நீங்கியது; “நீயா அண்ணன்?” என்று கூறிக்கொண்டே கிட்டுவின் மூக்கிலும் முகத்திலும் இரண்டு குத்துவிட்டான்.

அந்தக் குத்தில் கிட்டுவிற்குத் தலை சுற்றியது; அம்பியின் குத்து ஒன்று வயிற்றில் விழுந்தது. அவ்வளவுதான். ஆனால் அம்பி திரும்பிப் பார்க்காமல் நடையைக் கட்டிவிட்டான்.

“அட மிருகமே!” என்று மறையும் உருவத்தைப் பார்த்து எரிந்துவிழுந்துவிட்டு ஜயா கீழே விழ இருந்த கிருஷ்ணசாமியைத் தாங்கினாள். வாலிபனை, வெறும் கனமான உடலை, தாங்கப் போதுமான சக்தி அவளுக்கு இல்லை. பாரம் அவளைக் கீழே இழுத்தது. ஆனால் லாவகமாகத் தாங்கியபடியே கீழே

◆ 34 ◆ புதுமைப்பித்தன்

படுக்க வைத்தாள். கிட்டுவிற்கு மூச்சுப் பேச்சு இல்லை. ஜயா பயந்து நடுநடுங்கிவிட்டாள். என்ன செய்வது என்று தெரிய வில்லை. மடியில் தூக்கிக் கிடத்தியவண்ணம், "கிருஷ்ணசாமி! கிருஷ்ணசாமி!" என்று அவன் பெயரைக் கூப்பிட்ட வண்ணமாக இருந்தாள். கையிலிருந்த கைக்குட்டையால் அவன் முகத்தைத் துடைத்தாள். சற்று விசிறினாள்.

மெதுவாக, "அம்பி!" என்று கூப்பிட்டுக்கொண்டே அவன் கண்ணைத் திறந்தான்.

கிட்டு ஒரு பெண்ணின் மடியில் இருப்பதை உணர்ந்ததும் உண்டான கூச்சம், அவனைத் தடுமாறி எழுந்திருக்கச் செய்தது.

அவர்கள் கண்கள் சந்தித்தன. ஜயா சிரித்தாள்; ஆனால் அவன் கண்கள் கலங்கின.

"கிட்டு!" என்றாள். கிட்டுவின் மனம் அவன் வசம் இல்லை. அவளை நோக்கிக் கைகளை விரித்தான். ஜயாவின் மார்பு அவன் மார்பில் விழுந்தது. அவளுடைய கரங்கள் அவன் கழுத்தைச் சுற்றின.

அடுத்த கணம் நிலைமையை அறிந்து இருவரும் விலகி னார்கள். ஜயாவின் முகம் நாணத்தால் சிவந்தது.

"ஜயா!"

"கிட்டு!"

ஜயாவின் முகம் அவனுடைய மார்பில் மறைந்தது. அவளை வாரியெடுத்துத் தனக்குச் சொந்தமாக்கினான். அவள் அவனைத் தன்னுள்ளத்தில் சிறை செய்தாள்.

"நாளைக்கு உன் அப்பாவிடம் கேட்போம்" என்று கிட்டு சொன்னதும் ஜயாவின் கனவு பாழானதுபோல், அவளுக்குப் பட்டது.

அவன் அஞ்ஞானி! அவள் கிறிஸ்தவப் பெண்.

5

அம்பியும் கிட்டுவும் சிறு குழந்தையாக இருக்கும்பொழுது எத்தனை தடவை 'டூ' விட்டுக்கொண்டார்கள் என்று அம்பிக்கு ஞாபகம் இல்லையானாலும் இந்த மாதிரி எதிர்பாராதவிதமாய், எதிர்பாராத காரணத்திற்காகப் பெரும் சண்டையிட்டுக் கொள்ளுவோம் என்று அவன் நினைக்கவேயில்லை. அதிலும் தன்னுடைய அண்ணன் இப்படி இருப்பான் என்று சிறிதும் எதிர்பார்க்கவேயில்லை. ஆதலால், அம்பிக்கு அவனுடன்

பேசவே மனமில்லை. இருவரும் ஒன்றாக வீட்டிற்குச் செல்லும் வழக்கம் நின்றது.

இது கிட்டுவிற்கு ஒரு விதத்தில் நன்மையாகவே இருந்தது. அவன் சென்ற பிறகு செல்வது என்ற காரணத்தை வைத்துக் கொண்டு ஜயாவை அடிக்கடி சந்திக்க வசதி ஏற்பட்டது அவனுக்கு.

ஜயாவிற்கு அந்த முதல் உணர்ச்சியில் தன்னை மறந்ததாக, வீட்டிற்குச் சென்ற பிறகு நொந்துகொண்டாளாயினும் கிட்டுவை அடிக்கடி சந்திக்கவே, படிப்படியாக அவன் ஓர் அஞ்ஞானி என்ற எண்ணமும் அவள் தனிமையாய் இருக்கும்பொழுதும் தோன்றாமல் ஒழிந்தது.

கிட்டுவிற்கு 'இனிமேல்' என்ற நினைவு ஏற்படாதிருந்ததில் ஆச்சரியம் இல்லை. உணர்ச்சி விஷயங்களில் இனிமேல் என்ற பிரச்னையைப் பெண்களே சீக்கிரத்தில் கவனிக்கக் கூடியவர்கள். தன்னை ஒப்புக்கொடுப்பது, தன்னுடைய வாழ்க் கையை ஓர் ஆண்மகனிடம் பணயமாக வைப்பது எவ்வளவு சீக்கிரத்தில் நடக்கிறதோ, அவ்வளவு விரைவிலேயே வருங் காலத்தைப் பற்றித் திட்டம் போடும் திறனும் படைத்து விடுகிறார்கள் அப்பெண்கள்.

சம்பவம் நடந்து பத்துப் பதினைந்து நாட்கள் கழித்து ஒரு சாயந்தரம் இருவரும் சந்தித்தபோது, ஜயா பேச்சை அந்த விஷயத்தில் திருப்பினாள். "கிட்டு, நான் ஒன்று கேட்கப் போகிறேன். கோபித்துக் கொள்வாயோ?"

"என்னடி ஜயா, இப்படிக் கேட்கிறாய்?"

"உன்னிடம் ஒரு விஷயம் கேட்க வேண்டுமென்று ... கோபித்துக் கொள்வாயோ என்றுதான் பயமாக இருக்கிறது!" என்று கிட்டுவின் மீது சாய்ந்து அவன் கழுத்தில் கரங்களைச் சுற்றி, அவன் கண்களை நோக்கினாள்.

"ஜயா, சொல்கிறதைச் சொல்லேன் ... நான் என்ன முரடனா?"

"கோபப்பட மாட்டீர்களே?"

"கோபப்பட மாட்டேன் என்று எத்தனை தரம் சொல்லு கிறது?" என்று அவளை முத்தமிட்டான்.

"கிட்டு ... நாம் இப்படியே ... பிறகு என்ன செய்வது?"

கிட்டு திடுக்கிட்டு விழித்தான். தான் ஒரு பெண்ணை அநியாயமாகச் சதிசெய்து வாழ்க்கையைக் குலைத்துவிட்ட

தாக நினைத்தான். வருங்காலம் என்பது அந்தகாரம்போல் அவன் அறிவை மறைத்தது.

"ஜயா, என்னுடன் வந்துவிடு. சமூகத்தில் இடம் இருக்காது ... ஆனால் ... ஜயா, என்ன செய்வது? நீ சொல் நான் கேட்கிறேன் ..." என்று காதில் கேட்ட லட்சியங்களை ஒப்பித்தான்.

"கிட்டு, கோபம் வருமா நான் சொன்னால்? ... நீ எங்கள் மதத்தைத் தழுவிவிடு ... அப்புறம் கஷ்டமில்லை. எனக்காக நீ செய்வாயோ?" என்று அவன் மார்பில் தலையைச் சாய்த்த வண்ணம் அவன் கண்களை நோக்கினாள்.

கிட்டு அவளை இறுக அணைத்துக்கொண்டு, "ஆ ... ஆ ... க ... ட்டும்" என்றான். அது லேசான வழிதான். ஆனாலும் அவன் மனம் எந்தத் திக்கில் தத்தளித்தது என்று அவனுக்குத் தெரியாது. ஒரு பெண்ணைக் காப்பாற்ற எது வேண்டுமானாலும் செய்யலாம் என்று நினைத்தான்.

"அப்படியானால் அப்பாவிடம் வாயேன், அனுமதி கேட்கலாம்" என்று அழைத்தாள் ஜயா.

இருவரும் சகரியாஸ் நாடாரிடம் சென்றார்கள். அவர் முதலில் திடுக்கிட்டார். ஆனால், கடைசியாகத் தம் செல்வக் குழந்தைக்கு அனுமதி தர வேண்டியிருந்தது. அதில் பிறகு அவருக்கு இரட்டிப்புச் சந்தோஷம். ஒன்று தமக்கு ஒரு பிராம்மண மாப்பிள்ளை கிடைப்பது. இன்னொன்று தம் முடைய மகளின் கல்யாணத்தினால் அநியாயமாகச் சாத்தா னின் நரக ராஜ்யத்திற்குப் போகாது, ஓர் ஆவியைக் கர்த்தரின் பரமண்டலத்திற்குச் சேர்க்க முடிந்தது என்பது. அன்று அவர் படுக்கைக்குப் போகுமுன் ஜபம் செய்யும்போது பாவியான அஞ்ஞானியின் மனத்தைக் குணப்படுத்தக் கர்த்தராகிய இயேசுவிடம் மன்றாடிக் கேட்டுக்கொண்டார்.

பரீட்சை முடிந்ததும் கிட்டுவிற்கு ஞானஸ்நானத்துடன் திருமணத்தையும் நடத்திவிடுவது என்றும், அங்கிருந்த ரெவரண்ட பீட்டர்ஸன் துரை உதவியால் புரோட்டஸ்டாண்ட் கல்லூரியில் ஓர் உபாத்தியாயர் உத்தியோகத்தை வாங்கிக் கொடுப்பது என்றும் பேசி முடிந்தது.

கிட்டு, தன் வாழ்க்கைப் பிரச்னைகள் இவ்வளவு எளிதாக, இனிமையாக நடைபெறும் என்று எதிர்பார்க்கவில்லை; ஆகையால் இதில் மிகுந்த சந்தோஷம் உண்டாயிற்று. மேலும் எவ்வளவு நாஸுக்காக நாகரிகமாக இருக்கிறது என்பதில் மிகுந்த குதூகலம். இந்த இரகசியத்தை அவனுடன் பகிர்ந்து கொள்ள ஜயாவே போதும் என்று பட்டது. போகும்போதெல்

லாம் காப்பி அருந்தப் பழக்கிக்கொண்டான். ஐயா சாமர்த்திய சாலியாகையாலும், கிட்டுவின் காதலுக்காகத் தன் உயிரையும் தியாகம் செய்யக்கூடியவளாகையாலும் மாமிச உணவுகளைப் பற்றி வாசனைகூடப் படாமல் ஜாக்கிரதையாக இருந்துவந்தாள்.

பரீட்சையும் வந்து சென்றது. அதுவரையில் தன்னுடைய இரகசியத்தைக் கிட்டு வெகு ஜாக்கிரதையுடன் காத்துவந்தான். அவனுக்குத் தன் வீட்டிற்குச் செல்லும்போதெல்லாம் அங்கு இருண்டு சிதைந்து கிடக்கும் தரித்திரக் கோலம், அவனது மனசில் தாயின்மீதும் ஒரு வெறுப்பைத் தோற்றுவித்தது.

ஒரு நாள் காலையில் அருவன்குளத்தைவிட்டுச் சென்றவன் திரும்பி வரவில்லை. போகும்பொழுது, "அம்மா? கொஞ்சம் தீர்த்தம் தா?" என்று வாங்கிச் சாப்பிட்டுவிட்டுச் சென்றவன் தான்.

அன்று மத்தியான்னம் கிட்டு, கிறிஸ்தப்பர் கிருஷ்ண மூர்த்தியாகி, ரெவரண்ட் பீட்டர்ஸனின் முன்பு, ஐயாவுக்குத் தன் வாழ்விலும் தாழ்விலும் பங்கெடுத்துக்கொள்ளும் உரிமையைக் கொடுத்தான். திருமணம் மிகச் சுருக்கமாக இரண்டு மூன்று சகரியாஸ் நாடாரின் நண்பர்களுடன் நடந்தபின் தம்பதிகள் திரும்பினர்.

அன்று பாளையங்கோட்டைச் சந்தைக்குச் சென்றிருந்த சாமண்ணா இந்தச் செய்தியைத் தலைதெறிக்க ஓடிவந்து அம்பிக்கும் அவன் தாய்க்கும் அறிவித்தார். மீனாக்ஷியம்மா ளுக்குத் தூக்கிவாரிப் போட்டது. சாமண்ணாவிற்குப் பைத்தியம் பிடித்துவிட்டதோ என்ற சந்தேகம் தொடர்ந்து தோன்றிற்று. "அம்பி, எதுக்கும் நீ போய்ப் பார்த்துவிட்டு வா!" என்று அனுப்பினாள். அவளால் அதை நம்ப முடியவில்லை. கிட்டு அப்படிச் செய்வான் என்று அவள் மனம் ஒப்புக்கொள்ள மாட்டேன் என்றது.

அம்பியை இந்தச் செய்தி திடுக்கிடச் செய்தது. ஆனாலும் அவனுக்கு இப்படி நடக்கக்கூடும் என்று முன்பே பட்டது. முன் சம்பவங்கள், அது நடக்கக் கூடியதுதான் என்றாலும் கிட்டு அவ்வளவு அசடன் என்று அம்பி எதிர்பார்க்கவில்லை.

நேரே தான் படிக்கும் கலாசாலைக்குச் சென்று ஞானப் பிரகாசம் சாமியாரின் அறைக்குள் நேராகச் சென்றான். சாமியாருக்குக் கிட்டுவின்மீது பரமகோபம். தம் வலைக்குத் தப்பிப் புரோட்டஸ்டாண்ட் மதத்தைத் தழுவியதில் அடங்காத சீற்றம். அவரால் அதை மன்னிக்கவே முடியவில்லை. கிட்டு இப்படிச் செய்ததைவிட ஹிந்து மதத்திலே ஓர் அஞ்ஞானி

யாகக் காலங்கழிக்க முரணி இருந்தாலும் அவருக்கு அவ்வளவு கோபம் இருந்திராது.

வெண்ணெய் திரண்டு வரும்பொழுது பானை உடைந்தால் சீற்றம்வருவது இயற்கைதானே? ஆனால், அதைவிடப் பன்மடங்கு சீற்றம் வெண்ணெயை மற்றவன் அடித்துக்கொண்டு போகும் ஏமாற்றத்தினால் ஏற்படும்பொழுது அது மன்னிக்கப் படவேண்டிய விஷயம். மேலும் ஸ்ரீலஸ்ரீ ஞானப்பிரகாச சாமியாரும் மனிதன்தானே?

கிட்டுவின்மீது உண்டான சீற்றத்தையெல்லாம் வைத்து அம்பியைக் கண்டதும் அவன்மீது பாய்ந்தார். கிட்டு புரோட்டஸ்டாண்ட் ஆனது அம்பியின் தவறு என்று அவர் நினைப்பது போல இருந்தது.

கிட்டுவின்மேல் இருந்த வெறுப்பையெல்லாம் அம்பியிடம் கொட்டி, உண்மையையும் கக்கி, கடைசியாக, "அந்தச் சைத்தானின் மதத்தினனுடன் நீ ஒன்றும் வைத்துக்கொள்ளக் கூடாது" என்று புத்தி கற்பித்து அனுப்பிவைத்தார்.

அம்பிக்கு இருந்த சிறிது சந்தேகமும் போய்விட்டது. இனிக் கிட்டுவைப் பார்த்து என்ன பயன்? வீண் மனத்தாங்கலும் கசப்புந்தான்!

நேராகத் தாயிடம் வந்து நடந்ததைக் கூறினான். "அப்படி இருக்காது; அப்படி இருக்காது" என்று மனப்பால் குடித்துக் கொண்டிருந்தவளுக்கு நெஞ்சில் சிவதனுசைக்கொண்டு அடித்ததுபோல் இருந்தது.

உடனே ஏகமாகப் பிரலாபித்துக்கொண்டு பாளையங் கோட்டைக்குப் புறப்பட்டாள். வழிநெடுக அழுகை, பிரலாபம், பொருமல்! கிட்டு இறந்தமாதிரிதான்!

சகரியாஸ் நாடாரின் வீட்டின் முன்பு பெரிய கூட்டம் கூடிவிட்டது.

"கிட்டு! கிட்டு!" என்ற மீனாக்ஷியம்மாளின் பிரலாபம். தெய்வத்தையும் தனக்குத் தெரிந்த எல்லாவற்றையும் வைதுகொண்டு கிட்டுவை வரும்படி மன்றாடினாள். வந்தால் ஹிந்து சமூகம் சேர்த்துக்கொள்ளுமா? அதுவும் அவளுக்குத் தெரியும்; பெற்ற மனம்.

கிட்டுவிற்கு இது பெரிய அவமானமாக இருந்தது. தன்னுடைய புதிய மாமனாரைப் போலீசுக்கு அனுப்பிவிட்டு, வெளியே விறுவிறென்று வந்து, "வரமுடியாது! கூச்சல் போடாதே, போ" வென்று அதட்டிவிட்டு உள்ளே சென்றுவிட்டான்.

இத்தனை நேரமும் அம்பி ஒரு வார்த்தையும் பேசாமல் பார்த்துக்கொண்டிருந்தவன், தன் தாய்க்குப் பெரும் அவமானம் வந்துவிடக் கூடாது என்று ஒரு ஜட்காவில் அவளைத் தூக்கிப் போட்டு வண்டியை வேகமாக விடச் சொன்னான். அங்கே கூடியிருந்த கிறிஸ்தவ சகோதரர்கள், 'ஓ'வென்று கூவிக் கேலி செய்தார்கள்.

வண்டி நேராக அருவன்குளத்திற்குச் செல்ல முடியாது. ஆற்றிற்கு இக்கரையிலேயே வாடகையைக் கொடுத்துவிட்டு இருவரும் சென்றார்கள்.

மீனாக்ஷியின் பொருமல் அவள் துக்கத்திற்குப் போக்கு வீடாக இருந்தது. அம்பியின் சாந்தமான முகம் ஹிருதயத்தில் கொட்டும் இரண்டாயிரம் தேள்களின் விஷத்தைச் சகித்துக் கொண்டிருந்தது என்பதை யாரால் உணரமுடியும்?

அவர்கள் ஊருக்குள் வரும்போது நன்றாக இருட்டி விட்டது. இருவரும் தனித்துச் செல்வதை அக்கிரகாரத் தெருவில் வாசற்படியில் நின்றுகொண்டு குசுகுசு என்று பேசியவண்ணம் பார்த்திருந்தனர் யாவரும்.

இருவரும் அந்த இடிந்த குச்சினுள் செல்லும்வரையில் ஒருவராவது ஏன் என்று பேசவில்லை. அம்பி உள்ளே சென்று விளக்கை ஏற்றினான். மீனாக்ஷி ரேழியிலேயே படுத்து ஏங்கிக் கொண்டிருந்தாள்.

"ஆமாம், விளக்கு ஒன்றுதான் குறை!" என்ற முனகல்.

வெளியில் யாரோ, "அம்பி! அம்பி!" என்று கூப்பிடும் சப்தம்.

வெளியே வந்தான்.

அங்கே தீக்ஷிதர் நின்றுகொண்டிருந்தார். வயசு எண்பதிற்கு மேல் இருக்கும். நல்லவர். அனுபவம் உள்ளவர்.

"அம்பி!" என்று கூப்பிட்டுவிட்டுத் தயங்கினார்.

"என்ன?"

"அம்பி, நான் ஊருக்கு நல்லவன் தாப்பா. நீயும் நல்லவன். ஊரோடு ஒக்க ஓடு. மடப்பயல் கிட்டு செய்ததற்காக உங்களை விலக்கி வைத்திருக்கிறார்கள் ஊரார். என்ன செய்யலாம்? விதி! இங்கிருந்தால் பிரயோஜனம் இல்லை. விலகிண்டுட்டா ஒருவருக்கும் கஷ்டமில்லை..."

"அப்படியா!" என்றான் அம்பி. கிட்டுவின்மீது ஒரு பச்சாத்தாபம் தோன்றியது.

"அதற்கென்ன? சரிதான்" என்றான் மறுபடியும்.

ஆமாம் பழைய, ஓநாயும் ஆட்டுக்குட்டியும் கதைதான். அதற்கு என்ன?

6

கிட்டு அந்த ஆவேசத்தில் உள்ளே சென்றவன் ஒருவருடனும் பேசாமல் தன் அறைக்குள் சென்று கதவை அடைத்துக் கொண்டான். அவன் மனசில் பேய்கள் சுதந்தர நடனம் புரிந்தன. மனம் குழம்பியது. இருள்!

ஒரு பக்கம் தாய்; மறுபுறம் ஜயா!

ஜயா, கிறிஸ்தவ மதத்தினளானாலும் ஒரு பெண். தன்னுடைய கணவனின் கஷ்டத்தை அறிந்துகொண்டாள். தனது பணிவிடைதான் அவனுக்குச் சாந்தி தரும் என்று தெரிந்து கொண்டாள்.

மெதுவாகப் பின்புறம் வந்து நின்றாள்.

கிட்டுவின் கழுத்தில் அவள் கரங்கள் சுருண்டன.

"கிட்டு!"

அவள் கண்களிலிருந்து முத்துக்கள் உதிர்ந்தனபோல் அவன் நெற்றியை இரண்டு துளிகள் நனைத்தன.

"ஜயா!" – ஒரு பெருமூச்சுத்தான் வந்தது.

அவனுடைய தலையைத் தன் மார்பில் ஆதரவுடன் அணைத்தாள்.

அன்று நெடுநேரம் அந்த அறை மௌனமாக இருந்தது.

சாந்தி பிறக்கவில்லை!

ஜயாவிற்குப் பயத்தில் பிறந்த ஒரு யோசனை தோன்றியது. அவனுக்கும் மாமிச உணவு பழக்கிவிட்டால் இனித் தாயை நோக்கிக் கிட்டுவின் மனம் செல்லாது என்று நினைத்தாள்.

உடனே கீழே சென்று கறிவடையை ஒரு தட்டில் எடுத்து வந்து அவன் முன்பு வைத்தாள். இதுவரையில் அவன் மனம் கோணாது இருக்கச் சபதம் செய்தவள் அன்று அவன் பக்கலில் உட்கார்ந்து ஒன்றை எடுத்து அவன் வாயில் ஊட்டினாள்.

கிட்டு ஏதோ யந்திரம் மாதிரிக் கடித்தான். வடை மாதிரித் தெரியவில்லை. நடுவில் ஏதோ கடிபடாமல் ஜவ்வுப்போல் தட்டுப்பட்டது.

"இது என்ன ஐயா?" என்றான்.

ஒரு புன்சிரிப்புடன் தன்னுடைய வாயில் ஆள்காட்டி விரலை வைத்துக்கொண்டு இரகசியமாக அவள், "கறிவடை!" என்றாள்.

"ஐயா! உன் காதல் எனக்குப் போதாதா! நான் ரப்பரையுமா தின்னவேண்டும்?" என்று பரிதாபகரமாகச் சிரித்தான்.

சட்டென்று அவன் முகம் மாறியது. வடைகளை அப்படியே சிதறிவிட்டு, "போ! போ!" என்று இரைந்தான்.

ஐயாவிற்கு நெஞ்சில் வாள்கொண்டு குத்திய மாதிரி இருந்தது. அவனுடைய நிலையைக் கண்டு வெளியே சென்று விட்டாள்.

அவள் அன்று இரவு தலைவிரி கோலமாகத் தலைவாயிற்படியில் படுத்துக் கிடந்தது அவனுக்கும் தெரியாது; வீட்டில் உள்ளவர்களுக்கும் தெரியாது. அன்றிலிருந்து அவளும் மாமிச உணவு தொடுவதில்லை.

7

அம்பியும், மீனாக்ஷியம்மாளும் உயிர் வாழவேண்டி ஆசைப்பட்டால் கிராமத்தைவிட்டு விலக வேண்டியதுதான். அவர்கள் அதைவிட்டுப் புறப்படுவதற்கு ஒரு வாரத்திற்குமுன் நரகம் எப்படி இருக்கும் என்பதைச் சிறிது அறிந்தார்கள்.

அம்பி, கைலாசபுரத்தில் இரண்டு ரூபாய்க்குள் ஒரு குடிசை வாடகைக்கு எடுத்தான். அங்கிருந்து வரும்பொழுது வீட்டையும் அநாவசியச் சாமான்களையும் விற்றுவிட்டதனால் சிறிதே கையில் பணம் இருந்தது.

வேளாளத் தெருவில் இருந்துகொண்டு, மீனாக்ஷியம்மாள் முறுக்கு, அப்பளம் விற்றுக் காலட்சேபம் செய்ய முயலுவதென்றும் அதற்குள் அம்பி ஒரு வேலை தேடிக்கொள்வதென்றும் ஏற்பாடு.

வேலை என்ன மரத்தில் காய்த்துத் தொங்குகிறதா? ஏக்கத்தினால் நாளுக்கு நாள் மெலிந்துவந்த மீனாக்ஷியம்மாளுக்கு முன்போல் ஒன்றும் செய்ய முடியவில்லை.

இதற்குள் நாலைந்து மாசங்கள் சென்றன; கையில் இருந்த பணமும் செலவாகிவிட்டன. அம்பியும் தேடாத இடத்தில் எல்லாம் தேடுகிறான். வேலைக்கு என்ன செய்வது?

அன்று மத்தியான்னம் வெயிலில் அலைந்துவிட்டுச் சோர்ந்து வீட்டிற்குள் வந்தான். அன்று காலையிலிருந்து பட்டினி. மீனாக்ஷி அப்போது படுத்த படுக்கையாகக் கிடந்தாள். மருந்திற்கு என்ன செய்வது? அது இப்போது எங்கிருந்து கிடைக்கும்?

தபாற்காரன், "ஸார்! ராமசாமி. மணியார்டர் ஸார்" என்றான்.

அம்பிக்குத் தூக்கிவாரிப் போட்டது. அவனுக்கு யார் மணியார்டர் அனுப்பப் போகிறார்கள்? ஒருவேளை தவறான விலாசமாக இருக்கலாம்.

அப்படி ஒன்றும் இல்லை. கிட்டுவிடமிருந்து வந்திருக்கிறது. அவனுக்கு அடங்காத கோபம்! எதனாலோ?

தபாற்காரனை அதைத் திருப்பி அனுப்புமாறு சொல்லிவிட்டு உள்ளே சென்று ஒரு கார்டில் பின்வருமாறு எழுதினான்:

> ஸ்ரீ கிறிஸ்தப்பர் கிருஷ்ணமூர்த்தி அவர்களுக்கு. தங்கள் மணியார்டர் எங்களுக்கு அநாவசியம். இரத்தத்தையும் வாழ்நாட்களையும் தியாகம் செய்தவருக்குப் பதில் உபகார மாக, அவள் சுகமாக ஒரு கணமாவது இருக்கவேண்டும் என்ற நினைப்பே இல்லாமல், பொறுப்பை உதறித் தள்ளின ஒருவருடைய போலி அன்பு அல்லது பச்சாத்தாபம் அவளுக்கு வேண்டாம். இனியாவது தயவுசெய்து எங்களைப் புண்படுத்தாதிருந்தால் போதும். மடிந்தாலும் ஹிந்து தர்மத்திற்காக மடிவோம்! இனியாவது அந்த அன்பு மட்டிலும் இருந்தால் போதும்.
>
> இப்படிக்கு,
> ராமசாமி.

இந்தக் கார்டு கிட்டுவின் ஹிருதயத்தைப் பிளந்தது. இருளில் முட்டிக்கொள்ளும்போது நட்சத்திரம் கிடைத்தாலும் புழுதியில்தானே புரள வேண்டும்?

ஐயாவைப்போல் ஒரு சகதர்மிணி அகப்படாள் என்பதும் உண்மையே! வாழ்க்கையின் லக்ஷ்யம் அதனோடு முடிவடைந்து விடுகிறதா? கிறிஸ்தவ மதம், 'நான் சொல்வதை நம்பு; நீயாக ஆலோசிக்க உனக்கு அனுமதி இல்லை' என்கிறது. ஹிந்து மதம், 'நீ என்ன வேண்டுமானாலும் எண்ணு; ஆனால் சமூகக் கட்டுப்பாடு என்ற வேலியைத் தாண்டாதே!' என்கிறது. இவற்றில் எது பெரியது?

எப்படியாவது தாயைப் பார்க்க வேண்டும் என்ற ஆசை! ஆனால் அம்பியின் கோபத்திற்குப் பயம். ஐயா! அவள் அவன்தான்! இவன் நினைத்ததெல்லாம் அவளுக்குச் சரி.

O O O

நாட்கள் கழிந்தன.

அம்பிக்குப் பெட்ரோல் கம்பெனியில் 15 ரூபாய் சம்பளத்தில் ஒரு வேலை.

மீனாக்ஷியம்மாளுக்குப் படுக்கை நிரந்தரம்; கிட்டுவின் நினைவு நிரந்தரம்.

அன்று சாயந்தரம் மீனாக்ஷியம்மாளின் நினைவு தடுமாறியது.

ஏதோ, தற்செயலாகக் கிட்டுவும் துணிந்து தன் மனைவியுடன் வந்தான்.

உள்ளே ஐயாவை அழைத்துச் செல்வதற்குப் பயம். அதற்குள் ஐயா முந்திக்கொண்டாள். "நான் வெளியில் நிற்கிறேன்; பார்த்துவிட்டு வாருங்கள்" என்றாள்.

கிட்டு உள்ளே சென்றதும் திடுக்கிட்டான். தாயின் சாயை தான் படுக்கையில் கிடந்தது.

அம்பி ஒன்றும் பேசவில்லை.

சற்று நேரம் பொறுத்து, "இதுதான் உன் வேலை, பார்த்தாயா?" என்றான்.

கிட்டுவிற்குக் கோபம் வந்தது.

"நான் எனது லக்ஷியத்தை அடைந்தேன். அதற்கு யார் தடை?" என்றான்.

"ஒரு பெண்ணுக்காக அசட்டுத்தனமான மதந்தான் உனது லக்ஷியமோ? தனது தர்மத்தைப் பற்றிக் கேட்டாவது இருக்க வேண்டும். லக்ஷியம் என்ன குட்டிச்சுவர்?" என்றான் அம்பி.

இருவருக்கும் வாக்குவாதம் வலுத்துவிட்டது.

மீனாக்ஷியம்மாள் விழித்தாள்.

"தெய்வமே! நீ இருக்கிறாயா? என் இரத்தம், என் குழந்தைகள்! இவைகள் இரண்டிற்கும் இப்படிச் சண்டையை உண்டு பண்ணிவிட்டதே, தர்மமா? அது நிஜந்தானா! இதற்குமேல் எல்லாம் ஒன்று உண்டா? ஏ தெய்வமே, நீ நிஜந்தானா!" என்று பரபரப்புடன் எழுந்து உட்கார்ந்து பேசினாள். முகத்தில்

தேஜஸ் இருந்தது; புதிய சக்தி இருந்தது. சொன்னவுடன் களைப்படைந்து சாய்ந்தாள்.

வெளியே எங்கோ ஒரு மாடு கன்றை நோக்கி, "அம்மா!" என்று கதறியது. மீனாக்ஷியம்மாள் ஆவியும் எந்தத் தாயையோ நோக்கி விடுதலை பெற்றது.

"போ வெளியே!" என்றான் அம்பி.

"என் தாய்!" என்றான் கிட்டு.

அப்போது ஜயா உள்ளே தைரியமாக நுழைந்தாள்.

"இந்த இடத்திலா சண்டை? நீங்கள் ஆண்பிள்ளைகளா?" என்றாள்.

ஓடிச்சென்று மீனாக்ஷியம்மாளை மடிமீது எடுத்துக் கிடத்திக்கொண்டு கதறினாள்.

கிட்டுவைக் கொடுத்த புனிதமான சரீரம் அல்லவா?

அம்பிக்கு என்ன? அவன் தைரியசாலி; அறிவின் தராசு.

இவள் செய்கை இருவர் மனசிலும் ஒரு சாந்தியைத் தந்தது.

அவள் பெண். உணர்ச்சிவசப்பட்டவள். மதம் அவளுக்குத் தெரியாது. அம்பிக்கு அவள் செய்கை அவன்முன் அவளைப் பெரிய புனிதவதியாக்கியது.

மெதுவாகச் சரீரத்தைக் கிடத்திவிட்டு, கிட்டுவின் பக்கத்தில் வந்து நின்றுகொண்டு, "போய் வருகிறோம்" என்றாள்.

"நீ ஒரு ஹிந்துப் பெண்" என்றான் அம்பி.

"நான் கிட்டுவின் மனைவி" என்றாள் ஜயா.

"கிட்டு ..." என்று என்னவோ சொல்ல வாயெடுத்தான் அம்பி. அதற்குள் இருவரும் சென்றுவிட்டார்கள்.

அம்பி அந்த அறையில் இருந்து, அந்தப் புனிதவதியான தாயின் சரீரத்திற்குச் சாந்தியைக் கொடுக்க மனித உலகால் முடியாது போனதைப் பற்றிக் குமுறினான்.

அதற்கென்ன செய்யலாம்? அதுதான் வாழ்க்கை!

***தினமணி – பாரதி மலர்,* 1935**

பிரம்ம ராக்ஷஸ்

நித்தியத்துவத்திற்கு ஆசைப்பட்டு, இடர்ப்பட்டு அழிவுற்றவர்களின் கடைசி எச்சரிக்கையாக இருந்தது அவன் கதை.

அவன் பொன்னை விரும்பவில்லை, பொருளை விரும்பவில்லை, போகத்தை விரும்பவில்லை. மனக் கோடியில் உருவம் பெறாது வைகறைபோல் எழும் ஆசை எண்ணங்களைத் துருவியறியவே ஆசைப்பட்டான். மரணத்தால் முற்றுப்புள்ளி பெறாது, ஆராய்ச்சியின் நுனிக் கொழுந்து வளரவேண்டுமென்ற நினைப்பினால் அவன் ஏற்றுக்கொண்ட சிலுவை அது. அன்று முதல் – ஆம், அது நடந்து வெகுகாலமாகிவிட்டது – இன்றுவரை, ஆசைகள் உந்த, அழிவு அவனைக் கைவிட, மரணம் என்ற விழிப்பற்ற ஒரு சொப்பனாவஸ்தை போல மூல காரணங்களாலும் நியதிகளாலும் எற்றுண்டு, ஜடத்திற்கும் அதற்கு வேறான பொருளுக்கும் உண்டான இடைவெளி யில் அவன் அலைந்து திரிந்தான். ஆசை அவியவில்லை; ஆராய்ச்சி அவிந்து மடிந்து, நியதியையிழந்து, விபரீதத் தின் தீவிரகதியில் சென்றது. அவன் இப்பொழுது வேண்டு வது முன்பு விரும்பித் துருவிய இடைவெளி ஆராய்ச்சி யன்று; சாதாரணமான மரணம். உடல் இருந்தால் அல்லவா மரணம் கிட்டும்! ஜடமற்ற இத்திரிசங்கு நிலையில் சமூகத்தில் அடிபட்டு நசுங்கியவர்கள் ஆசைப் படும் மோட்ச சாம்ராஜ்யம் போல மரண லட்சியம் அவனுக்கு நெடுந்தூரமாயிற்று.

அவன் அப்பொழுது நின்ற இடம், அப்புறத்து அண்டமன்று; கிரக கோளங்கள் சுழலும் வெளியன்று; அது பூலோகந்தான். அவனுடைய வாசஸ்தலமாயிருந்த

குகையின் பலிபீடத்தில் அவனுடைய ஆசையின் நிலைக்களமான பழைய தேகம், துகள்களாகச் சிதைவுபட்டுக் கிடந்தது. ஜடத்திலே வெறும் ஆகர்ஷண சக்திபோல், சூட்சுமமான உருவற்ற கம்பிபோல், பார்வைக்குத் தென்படாத ஒளிரேகை போல் அவ்வுடல் அவனுக்குக் காட்சியளித்து வந்தது. உலகத்தைப் பதனமாகப் பாதுகாக்க அமைந்த ஏழு சஞ்சி போன்ற லோகங்களிலே எங்கு வேண்டுமானாலும் அவன் அலையலாம். ஆனால், அவற்றைத் தாண்டி இடைவெளியிலே செல்ல அவனுக்குச் சக்தியில்லை, நியதியில்லை.

அவன் அப்பொழுது நின்ற இடம் ஜடத்தின் சூட்சும ரூபங்களான வாயுக்களும் செல்லக்கூடாத, வெறும் சக்திகளே முட்டி மோதிச் சஞ்சரிக்கின்ற உலக கோளத்தின் மிகவும் சூட்சுமமான ஏழாவது சஞ்சி.

அவ்விடத்திலே அவனுக்கு வெகு நேரம் நிற்க முடியாது. ஆனால், சூட்சும உடலின் இயற்கையால் அடிக்கடி அங்கு உந்தித் தள்ளப்படுவான். சக்திகள், பிரளயம் போலக் கோஷித்து, உருண்டு புரண்டு, சிறிய வித்துப்போல் நடுமையத்தில் கிடக்கும் ஜடத்திற்கு உயிர் அணுக்களை மிகுந்த வேகத்தில் தள்ளும். அவ்விடத்திலே, சக்தி அலைகள், நினைவு பிறந்து மடியும் கால எல்லைக்குள், இடைவழித் தேகத்தைக் குழப்பி நசுக்கி, புதிய சக்திகளை அவனது சூட்சும தேகத்தில் ஊட்டி உள்ளே பூமியை நோக்கித் தள்ளிவிடும். புதிய சக்தியூட்டப்பட்ட அவனது சரீரம், ஜட தாதுக்கள் பாசிபோல் உற்பத்தியாகி உரம்பெற்று, கீழ் நோக்கியிறங்கும் இடைச் சஞ்சிகளில் நின்று, செக்கச்செவே லென்று எங்கும் பரந்து, நினைவின் எல்லைக் கோடாகக் கிடக்கும் கிரக கோளங்களின் வானப் பாதைகளை நோக்கும்.

அவனது உருவம் சூட்சும உருவம். அதாவது ஆசையின் வடிவத்தை ஏற்கும் உருவம். அவன் தனது பழைய ஜீவியத்தில் எந்த அம்சத்தைப் பற்றி நினைக்கிறானோ, அச்சமயத்தில் முன் அவனது பூத உடல் பெற்றிருந்த வடிவத்தைச் சூட்சும தேகம் இப்பொழுது பெறும். பூதவுடலிலே பார்ப்பதும், கேட்பதும், உண்பதும், வெளிப்படுத்துவதும் முதலிய காரியங்களைத் தனிப்பட்ட கருவிகள் செய்தன. இப்பொழுது அவனுக்கு உடல் முழுவதுமே வாய்.

அவன் பார்வைகள் வெளியே எட்டினாலும் ஆசைகள் பூமியை நோக்கி இழுத்தன. ஆசையின் ரேகைகள் அவனைப் பலிபீடத்தை நோக்கியிழுத்தன!

அவன் அன்று பூதவுடலை நீங்கி வெளிப்பட்டதும், இவ் வுலகத்தைப் பாதுகாக்கும் ஏழு சஞ்சிகள்போல் உள்ளிருக்கும்

வஸ்துவின் விடுதலைக்குத் தடையாக ஏழு இருப்பதையும் உணர்ந்தான். ஒன்றைக் கடந்தால் மற்ற ஆறையும் இறுகப் பிடித்ததுபோல் ஒன்றவைத்து, ஏழையும் நீக்கிப் பாயவேண்டும். இப்பொழுது ஒன்றைவிட்டுப் பிரிந்ததினால், போக்கின் படியாகக் கிடைக்கும் மரணத்தால் விழிப்பையும் இழந்து, சொப்பனாவஸ்தை போன்ற இந்த இடைநிலையில் கட்டுப் பட வேண்டியதாயிற்று.

ஆசைகள் மெதுவாக மரணத்தை நோக்கித் திரும்பின. பழைய நிலைகள் படிப்படியாகப் பரிணமித்து அவனையே விழுங்கிப் பூமியை நோக்கித் தள்ளின.

பலிபீடத்தில் வந்து விழுந்தான். அவனே பிரம்ம ராக்ஷஸ்!

2

குறிஞ்சிப்பாடியின் பக்கத்திலே சூரங்காடு பெரிய மலைப் பிரதேசம். காலத் தேவனின் தங்கைகள் போன்ற பாறைகள் இயற்கையின் செழிப்பான கானகம் என்ற அந்தப்புரத்திலே மறைந்து கிடந்தன.

சூரங்காடு, மனிதர்கள் பலத்திற்கு நிலைக்களமாக விளங்கு வது. அங்கே இருப்பது என்னவென்று ஒருவருக்கும் தெரியாது.

குறிஞ்சிப்பாடியின் சமூகத்தின் திவலை ஒன்று எப் பொழுதோ நெடுங்காலத்திற்கு முன்பு அதில் சென்றது – திரும்பவில்லை; குறிஞ்சிப் பாடியினர் பிறகு அத்திசையில் செல்வதில்லை.

சூரங்காட்டில் கொடிய மிருகங்கள் கிடையா. விஷக் கிருமிகள் கிடையா. அது நிசப்தமும் இயற்கைத் தேவியும் கலக்குமிடமாம். சப்த கன்னிகைகள் திரிவார்களாம். மனிதர் கள் போனால் திரும்பமாட்டார்கள். இது குறிஞ்சிப்பாடியின ரின் எழுதாக் கிளவி.

இந்த வேத வித்திற்குக் குறிஞ்சிப்பாடியில் தோன்றும் மகான்கள் அடிக்கடி பாஷ்யம் விரித்து அதை ஒரு பெரும் சமுதாயக் கட்டுப்பாடாக்கினர்.

அக்காலத்திலே, குறிஞ்சிப்பாடியின் சமூகத்திலே தோன்றி, அதன் வளர்ச்சிக்கும் பிரபலத்திற்கும் பாடுபட்டவன் நன்னய பட்டன் என்ற வாலிபன்.

குறிஞ்சிப்பாடியில் குறுகிய ஆசைகளைப் பலப்படுத்தி வளர்ப்பதே அவனுக்கு ஒரு மகத்தான சேவையாகப் பட்டது. போரிலே மரணத்தை நேருக்கு நேராகப் பார்த்தவன். குறிஞ்சிப்

பாடிச் சமூகத்தின் விஷப் பூச்சிகளைச் சித்திரவதை செய்து, மரணக் கதவை மெதுவாகத் திறந்து, அதன் உளைச்சலிலே பயத்தைப் போக்கியவன். அவனுக்கு மரணம் பயத்தைத் தரவில்லை.

விதியின் விசித்திர கதிக்கு அளவுகோல் உண்டா? நன்னய பட்டனுக்கு மரணத்தின் பயத்தை அறிவிக்க மூல சக்திகள் நினைத்தன போலும்.

அவன் மனைவி பெண் குழந்தையைப் பெற்றுக்கொடுத்து அந்த உளைப்பிலே உயிர் நீத்தாள்.

அன்று, நன்னய பட்டன் மரணத்திற்கு எத்தனையோ ரூபங்கள் உண்டு என்று அறிந்தான்.

அதற்கப்புறம் மூன்று வருஷங்கள், வெங்காயச் சருகுபோல் உதிர்ந்துவிட்டன. அந்த மூன்று வருஷங்களும் நன்னய பட்ட னுக்கு சமூகத்தின் குறுகிய கால அளவுகோலைக் கடந்து வேறு உலகத்தில் யாத்திரை செய்வதாயிருந்தன. அவன் சக்தி களின் பௌருஷத்தின் எல்லையை நாடினான்.

ஒரு நாள், அந்தி மயங்கும் சமயம், குறிஞ்சிப்பாடி இருவரை இழந்தது. காலம் என்ற அரங்கில் சரித்திரம் மீண்டும் ஒரு முறை பழையபடி நடித்தது.

நன்னய பட்டன் திசையறியாமல் சென்றான். பசியறி யாமற் சென்றான். கைக்குழந்தையின் – மூன்று வயதுக் குழந்தை யின் – சிறு தேவைகள் அவனுக்குப் பூத உடம்பின் தேவைகளை இடித்துக் கூறும் அளவுகோலாயின. அதன் பசியைச் சாந்தி செய்யும் பொறுப்பு இல்லாவிட்டால் அவனிடம் பசியின் ஆதிக்கம் தலைகாட்டியிராது.

அவன் அன்று ஆசைப்பட்டது எல்லாம் மரணத்தினின்றும் தப்புவதற்கு வழி.

ஏன் மரணத்தினின்றும் தப்பவேண்டுமென்று அவனிடம் யாராவது கேட்டிருந்தால் அவனால் காரணம் கூறியிருக்க முடியாது. ஆனால், பயம் என்று ஒப்புக்கொண்டிருக்க மாட்டான். மரணத்தை வெல்வதே – காலத்தின் போக்கைத் தடைசெய்வதே – ஆண்மை என்று பதில் சொல்லியிருப்பான். பேதை! மரணம் என்பது இல்லாவிடில் நரகம் என்பது எப்படித் தெரியும்!

அப்பொழுது அவனது சிறு மனம் குறிஞ்சிப்பாடிக்கு மேல் விரிந்து, அகில லோகத்தையும் கட்டி ஆள்வதற்கான

மூல சக்திகளின் சூட்சுமக் கயிற்றைக் கைக்குள் அடக்க வேண்டும் என்ற அறிவுகெட்ட ஆசையால் கட்டுண்டது.

இருண்டு நெடுநேரமாகியும் நடந்துகொண்டேயிருந்தான். கையில் குழந்தை, ஆசையற்று, ஆனால் ஆசையின் வித்துக் களான தேவையில் மட்டும் நிலைக்கும் மனநிலையில் கட்டுண்டு, நித்தியத்துவத்திற்கும் மரணப் பாதையின் சுழலுக்கும் மத்தியி லுள்ள பிளவுக் கோட்டின் எல்லை வெளியான இடைவெளி யில் நின்று உறங்கியது.

குறிஞ்சிப்பாடியின் வேதம் பொய்யாகும் நிலையை நன்னய பட்டன் நிதரிசனமாகக் கண்டான்.

நெடுநேரம் நடந்த களைப்பு, இருளின் கருவைப் போன்ற ஒரு குகை வாயிலில் சிறிது உட்கார வைத்தது.

உறக்கத்தை அறியாத கண்கள் குகைக்குள் துருவின.

அந்தக் குகைதான் பிரம்ம ராக்ஷஸாகத் தவிக்கும் ஒரு பழைய மனிதனுடைய ஆசையின் பயங்கரமான பலிபீடம்.

வெகு காலமாக அப்பாதையிலே யாரும் வரவில்லை.

மனித தைரியத்தின் உச்ச ஸ்தானமாக இருந்த அந்தக் குகையின் வாசலில் நன்னய பட்டன் உட்கார்ந்ததும் குழந்தை வீரிட்டு அலறத் தொடங்கியது. குழந்தையைத் தேற்றிப் பார்த் தான்; எவ்வளவோ தந்திரங்களைச் செய்து பார்த்தான். குழந்தை யின் அலறல் நிற்கவில்லை.

அதைத் தோளில் சாத்திக்கொண்டு, முதுகைத் தட்டிக் கொடுத்த வண்ணம் எழுந்து உலாவி அங்குமிங்குமாக நடக்கத் தொடங்கினான். குகையின் வாசலைவிட்டு அகன்று செல்லும் பொழுது குழந்தையின் அழுகை படிப்படியாக ஓய்ந்தது. ஆனால், திரும்பிக் குகையை அணுகியதுதான் தாமதம், குழந்தையின் குரல் உச்சஸ்தாயியை எட்டியது.

இரண்டு மூன்று முறை இப்படிப் பரீட்சித்த பிறகு, இந்த அதிசயமான செயல் குகையில் என்ன இருக்கிறது என்று பார்க்க அவனுள் ஆசையை எழுப்பியது.

மரத்தடியில் சற்று நேரம் இருந்து குழந்தையை உறங்க வைத்துவிட்டு, எழுந்து, குகையை நோக்கி நடக்கலானான்.

காற்றற்று, அசைவில்லாது நிற்கும் மரங்களிடையே ஒரு துயரம் பொதிந்த பெருமூச்சு எழுந்தது.

சற்று நின்று, சுற்றுமுற்றும் கவனித்தான். அவனைத் தவிர வேறு யார் இருக்கப் போகிறார்கள்?

குகை வாயிலின் பக்கம் போனதும் தேக மாத்யந்தமும் காரணமற்றுக் குலுங்கியது. மயிர்க் கால்கள் திடீரென்று குளிர்ந்த காற்றை ஏற்றதுபோல் விறைத்து நின்றன.

நன்னய பட்டன் உள்ளத்தில் இயற்கைக்கு மாறான இக்குறிகளினால் ஆச்சரியம் தோன்றியது.

குகை வாயிலைக் கடந்து உள்ளே சென்று, அவன் இருள் திரையில் மறைந்தான்.

உள்ளே சென்றதும் நன்னய பட்டனுக்குப் புதிய சக்தி பிறந்தது. என்றுமில்லாதபடி அவன் மூளை, தீவிரமாக விவரிக்க முடியாத எண்ணங்களில் விழுந்து, அவற்றைத் தாங்கச் சக்தி யற்று, புயலில் அகப்பட்ட சிறு படகுபோலத் தத்தளிக்கிறது. நெஞ்சுறுதி என்ற சுங்கான், மனத்தின் அறிவுகெட்ட வேகத்தைக் கட்டுமீறிப் போகாது காத்ததினால் நிரந்தரமான பைத்தியம் பிடிக்காது தப்பினான்.

இருட்டிலே, இருட்டின் நடுமையம் போல் ஏதோ ஒன்று தெரிந்தது. சிறிது சிறிதாக மனித உருவம் போல் வடிவெடுத் தது. பின்னர் இருளில் மங்கியது. இதைப் பார்த்தவண்ணமாகவே யிருந்தான் நன்னய பட்டன். அதைத் தவிர மற்ற யாவும் மறந்துபோயின.

அதைப் பார்த்துக்கொண்டிருக்க இருக்க, இரத்தத்திற்குப் பதிலாக வேறு ஏதோ ஒரு புதிய திரவப் பொருள் புரண்டு புரண்டு ஓடுவது போல் சிறு வலியுடன் கூடிய இன்பத்தைக் கொடுத்தது.

மனத்திலே, குகை மறைந்து வேறு ஓர் உலகம் தென் பட்டது. ஜடத்திலே தோன்றாத விபரீதமான பிராண சக்திகள், பேரலை வீசி எல்லையற்ற சமுத்திரம்போல் கோஷித்தன. அந்தச் சக்திக் கடலின் திசை முகட்டிலே ஒளிச் சர்ப்பங்கள் விளையாடித் திரிந்தன. இதன் ஒலிதானா அந்தக் கோர கர்ஜனைகள்!

நன்னய பட்டனின் பார்வை மங்கியது. மேகப் படலம் போல் ஏதோ ஒன்று கண்களை மறைத்தது. இருட்டையும் நிசப்தத்தையும் தவிர அவன் இந்திரியங்கள் வேறொன்றையும் உணரவில்லை.

எத்தனை காலம் கழிந்ததோ அவனுக்கு உணர்வில்லை. மந்திரத்தால் கட்டுண்டு, பின்னர் அதிலிருந்து விலகிய சர்ப்பம்

எப்போதும் முடிவிலே இன்பம்

போல் எழுந்து நடந்தான். கால்கள் தள்ளாடின. குகையின் வெளியில் வருவதற்குள் அவனுக்குப் பெரிய பாடாகிவிட்டது.

இவ்வளவும் ஒரு வினாடியில் நடந்தேறியது என்று சொன்னால் நன்னய பட்டன் நம்பமாட்டான். அவன் குழந்தையின் பக்கம் வந்து தரையிலேயே சோர்ந்து படுத்தான். மனிதனது பலவீனமெல்லாம் இயற்கைத் தாயின் மடியிலே ஒருங்கே தஞ்சம் புகுந்ததுபோல ஆசை வித்தின் ஆரம்ப வடிவமான குழந்தையின் பக்கத்தில் கிடந்தான்.

கானகத்திலும் இருள் மயங்கி மடிய, வைகறை பிறந்தது. குகைக்கு மேல் முகட்டுச் சரிவில் நின்ற மாமரக்கொம்பின் கொழுந்துகளில் பொன் முலாம் பூசப்பட்டிருந்தது.

நன்னய பட்டன் எழுந்தான்.

அவனுக்கு முன்பே குழந்தை எழுந்து தவழ்ந்து விளையாடிக் கொண்டிருந்தது.

சூரங்காட்டிலே பசி தீர்த்துக்கொள்ள என்று நெடுந்தூரம் அலைய வேண்டியதில்லை. மா, பலா முதலியவை சாதாரண மாக வளர்ந்து கிடக்கும். பாறைக் குடைவுகளிலே குளிர்ந்த சுனையூற்றுக்களும் ஏராளம்.

3

ஆசை அவனை மறுபடியும் குகைக்குள் இழுத்தது. குழந்தையை மரத்தடியில் வைத்துவிட்டு உள்ளே சென்றான்.

குகையின் இருள் திரண்ட ஓரத்திலே கருங்கற் படுக்கை போன்ற ஒரு பாறை. சுற்றிலும், யாரோ ரசவாதியொருவன் எப்பொழுதோ அங்கிருந்து ஆராய்ச்சி நடத்தியதுபோல் மட்பாண்டங்களும் குடுவைகளும் ஓரத்திலே வரிசையாக அடுக்கப்பட்டும், உறி கட்டித் தொங்கவிடப்பட்டும் கிடந்தன.

இவ்வாறு அடுக்கடுக்காய்க் கிடந்த மனித வாசத்தின் அறிகுறிகளுக்கிடையில் ஒரு பொருள் அவன் கவனத்தை இழுத்தது.

அந்தக் கருங்கற் பாறைப் படுக்கையிலே ஒரு எலும்புக் கூடு கிடந்தது.

நன்னய பட்டன் பயம் என்பதை அறியாதவன். மரணத்தை யும் பச்சை ரத்தப் பிரவாகத்தோடு வெளியே தெரியும் மண்டையோடுகளையும் அவன் கண்டு அஞ்சியவனல்லன். ஆனால், அவனுக்கு அதை நெருங்க நெருங்க, முந்திய நாள்

இரவு இருட்டிலே குகைக்குள் நுழைந்த சமயம் ஏற்பட்ட, விவரிக்க முடியாத, உள்ளத்தை விறைத்துப் போகச்செய்யும், உணர்ச்சிகள் தோன்றலாயின. ஆனால் அவன் ஒன்றையும் பொருட்படுத்தாது நெருங்கினான்.

அப்பொழுது குகையின் எந்த இடைவெளியிலிருந்தோ ஒரு சிறு சூரிய கிரணம் வந்து எலும்புக்கூட்டின் வலக் கண் குழியில் விழுந்தது. நன்னய பட்டன், முன்னால் ஓர் அடியெடுத்து வைக்க முடியாது, கட்டுண்ட சர்ப்பம் போல நின்று, வெளிச்சம் விழுந்த மண்டையோட்டில் இருக்கும் கண்குழியை நோக்கினான். அதில் ஒரு புழு நெளிவது போலத் தோன்றியது.

அது புழுவா? அன்று.

ஒரு சிறிய கருவண்டு மெதுவாக வெளியேறி, ஒளி ஏணியில் ஏறிச்செல்வதுபோல் சிறகை விரித்து ரீங்காரமிட்டவண்ணம் பறந்து சென்று முகட்டிலிருந்த இடைவெளியில் மறைந்தது.

மறைந்ததுதான் தாமதம்! அந்தத் துவாரத்திற்கு வெளியே அண்ட கோளமே இற்றுவிழும்படியாகக் காதைச் செவிடாக்கும் இடிச் சிரிப்பு! அது அந்த அமைதியின் நிலையமான சூரங்காட்டையே ஒரு குலுக்குக் குலுக்கியது.

நன்னய பட்டன் உடல் வியர்த்தது. அவனது பூதவுடல் கட்டுக்கடங்காது நடுங்கியது; ஆனால், கண்கள் மட்டிலும் பயப்பிராந்தியில் அறிவை இழக்கவில்லை. அசாதாரண விவகாரத்தில் தூண்டப்பட்டு உண்மையை அறியத் தாவுகிறது என்பதை உணர்த்தும் பாவனையில் எலும்புக்கூடு கிடக்கும் இடத்தையும் வண்டு மறைந்த திசையையும் ஒருங்கே கவனித்தான்.

வெடிபடச் செய்த சிரிப்பு மங்கியதும் சூரிய கிரணம் மறைந்தது. அசாதாரணமான அமைதி பிறந்தது.

நன்னய பட்டன் குகையைச் சுற்றிப் பார்க்கத் தொடங்கினான்.

கற்பாறைப் படுக்கைக்கு மறுபக்கம் குகையின் ஒரு சுவர். அதன் மேல் இருளிலும் தெரியக்கூடிய ஒளித் திராவகத்தால் சிவப்பாக எழுதப்பட்டது போன்ற யந்திரம். அதன் ஒரு பாகத்தில் தாமரைப்பூ ஒன்று செதுக்கப்பட்டிருந்தது. தாமரை மலரின் இதழ்கள் எலும்புக் கூட்டின் மார்பகத்துக்கு நேராக இரண்டடி உயரத்தில் சுவரின் மேல் இருந்தன.

எப்போதும் முடிவிலே இன்பம்   • 53 •

கற்பலகையில், எலும்புக்கூட்டிற்கும் சுவருக்கும் உள்ள ஒரு சிறு இடைவெளியில், சுவரில் இருப்பதைப் போலவே யந்திரம் செதுக்கப்பட்டு அதன் மையத்திலும் ஒரு செந்தாமரைப் புஷ்பம் செதுக்கப்பட்டிருந்தது. கற்பலகையில் வரையப்பட்ட யந்திரம் இருளில் பொன்னிறமாக மின்னியது. தாமரை மலர் வெண்மையான பளிங்கினால் செய்து பொருத்தப்பட்டதுபோல் இருந்தது.

நன்னய பட்டன் அதன்மீது கையை வைத்துத் தடவிப் பார்த்தான். அது தனியாகச் செதுக்கிப் பாறையில் பொருத்தப் படாத விசித்திரமாக இருந்தது. அது எப்படி அமைக்கப்பட்டது?

எலும்புக்கூடு ஆறடி நீளம். உயிருடன் இருந்தபொழுது அம்மனிதன் ராக்ஷஸன் போல இருந்திருக்க வேண்டும் என்பதில் சந்தேகம் இல்லை.

இவ்வாறு நினைத்துக்கொள்ளவே, நன்னய பட்டன் வேறு பக்கமாகத் தலையை நிமிர்த்தி நோக்கினான்.

என்ன ஆச்சரியம்!

ஒரு பிரம்மாண்டமான முதலை வாயைத் திறந்துகொண்டு அந்தரத்தில் தொங்கியது.

இருட்டில் தோன்றும் மயக்கமா?

இல்லை! இல்லை!

இரண்டு சரடுகள் வளையங்கள்போல் உயரேயிருந்து தொங்க விடப்பட்டு, அவற்றின் ஊடே இம்முதலை புகுத்தப் பட்டு, உயரத்தில் தொங்கிக்கொண்டிருந்தது.

இருட்டின் கூற்றால் முதலில் சரடு தொங்குவது தெரிய வில்லை நன்னய பட்டனுக்கு.

மெதுவாக அதையணுகினான். இருட்டில் கால் இடறியது. ஜோதியாக ஒரு திரவ பதார்த்தம் உருண்ட பானையிலிருந்து வழிந்தோடியது. அதன் பளபளப்பு, கருங்கல் தளத்தைத் தங்க மெருகிட்டதுமல்லாது குகையையே சிறிது பிரகாசமடையச் செய்தது.

லாவகமாகப் பலிபீடத்தின்மீது ஒரு காலை வைத்து ஏறி நின்று, அவன் முதலையின் வாயை நோக்கினான். கண்கள் ஒளி வீசின; வாய் கத்தியால் வெட்டிவைத்த சதைக் கூறுபோல் தெரிந்தது. ஆனால் அதன்மீது சலனம் இல்லை, உயிர் இல்லை.

முதலையின் திறந்த வாயில் ஓலைச் சுவடிகள் போல் கட்டுக்கட்டாக என்னவோ இருந்தன.

நன்னய பட்டன் அவற்றையெடுத்தான்.

ஓலைச் சுவடிகள் போலில்லாமல் அவை மிகவும் கனமாக இருந்தன.

அவற்றை அப்படியே சுமந்துகொண்டு குகைக்கு வெளியே வந்தான்.

அச்சமயத்தில்தான் நன்னய பட்டனுக்குப் 'பூலோகத்தில் இருக்கிறோம்' என்ற உணர்வு ஏற்பட்டது. அத்தனை நேரம், ஜன்னி கண்ட நிலையில், உள்ளுக்குள் போராடும் பயத்தை அமுக்கி அந்தக் குகை இரகசியங்களைத் துருவிக்கொண்டிருந்தான்.

குழந்தை, ஒரு மர நிழலில் தவழ்ந்து விளையாடிக்கொண்டு சிறிது தூரத்தில் இரை பொறுக்கும் மைனாவைப் பார்த்துச் சிரித்துக்கொண்டிருந்தது.

நன்னய பட்டனுக்கு சுயப் பிரக்ஞையாக – அதாவது, ஓடித்திரியும் எண்ணக் கோணல்களிலிருந்து யதார்த்த உலகத் திற்குக் கொண்டு வரும் ஒரு துருவ நட்சத்திரமாக – அக்குழந்தை இருந்தது.

அதைத் தூக்கி வைத்துக்கொண்டு கையிலிருந்த ஓலைச் சுவடியை அவிழ்த்தான். வெளிச்சத்தில் பிடித்து ஏடு ஏடாக வாசித்தான்.

முதலில் அவனது கவனம் அந்தச் சுவடிகளின் விசித்திர மான குணத்திலேயே தங்கியது. அப்பொழுதுதான் கருக்கி லிருந்து நறுக்கித் திருத்தப்பட்ட பனை ஓலை மாதிரியே காணப்பட்டது. இளம் பச்சைகூட மாறவில்லை. ஓலையில் ஓடும் மெல்லிய நரம்புகள்கூட வெள்ளையாகத் தென்பட்டன. ஆனால் ஓலைதான் உலோகம்போல் கெட்டியாகவும் கனமாக வும் இருந்தது. அதில் எழுத்துப் பள்ளங்களில் சிறிது பளபளப்பு இருந்தது.

இதென்ன விசித்திரமான ஓலை என்பது பிடிபடாமல் உள்ளிருக்கும் வாசகத்தை உரக்கப் படிக்க ஆரம்பித்தான்:

> ...காலத்தின் கதியைத் தடைசெய்யும் உண்மையைக் கண்டு பிடித்துவிட்டேன். ஆமாம், அது மட்டிலுமா? வெறும் ஜடத்தை, மூலப் பிரகிருதிகளை, பிராண பக்தி கொண்டு துடிக்கும் உயிர்க்கோளங்களாக மாற்றுந் திறமை

படைத்துவிட்டேன். நான்தான் பிரம்மா! சேதன அசேதனங்கள் எல்லாம் எனது அறமே! நானே நான்! நான் நானே . . .

இவ்வாறு சில ஏடுகள், முழுதும் தறிகெட்ட மூளையின் ஓட்டம் போல் வார்த்தைக் குப்பையால் நிறைக்கப்பட்டிருந்தன. நன்னய பட்டனுக்கு இந்தக் கொந்தளித்துச் செல்லும் லிபிகளின் அர்த்தம் புரியவில்லை. மூளை சுழன்றது!

பின்னர்:

இவ்வளவு தூரம் உனக்குப் பொறுமையிருக்கிறதா! இனிமேல் என் இரகசியத்தைக் கேள்!

பிரபஞ்ச இரகசியத்தை அறிய எங்கெல்லாம் சென்றேன், தெரியுமா? மிசிர தேசம் வரை. அக புராணம் வழிகாட்டியது! செமிராமிஸ், காலத்தின் கதியை நிறுத்தும் வித்தையைக் கற்பித்தான். உண்மையில் ஒரு படி அது! அதற்கு மேல் எத்தனை! மூளை குழம்பாது நீ என்னுடன் வருவாயா? அப்படியானால் . . . குகைக்குள் மூலையில் தொங்குகிறதே முதலைக் கூடு, அது ஒடிந்து மண்ணாகி மண்ணுடன் சேராதபடி செய்தவன் அவன்தான். அதை இப்பொழுதும் உயிருடன் எழுந்து நடமாடச் செய்யலாம். அதை யார் அறிவித்தான் என்று உனக்குச் சொல்ல வேண்டுமா? அதைத்தான் சொல்லமாட்டேன். அது உனக்குத் தெரியலாகாது.

வேண்டுமானால் உண்மையைப் பரிசோதித்துப் பார்.

மூலையில் நீ கொட்டிவிட்டாயே அந்த ஜீவ ரசம், அதை ஒரு துளி எடுத்து, உன் இரத்தத்தில் கலந்து, அதன் மூக்கில் பிடி! அப்புறம் பார்!

எனது எலும்புக் கூட்டிற்கு உடலளித்துப் பின்னர் என் உயிரை அதில் பெய்ய வேண்டும். அப்பொழுதுதான் நான் உனக்கு இரகசியங்களை விளக்கமாகச் சொல்ல முடியும் . . .

இவ்வாறு வாசித்துக்கொண்டிருந்த நன்னய பட்டனுக்குக் கண் பிதுங்குவது போலிருந்தது. என்ன! ஓலை வெறும் ஓலை. அதிலிருந்த ஓர் எழுத்தைக்கூடக் காணவில்லை. அவ்வளவும் மறைந்து, வெறும் தகடுகளாக, மங்கி மறையும் சூரிய ஒளியில் சுவடிகள் மின்னின.

வாசித்ததெல்லாம் உண்மையா அல்லது வெறும் சித்தப் பிரமையா?

அவன் சொன்னதைப் பரீட்சித்துப் பார்த்தால்? நன்னய பட்டன் மறுபடியும் குகையினுள் சென்றான்.

குகையிலிருந்த சூரிக்கத்தியால் விரலில் சிறிது நறுக்கி இரத்த மெடுத்து மின்னிக்கொண்டிருந்த ஜீவ ரசத்தில் கலந்தான். குகை முழுதிலும் சுகமான ஒரு பரிமள கந்தம் பரவியது. அவனுடைய உடலையும் உள்ளத்தையும் மோக லாகிரியில் தள்ளியது.

மெதுவாக முதலைக் கூட்டை எடுத்துக் கீழே வைத்து, அதன் மூக்கில் இந்த வாசனைக் கலவையைப் பிடித்தான்.

சிறிது நேரம் ஒன்றும் நிகழவில்லை. பின்னர், ஒளியிழந்து மங்கி ஒரே நிலையில் நின்ற முதலையின் கண்களில் சிறிது பச்சை ஒளி வீசியது. மெதுவாக அதன் உடல் அசைந்தது. திறந்தபடியே இருந்த வாய் மெதுவாக மூடியது. முதலை அவனை நோக்கி நகர ஆரம்பித்துவிட்டது.

அதே சமயம் 'களுக்' என்ற ஒரு பெண்ணின் சிரிப்பு. ஏறிட்டுப் பார்த்தான் நன்னய பட்டன். எதிரே குகை வாயிலில் தவழுந் தனது குழந்தையின் முன்னால் அழகின் வரம்பைச் சிதற அடித்து, பிறந்த மேனியில் நிற்கும் ஒரு பெண் உருவம் குழந்தையை நோக்கிச் சிரித்தவண்ணம் நின்றது! என்ன அழகு! அப்பெண்ணின் நீண்டு சுருண்ட கறுத்த தலைமயிர் இரு வகிடாக அவளது உடலழகை அப்படியே முழங்கால்வரை மறைத்தது. நன்னய பட்டன் ஸ்தம்பித்து அவளையே நோக்கிய வண்ணம் நின்றான். வைத்த கண் எடுக்க முடியாதபடி அப்படியே நின்றான்.

"பயப்படாமல் அவள் திரும்பும்பொழுது கவனி! பின்பு உன் வேலை!" என்றது அவன் காதருகில் ஒரு குரல். அதற்கு என்ன கம்பீரம், என்ன அதிகாரத் தோரணை!

அப்பெண்ணோ, நெடுநேரம் குழந்தையையே நோக்கி நின்று சிரித்துக்கொண்டிருந்தாள். குழந்தையைத் தன்னிடம் வரும்படி சமிக்ஞை செய்தாள். குழந்தை அசையவில்லை. நெடுநேரம் முயன்றும் குழந்தை அசையவில்லை. மெதுவாக அவள் குழந்தையை ஏறிட்டுப் பார்த்தவண்ணமே, பின்னிட்டு நடந்து வந்தாள். அப்பொழுதும் குழந்தை அசையவில்லை... ஆனால் குழந்தையின் உடல் அவ்விடத்திலேயே கட்டுண்டு கிடப்பதுபோல் பட்டது நன்னய பட்டனுக்கு! ஏனென்றால் அப்படித் தவித்தது குழந்தை அவ்வுருவத்தினிடம் செல்ல! பின்னாகவே அடியெடுத்துவைத்துச் சென்ற அப்பெண்ணுருவத்தின் முகத்தில் சடக்கென்று ஒரு மாறுதல் ஏற்பட்டது. கோபம்

தணலாகத் தீப்பொறி பறக்க, முகம் கோரமாகச் சுருங்கி நிமிர்ந்தது. மேலுதட்டின் அடியிலிருந்து புறப்பட்டன இரண்டு மெல்லிய கோரப் பற்கள்!

மின்வெட்டுப் போல் திரும்பியது அவ்வுருவம். அவ்வளவு தான்! என்ன கோரம்! பின்புறம் முழுவதும் வெறும் எலும்புக் கூடு! மண்டையோட்டின் கீழ்ப்பாகத்திலிருந்து தொங்கியது ஒரு சிறு சடை!

நன்னய பட்டன்! நன்னய பட்டனா அவன்? அவன் முகமும் உடலும் ஏன் இக்கோர உருப்பெற்றுவிட்டன! கையில் நீண்ட நகம்; தேகத்தில் சடை மயிர், வாயில் வச்சிர தந்தம், உதடுகள் நெஞ்சுவரை தொங்குகின்றன!

பேய்ப் பாய்ச்சலில் சென்று, மறையும் ஒரு பெண்ணுருவின் சடையைப் பிடித்துத் திரும்பி, குகையுள் மறைந்தான். வெளியே என்ன ஆச்சரியம்! குமுறும் இடியும் மின்னலும் எங்கிருந்தோ வந்து கவிந்தன.

குகைக்குள்ளே பேயுருவத்தில் நடமாடுகிறான் நன்னய பட்டன்.

பலிபீடத்தின்மீது இருக்கும் எலும்புக்கூட்டின் உட்கலசங் களில் சுருண்டு உலர்ந்திருந்த குடல், ஈரல், இருதயம் இவற்றை எடுத்து வைத்துக் களிமண்ணால் சேர்த்துப் பிணித்துக்கொண் டிருக்கிறான். வெளியே மழையற்று, மின்னல்கள் பிரபஞ்சத்தின் கேலிச் சிரிப்பைப் போல் கெக்கலித்துக்கொண்டிருக்கின்றன.

அந்த உருவத்தின் தலைமாட்டில் குழந்தை சுய அறிவு இழந்தது போல் பிரக்ஞையற்று, விழித்த கண் திறந்தபடி உட்கார்த்தி வைக்கப்பட்டிருக்கிறது.

நன்னய பட்டன் அதன் இதயத்துடன் பெண் உருவிட மிருந்து பிடுங்கிய சடையைக் கட்டி, அதன் மற்றொரு மூலையை உருவத்தின் நாபியில் சேர்க்கிறான்.

அவனது நாக்கு மட்டிலும் சாதாரணமாகத் தொங்குகிறது.

மெதுவாகப் பலிபீடத்தின் தாமரைக் குமிழ்களில் செப்புக் கம்பிகளைப் பின்னி, அவற்றைப் பலிபீடத்தின்மீது வைத்து வளர்த்தப்பட்டிருக்கும் உருவத்தின் கை, கால், தலை இவற் றுடன் சுற்றி, குகைக்கு வெளியே கொண்டுவந்து ஓர் உயர மான மேட்டில் ஈசான திக்கு நோக்கி யந்திரம் போல வளைத்துப் பதிக்கிறான்.

"உம்! உஷார்! ஜீவ சத்தைக் கண்களில் தடவு!" என்றது ஒரு குரல்.

நன்னய பட்டன் அவ்வாறே தடவினான்.

"கிட்ட நிற்காதே! விலகி நில்!" என்றது குரல்.

'சட்டச் சடசடா!' என்று ஆரம்பித்துப் புரண்டு வெடித்தது ஒரு பேரிடி.

மின்னல் வீச்சு, கம்பிகள் வழியாகப் பாய்ந்து குகை முழுதும் ஒரே பிரகாசமாக்கிக் கண்ணைப் பறித்தது.

"தொட்டுப் பார்!" என்றது அக்குரல் மறுபடியும்.

நன்னய பட்டன் அணுகினான்.

பலிபீடத்தின் மீதிருந்த உருவத்தைத் தொட்டான்!

என்ன ஆச்சரியம்! வெறும் களிமண், சதைக் கோளமாக மாறிவிட்டது!

"அதன் நாபியிலும் இதயத்திலும் ஜீவ ரசத்தைத் தடவு!"

நன்னய பட்டன் அப்படியே செய்தான்.

மறுபடியும் ஏற்பட்டது மின்னலும் இடியும்.

"உணர்வு ஏற்பட்டுவிட்டது. தொட்டுப் பார்! இதயம் அடித்துக் கொள்ளும். இனி உயிர்தான் பாக்கி! குழந்தையை அதன் முகத்தில் படுக்க வை!"

நன்னய பட்டன் அப்படியே செய்தான். இதற்குள் அவனது கோர உருவத்தில் செம்பாதி மறைந்துவிட்டது.

"முதலில் அந்த மூலையில் இருக்கும் மருந்தைக் கையில் தடவி, உருவத்தின் கைகளை உன் இரண்டு கைகளாலும் பிடித்துக்கொண்டு முதலையின் முதுகில் நில்! ஒரு கையை எடுத்தால் உன் உயிர் போவது நிச்சயம். ஜீவ ரசத்தை எடுத்து இருவர்மீதும் கொட்டிவிட்டு நான் சொன்னதுபோல் செய்!" என்றது அக்குரல்.

நன்னய பட்டன் யந்திரம் போல அவற்றைச் செய்து முடித்தான்.

"உருவத்தின் கண்களையே பார்! வேறு பக்கம் திரும்பாதே!"

எப்போதும் முடிவிலே இன்பம்

மறுபடியும் இடிஇடிக்க ஆரம்பித்தது! கோர இடி, சமுத்திர அலை போல் தனது உள்ளுணர்வைத் தாக்கி உடலில் தாங்கொணா வேகத்தில் புரளுவதை அறிந்தான். உருவத்தின் மீது வைத்த கண் மாறவில்லை. உருவத்தின் கண்கள் மெதுவாக அசைகின்றன. அதன் நெற்றியில் சிறு வியர்வை துளிர்க்கிறது. கண்கள் மெதுவாகத் திறக்கின்றன.

அச்சமயம் 'களுக்'கென்று பெண்ணின் சிரிப்புக் குரல்.

மறுபடியும் அதே உருவமா! பார்க்கவேண்டுமென்ற ஆசை மறுபடியும் அதன் உருவப் பிரமையில் சென்று லயித்தது. மெதுவாகக் கண்ணைத் திருப்பினான்.

அப்பேயுருவம் மெதுவாகப் பலிபீடத்தை அணுகி, சடையை எடுக்க முயன்றது. கட்டளையை மறந்து அதைத் தட்டக் கையெடுத்தான்!

"எடுக்காதே!" என்ற அதிகாரத் தொனியுள்ள குரல்! உருகிய பிழம்புகள் பாதங்கள் வழியாக இதயத்தை நோக்கிப் பாய்வது போல் ஒரு சிறு வினாடி நினைத்தான். அவ்வளவுதான்:

மற்றொரு பேரிடி! நீட்டின கையை மடக்க முடியவில்லை.

ஒரு கணத்தில் மூன்று எலும்புக்கூடுகள்தான் பலிபீடத்தின் மீது கிடந்தன!

ஏக்கமான பெருமூச்சு குகையினின்று வெளிப்பட்டு வானவெளியில் மறைந்தது.

இன்னும் எத்தனை காலம்!

மணிக்கொடி, 29.3.1936

ஒரு நாள் கழிந்தது

"கமலம்! அந்தக் கூஜாவிலே தண்ணீர் எடுத்தா! வெற்றிலைச் செல்லம் எங்கே? வச்சது வச்ச இடத்தில் இருந்தால்தானே?" என்று முணமுணத்தார் முருகதாசர்.

கையில் இருக்கும் கோரைப் பாயை விரிப்பதே ஒரு ஜாலவித்தை. நெடுநாள் உண்மையாக உழைத்தும் பென்ஷன் கொடுக்கப் படாததால் அது நடு மத்தியில் இரண்டாகக் கிழிந்து, ஒரு கோடியில் மட்டிலும் ஒட்டிக் கொண்டிருந்தது. அதை விரிப்பது என்றால் முதலில் உதறித் தரையில் போட்டுவிட்டு, கிழிந்து கிடக்கும் இரண்டு துண்டுகளையும் சேர்த்துப் பொருந்த வைக்கவேண்டும். அதுதான் பூர்வாங்க வேலை. பின்பு, விடுதலை பெற முயற்சிக்கும் அதன் கோரைக் கீற்றுகள் முதுகில் குத்தாமல் இருக்க ஒரு துண்டையோ அல்லது மனைவியின் புடவையையோ அல்லது குழந்தையின் பாவாடையையோ எதையாவது எடுத்து மேலே விரிக்க வேண்டும்.

முருகதாசரைப் பொறுத்தவரை – அது அவரது புனைபெயர் – அது இரண்டு பேர் செய்யவேண்டிய காரியம்.

மறுபடியும், "கமலா!" என்று கூப்பிட்டார்.

சமையல் + உக்ராண + ஸ்நான அறை மூன்று நான்கு கட்டுகள் தாண்டி, துண்டாக, அலாதியாக இருப்பதால் இவருடைய பாய் விரிப்புக் கஷ்டங்கள் அந்த அம்மையாருக்கு எட்டவில்லை.

சென்னையில் 'ஒட்டுக் குடித்தனம்' என்பது ஒரு ரசமான விஷயம். வீட்டுச் சொந்தக்காரன், குடியிருக்க

வருகிறவர்கள் எல்லாரும் 'திருக்கழுக்குன்றத்துக் கழுகு' என்று நினைத்துக்கொள்ளுவானேோ என்னமோ!

'குடித்தனக்காரர் குடியிருக்க இரண்டு ரூம் காலி' என்று வெளியில் போட்டிருந்த போர்டை நம்பித்தான் முருகதாசர் வீடு – வேட்டையின்போது அங்கே நுழைந்தார்.

உள்ளே வீட்டின் பாக வசதிதான் விசித்திரமாக இருந்தது. முன்பக்கம், ஒற்றைச் சன்னல் படைத்த ஒரு சிற்றறை. அதற்கப் புறம் எங்கோ பல கட்டுகள் தாண்டி மற்றொரு அறை. அதுதான் சமையல் வகையராவுக்கு. முதல் அறை படிக்க, படுக்க, நாலு பேர் வந்தால் பேச – இவை எல்லாவற்றிற்கும் பொது இடம். முதலில், முருகதாசர் பொருளாதாரச் சலுகையை உத்தேசித்தே அதில் குடியிருக்கலாம் என்று துணிந்தார். அதனால், தமக்கும் தம் சகதர்மிணிக்கும் இப்படி நிரந்தரமான 'பிளவு' இருக்கும் என்று சிறிதும் எட்டி யோசிக்கவில்லை; மேலும் அவர் யோசிக்கக் கூடியவரும் அல்லர்.

பக்கத்தில் இருந்த அரிக்கன் விளக்கை எடுத்துக்கொண்டு அவர் சமையல் பகுதியை நோக்கிப் பிரயாணமானார்.

இடைவழியில், குழாயடியில் உள்ள வழுக்குப் பிரதேசம், அடுத்த பகுதிக்காரர் விறகுக் கொட்டில் முதலிய விபத்துக்கள் உள்ள 'பிராட்வே'யை எல்லாம் பொருட்படுத்தாது, ஒருவாறு வந்து சேர்ந்தார். சமையல் அறை வாசலில் ஒரே புகைமயம். "கமலம்!" என்று கம்மிய குரலில் கூப்பிட்டுக்கொண்டு உள்ளே நுழைந்தார்.

உள்ளே புகைத் திரைக்கு அப்பாலிருந்து, "வீடோ லட்சணமோ! விறகைத்தான் பாத்துப் பாத்து வாங்கிக்கொண்டு வந்தியளே! ஒங்களுக்கிண்ணு தண்ணீலே முக்கிக் குடுத்தானா? எரியவே மாட்டுதில்லை? இங்கே என்ன இப்பொ? விறகு வாங்கின சீரைப் பாத்து மகிழ வந்திட்டியளாக்கும்!" என்று வரவேற்புப் பத்திரம் வாசிக்கப்பட்டது.

"தீப்பெட்டியை இப்படி எடு! அதுக்காகத்தான் வந்தேன்!" என்று நடைப் பக்கமாகப் பின்நோக்கி நடந்தார்.

"இங்கே குச்சியுமில்லை, கிச்சியுமில்லை! அலமுவெ தீப்பெட்டி வாங்க அனுப்பிச்சேன். மண்ணெண்ணெய் விளக்கே நீங்கதான் துடைச்சுக்கொள்ளணும்!" என்றாள் கமலம்.

"குழந்தையை அந்தியிலே வெளியிலே அனுப்பிச்சையே, நான் வந்த பிறகு வாங்கிக்கொள்ளப் படாதா?" என்று அதட்டி னார் முருகதாசர்.

“ஆமாம், சொல்ல மறந்தே போயிட்டுதே . . . செட்டியார் வந்துவிட்டுப் போனார்; நாளை *விடியன்னை வருவாராம்!” என்றாள் கமலா.

முருகதாசர் இந்தப் பாசுபதாஸ்திரத்தை எதிர்பார்க்க வில்லை.

“வந்தா, வெறுங்கையை வீசிக்கிட்டுப் போகவேண்டியது தான்! வர்ரதுக்கு நேரம் காலம் இல்லை?” என்று முணு முணுத்துக்கொண்டே வெளியேற முயற்சித்தார்.

“அங்கே, எங்கே போயிட்டிஹ, ஓங்களைத்தானே! கொஞ்சம் நல்லெண்ணை வாங்கிகிட்டு வாருங்களேன்!”

“எங்கிட்ட இப்பொ துட்டுமில்லெ, காசுமில்லை!” என்று திரும்பி நின்று பதிலளித்தார் முருகதாசர்.

“அதுவும் அப்படியா! இன்னா இந்த **மிளவொட்டியிலே ***மூணுதுட்டு இருக்கு; அதெ எடுத்துகிட்டுப் போங்க!”

“வந்ததுக்கு ஒரு வேலையா? அங்கே ஒரு பாடு எழுதித் தொலைக்கணும்; இங்கே உனக்கு இப்பத்தான் எண்ணெ புண்ணாக்கு – பகலெல்லாம் என்ன செய்துகிட்டு இருந்தே? இருட்னம் பொறவா எண்ணை வாங்'றது! எல்லாம் நாளைக்குப் பாத்துக்கலாம்!”

“சோம்பல் வந்தா சாத்திரமும் வரும், எல்லாம் வரும். ஏன் அண்ணைக்குப் போய் வாங்கிட்டு வரலியா – எல்லாம் ஒங்களுக்குத்தான். இப்பத்தான் அப்பளக்காரன் வந்து கொடுத் துட்டுப் போனான்; பிரியமா சாப்பிடுவேளென்று சொன்னேன். பின்னெ அந்தச் சின்னக் கொரங்கே என்ன இன்னும் காணலெ! போனாப் போனதுதான்; நீங்கதான் சித்த பாருங்களேன்!”

இவ்வளவிற்கும் அவர் இருந்தால்தானே! விறகுப் பிரதேசத் தைத் தாண்டி வழுக்குப் பிரதேசத்தை எட்டிவிட்டார். புகையையும் பேச்சையும் தப்பி வந்தால் போதும் என்றாகி விட்டது. முருகதாசரின் ஆஸ்தான அறையின் ஒரு விசித்திரம் என்னவென்றால் சென்னையில் ‘லைட்டிங் டைம்’ அட்ட வணையைக்கூட மதிக்காமல் அது இருண்டுவிடும்.

---

* விடியுமுன் என்பதன் மரூஉ

** மிளவொட்டி (மிளகுப் பெட்டி) – ஐந்தரைப் பெட்டி என்பது சகஜமான பெயர்.

*** மூணு துட்டு – ஓர் அணா; ஒரு துட்டு என்பது பாண்டி நாட்டில் நான்கு தம்பிடி.

இம்மாதிரி மண்ணெண்ணெய் நெருக்கடி ஏற்படாத காலங்களில் அந்த அறைக்குத்தான் முதலில் இராத்திரி. ஆனால், எண்ணெய் நெருக்கடிக் காலங்களில் சிவபிரானின் ஒற்றைக் கண் போன்ற அந்த அறையின் சன்னல், எதிர்ப்பக்கம் நிற்கும் மின்சார விளக்குக் கம்பத்திலிருந்து கொஞ்சம் வெளிச்சத்தைப் பிச்சை வாங்கும். கார்ப்பொரேஷன் தயவு வரும்வரை, ஸ்ரீ முருகதாசர் வேறு வழியில்லாமல் தெரு நடையில் நின்று அலமுவின் வருகையை எதிர்நோக்கியிருக்க வேண்டியதாயிற்று.

முருகதாசர் வானத்தை அளக்கும் கதைகளைக் கட்டுவதில் மிகவும் சமர்த்தர்; 'சாகாவரம் பெற்ற' கதைகளும் எழுதுவார். அந்தத் திறமையை உத்தேசித்து, ஒரு விளம்பரக் கம்பெனி மாதம் முப்பது ரூபாய்க்கு வானத்தையளக்கும் அவரது கற்பனைத் திறமையைக் குத்தகை எடுத்துக்கொண்டது. அதனால் அவர் வீர புருஷர்களையும், அழியாத சித்திரங்களையும் எழுத்தோவியமாகத் தீட்டுவதை விட்டுவிட்டு, சோயாபீன் முதல் மெழுகுவர்த்தி வரையிலும் வெளிநாடுகளிலிருந்து வந்து குவியும் பண்டங்களின் காவியங்களை இயற்றிக் கொண்டிருக்கிறார். 'டபாஸா' வீரிய மாத்திரையின் மீது பாடிய பரணியும், தேயிலைப் பானத்தின் சுயசரிதையும், அந்தத் தமிழ் தெரியாத வெள்ளைக்காரனையும் இவர்மீது அனுதாபம் காட்டும்படி செய்துவிட்டன. அதற்காகத்தான் அந்த முப்பது ரூபாய்!

வீட்டு எதிரில் நிற்கும் மின்சார விளக்கின் உதவியைக் கொண்டும் பிள்ளையவர்களால் அலமுவைக் கண்டுபிடிக்க இயலவில்லை. வெற்றிலை, வேலை, குழந்தை வராத காரணம் – எல்லாம் அவரது மனத்தில் கவலையைக் கொண்டு கொட்டின. நடையிலிருந்து கீழே இறங்கிச் சந்தின் மூலை வரை சென்று பார்த்து வரலாமா என்று புறப்பட்டார்.

பக்தி மார்க்கத்தில் ஏகாக்கிரக சிந்தையைப் பற்றிப் பிரமாதமாக வர்ணிக்கிறார்கள். மனம் ஒரே விஷயத்தில் லயித்துவிட்டால் போதுமாம். பிள்ளையவர்களைப் பொறுத்தவரை அவர் இந்தப் 'பணம்' என்ற மூன்றெழுத்து மந்திரத்தில் தீவிர சிந்தை செலுத்துபவர். பணத்தை வாரிச் சேர்த்துக் குபேரனாகிவிட வேண்டும் என்ற எண்ணம் ஒன்றுமில்லை. கவலையில்லாமல் ஏதோ சாப்பிட்டோம், வேலை பார்த்தோம், வந்தோம் என்று இருக்கவேண்டும் என்பதற்காக எத்தனையோ வித்தைகளையெல்லாம் செய்துவிட்டார். அவருடைய குடும்பத்தின் வரவு செலவு திட்டத்தை மட்டிலும் அவரால் எப்பொழுதும் சமன் செய்ய முடியவில்லை. நிதி மந்திரியாக

இருந்தால் பட்ஜட்டில் துண்டுவிழுவதற்குப் பொருளாதாரக் காரணங்கள் காட்டிவிட்டு, உபமான்யங்களைத் தைரியமாகக் கேட்கலாம். கவலையில்லாமல், கொஞ்சமும் உடம்பில் பிடிக்கா மல் கடன் கேட்டுப் புறப்படுவதற்கு முடியுமா? குடும்பச் செலவு என்றால், சர்க்கார் செலவாகுமா?

கவலை இருக்கப்படாது என்ற உறுதியின் பேரில்தான் நம்பிக்கை என்ற இலட்சியத்தை மட்டும் திருப்தி செய்விக்க, ‘சாகாவரம் பெற்ற’ கதைகளை எழுதுவதைக் கொஞ்சம் கட்டிவைத்துவிட்டு, இந்த ‘லிப்டன் தேயிலை’, காப்பி, கொக்கோ ஆகியவற்றின் மான்யங்களை அவர் எழுத ஆரம்பித்தார். ஒரு பெரிய நாவல் மட்டிலும் எழுதிவிட்டால் அது ஒரு பொன் காய்க்கும் மரமாகிவிடும் என்று அவர் நெஞ்சழுத்தத்துடன் நினைத்த காலங்களும் உண்டு. இப்பொழுது அது ஒரு நெடுந்தூர இலட்சியமாகவே மாறிவிட்டது.

முன்பாவது, அதாவது நம்பிக்கைக் காலத்தில், ஏதோ நினைத்ததைக் கிறுக்கிவைக்கக் காகிதப் பஞ்சமாவது இல்லா மல் இருந்தது. அப்பொழுது ஒரு பத்திரிகை ஆபீஸில் வேலை. ஆனால், இப்பொழுது காசு கொடுத்து வாங்காவிட்டால் முதுகில்தான் எழுதிக்கொள்ள வேண்டும். முருகதாசர் நல்ல புத்திசாலி; அதனால்தான் முதுகில் எழுதிக்கொள்ளவில்லை. யாராவது ஒரு நண்பரைக் கண்டுவிட்டால் போதும், தமது தூர இலட்சியத்தைப் பற்றி அவரிடம் ஐந்து நிமிஷமாவது பேசாமல் அவரை விடமாட்டார். நண்பர்கள் எஸ்.பி.ஸி.ஏ. (ஜீவஹிம்சை நிவாரணச் சங்கம்)யின் அங்கத்தினர்களோ என்னவோ, அத்தனையும் சகித்துக்கொண்டிருப்பார்கள் . . .

சந்தில் திரும்பிப் பார்த்தால் அலமுவின் ராஜ்யம் நடந்து கொண்டிருந்தது.

“ஏட்டி, என்ன! நீயோ, உன் லட்சணமோ?” என்று ஆரம்பித்தார் முருகதாசர்.

ஒரு ரிக்ஷா வண்டி. ஏர்க்கால் பக்கத்தில் வண்டிக்காரன் உட்கார்ந்துகொண்டிருக்கிறான். அலமு, ஒரு சுண்டெலி மாதிரி ஜம்மென்று மெத்தையில் உட்கார்ந்திருக்கிறாள். ரிக்ஷாக்கார னுடன் ஏதோ நீண்ட சம்பாஷணை நடந்துகொண்டிருந்தது போலும்!

“ஏட்டி!” என்றார் முருகதாசர் மறுபடியும்.

“இல்லையப்பா? நீ இனிமே என்னை அலமுன்னு கூப்’டுவேன்னியே!” என்று சொல்லிக்கொண்டே வண்டியி லிருந்து இறங்கப் பிரம்மப் பிரயத்தனம் செய்துகொண்டிருந்தாள்.

"தீப்பெட்டி எங்கடீ?" என்றார் முருகதாசர்.

"கடைக்காரன் குடுக்கமாட்டேங்கறான், அப்பா!"

"குடுக்காதெ போனா நேரே வீட்டுக்கு வாரது! இங்கெ என்ன இருப்பு?"

"அப்படிக் கேளுங்க சாமி! நம்ம கொளந்தென்னு மெரட்டாமே சொல்லிப் பாத்தேனுங்க. வீட்டுக்கு வண்டியிலே கொண்டாந்து வுடணுமுண்ணு மொண்டி பண்ணுதுங்க. எனக்குக் காலுலே சுளுக்கு. அந்தச் சின்னாம்பயலே காணும்..." என்று நீட்டிக்கொண்டே போனான் ரிக்ஷாக்காரன்.

"அப்பா, அவன் பங்கஜத்தெ மாத்ரம் கூட்டிக்கிட்டே போரானே!" என்றாள் அலமு. பங்கஜம் எதிர்வீட்டு சப்ரிஜிஸ்திரார் குழந்தை. அது ரிக்ஷாவிலும் போகும், மோட்டாரிலும் போகும்! அந்த விஷயம் ரிக்ஷாவுக்குத்தான் புரியுமா, குழந்தைக்குத்தான் புரியுமா?

"அலமு! ராத்திரிலே கொழந்தைகள் ரிக்ஷாவிலே போகப் படாதுடீ! எறங்கி வா!" என்று குழந்தையைத் தூக்கிக்கொண்டு வாடிக்கைக் கடைக்காரனிடம் சென்றார் முருகதாசர்.

பிள்ளையவர்கள் கடையை எட்டு முன்பே கடைக்காரன், "சாமி! இந்த மாதிரியிருந்தா கட்டுமா? போன மாசத்திலே தீர்க்கலியே! நானும் சொல்லிச் சொல்லிப் பார்த்தாச்சு. பாக்கியை முடிச்சு, கணக்கெத் தீர்த்துடுங்க! எனக்குக் குடுத்துக் கட்டாது. நான் பொளைக்க வந்தவன்!" என்றான்.

"நானும் பிழைக்க வந்தவன்தான். எல்லாரும் சாகவா வருகிறார்கள்! மின்னெ பின்னேதான் இருக்கும். நான் என்ன கொடுக்கமாட்டேன் என்று சொல்லுகிறேனா?"

"போங்க சாமி! அது ஒண்ணுதான் பாக்கி! ரூ. 2 – 5 – 4 ஆச்சு: எப்ப வரும்?"

"தீப்பெட்டியெக் குடு, சொல்றேன்!"

"பெட்டிக்கென்ன பிரமாதம்! இந்தாருங்க, எப்ப வரும்?"

"எப்பவா? சம்பளம் நாளைக்குப் போட்டுருவாங்கன்னு நினைக்கிறேன்; நாளை இல்லாவிட்டால் திங்கள்கிழமை."

"திங்கட்கிழமெ நிச்சயந்தானே? நான் சீட்டுக் கட்டணும்!" என்றான்.

"சரி, பார்க்கிறேன்!" என்று திரும்பினார் தாசர்.

"பார்க்கிறேன்னு சொல்ல வேண்டாம், நிச்சயமாக வேண்டும்!"

ஒரு கவலை தீர்ந்தது ... அதாவது திங்கட்கிழமைவரை.

பாதி வழியில் போகையில், "அப்பா!" என்றது குழந்தை.

அவர் எதையோ நினைத்துக்கொண்டிருந்ததால், தன்னை யறியாமல் கொஞ்சம் கடினமாக, "என்னடி!" என்றார்.

"நீதான் கோவிச்சுக்கிறியே, அப்பா! நான் சொல்ல மாட்டேன், போ!"

"கோவம் என்னடி, கோவம்! சும்மா சொல்லு!"

"அதோ பார், பல்லு மாமா?"

முருகதாசரின் நண்பர் சுப்பிரமணிய பிள்ளைக்குக் கொஞ்சம் உயர்ந்த பற்கள். அவை வெளியே நீண்டுகொண்டு, தமது இருப்பை அனாவசியமாக உலகத்திற்கு அறிவித்துக் கொண்டிருந்தன. அதனால் அலமு அவருக்கு இட்ட காரண இடுகுறிப் பெயர் அது.

"எங்கடி!"

"அதோ பார், வீட்டு நடேலே! என்னை எறக்கிவிடப்பா!" என்று அவரது கையிலிருந்து வழுகி விடுவித்துக்கொண்டு, வீட்டிற்கு ஓட ஆரம்பித்தது.

"மெதுவா! மெதுவா!" என்றார் பிள்ளை; குழந்தையா கேட்கும்?

"மாட்டேன்!" என்றது. அதற்கப்புறம் ஏக களேபரம். பாவாடை தடுக்கியதோ என்னமோ! அலமு வலுக்கட்டாய மாக அங்கப் பிரதக்ஷணம் செய்ய ஆரம்பித்தாள்.

பிள்ளையவர்கள் ஓடிப்போய்க் குழந்தையை வாரி எடுத்தார். ஆனால் இவர் பதட்டத்திற்கு ஏற்ப அங்கு குழந்தைக்கு ஒன்றும் ஏற்படவில்லை.

"தோளுக்கு மேலே தொண்ணூறு, தொடச்சுப் பாத்தா ஒண்ணுல்லே!" என்று பாடிக்கொண்டு குழந்தை எழுந்தது.

"என்ன ஸார், குழந்தையை நீங்க இப்படி விடலாமா?" என்று சொல்லிக்கொண்டே சுப்பிரமணியம் அவர்கள் பக்கம் வந்தார்.

"என்ன ஸார் செய்யட்டும்! என்ன சொன்னாலும் கேட்கிற தில்லை என்ற உறுதி மனசிலே ஏறிப்போயிருக்கு. வெளிலே

புறப்பட்டாச்சா, அப்புறம் தேடிக்கொண்டு பின்னோட பத்துப் பேர். இவளைக் கடைக்கனுப்பிச்சுட்டா தாயார். இவ்வளவு நேரம் அந்த ரிக்ஷாக்காரனோடே தர்க்கம் – என்ன செய்கிறது! வாருங்கள் ஸார், உள்ளே! ஒன் மினிட்! விளக்கை ஏத்துகிறேன்."

குழந்தை அலமு அதற்குள் வீட்டிற்குள், "பல்லு மாமா வந்துட்டார்!" என்று பொதுவாக உச்ச ஸ்தாயியில் விளம்பரம் செய்துகொண்டு ஓடிவிட்டாள்.

"குழந்தை துருதுருவென்று வருகிறதே! பள்ளிக்கூடத்திற் காவது அனுப்பக் கூடாதா?" என்றார் நண்பர்.

"ஆமாம் ஸார், தொந்திரவு சகிக்கலே. அங்கேதான் கொண்டு தள்ளணும். வயசு கொஞ்சம் ஆகட்டுமே என்று பார்க்கிறேன்" என்றார் முருகதாசர், விளக்குத் திரியை உயர்த்திக்கொண்டே.

"நேத்து பீச்சுக்குப் போயிருந்தேன்! சுந்தரத்தைப் பார்த் தேன்..." என்று ஆரம்பித்தார் சுப்பிரமணிய பிள்ளை.

"அந்த ராஸ்கல் வந்துட்டானா! என்றைக்கும் அவன் தொல்லைதான் பெரிய தொல்லையாக இருக்கிறது. இங்கே வந்தான்னா ஆபீஸுக்கு வந்து யாருக்காவது வத்தி வச்சுட்டுப் போயிடரது... மின்னே வந்தப்போ, என்ன எழவு சொன் னானோ, அந்த ஆர்ட்டிஸ்ட் 'பதி' இருந்தானே அவனுக்குச் சீட்டுக் கொடுக்க வழி பண்ணிட்டான்..." என்று படபட வென்று பேசிக்கொண்டே போனார் முருகதாசர்.

"அப்படிப் பாத்தா உலகத்திலே யார்தான் ஸார் நல்லவன்! அவன் உங்களைப் பத்தி ரொம்பப் பிரமாதமாக அல்லவா கண்ட இடத்திலெல்லாம் புகழ்ந்துகொண்டிருக்கிறான்?"

"சவத்தெ தள்ளுங்க, ஸார்! பேன் பார்த்தாலும் பார்க்கும், காதை அறுத்தாலும் அறுக்கும். அவன் சங்காத்தமே நமக்கு வேண்டாம்... நீங்க என்ன சொல்ல வாயெடுத்தீர்கள்?"

"அதுதான், உங்களெப் பத்தித்தான் ஒரு இங்கிலீஷ்கார னிடம் பிரமாதமாகப் பேசிக்கொண்டிருந்தான்..."

"இவ்வளவுதானா! கதையை எழுதரேன் அல்லது கத்தரிக் காயை அறுக்கிறேன், இவனுக்கென்ன..?"

அதே சமயத்தில் வெளியிலிருந்து, "முருகதாஸ்! முருகதாஸ்!" என்று யாரோ கூப்பிட்டார்கள்.

"அதுதான்! அவன்தான் வந்திருக்கிறான் போலிருக்கிறது! பயலுக்கு நூறு வயசு..."

"'சைத்தான் நினைக்கு முன்னால் வந்து நிற்பான்' என்பது தான்!" என்று முணுமுணுத்தார் முருகதாசர்.

பிறகு அவர் எழுந்து நின்று வெளியில் தலையை நீட்டி, "யாரது?" என்றார்.

"என்ன! நான்தான் சுந்தரம், இன்னும் என் குரல் தெரிய வில்லையா?" என்று உரத்த குரலில் கடகடவென்று சிரித்துக் கொண்டு உள்ளே நுழைந்தார் வந்தவர். அவருடைய சிரிப்புக்கு இசைந்தபடி காலில் போட்டிருக்கும் ஜோடு தாளம் போட்டது.

"என்ன சுந்தரமா? வா! வா! இப்பொத்தான் உன்னைப் பற்றிப் பேசிக்கொண்டிருந்தோம். நீயும் வந்தாய்! காப்பி போடச் சொல்லட்டுமா? அலமு! அலமு!" என்று உரக்கக் கூவினார் முருகதாசர்.

எங்கிருந்தோ, "என்னப்பா!" என்று அலமுவின் குரல் வந்தது.

"அம்மாவை மூணு கப் காப்பி போடச் சொல்லு. சீக்கிரம் ஆகணும்!"

"நீ என்ன பத்திரிகையையே விட்டுவிட்டாயாமே! இப்பத் தான் கேள்விப்பட்டேன்."

"வயிற்றுப் பிழைப்பிற்கு எதில் இருந்தால் என்ன? சீலைப்பேன் குத்துகிறதும் ஒரு 'பிஸினஸ்' ஆக இருந்து, அதில் ஒரு 'சான்ஸ்' கிடைத்தால் அதையும் விட்டா வைக்கிறது? நான் பத்திரிகையை விட்டுவிட்டா கதை எழுதாமல் இருந்து விடுவேனோ? ஒரு பெரிய நாவலுக்குப் 'பிளான்' போட்டிருக் கேன். தமிழன்களுக்கு அதிர்ஷ்டம் இருந்தால், எனக்குக் காகிதம் வாங்கவாவது காசு கிடைக்கும். அதில் 'சென்ட்ரல் ஐடியா' என்ன தெரியுமா..?"

"நீங்க நேற்று பொருட்காட்சிக்குப் போனீர்களாமே!" என்று பேச்சை மாற்ற முயன்றார் சுப்பிரமணிய பிள்ளை. இந்த விஷயத்தைத் தொட்டுவிட்டால், முருகதாசர் கீறல் விழுந்த கிராமபோன் பிளேட் மாதிரி விடாமல் திருப்பித் திருப்பி அதையே கதைத்துக்கொண்டிருப்பார்!

"அப்பா! காப்பியாயிட்டுது. நீதான் வந்து எடுத்துக்கிட்டுப் போகணும். சுடுது!" என்று சொல்லிக்கொண்டு, நிலைப்படி இரண்டு பக்கத்தையும் தொட்டவண்ணமாய் ஒற்றைக் காலை ஆட்டிக்கொண்டு நின்றாள் அலமு.

"அம்மா எங்கே?"

"அம்மா சாத்தெ வடிச்சுக்கிட்டிருக்கா, அப்பா!"

"சரி! இதோ வாரேன், போ!"

"வாயேன்!"

"வர்ரேன்னா, போடீ உள்ளே!"

"காப்பி ஆறிப்போயிடும், அப்பா!"

"இதோ ஒரு நிமிஷம்!" என்று சொல்லிக்கொண்டு உள்ளே சென்றார்.

"மாமா! நீ என்ன கொண்டாந்தே!" என்று கேட்டுக் கொண்டு, சுப்பிரமணிய பிள்ளை மடியில் உட்கார்ந்து, கழுத்திலிருக்கும் நெக் டையைப் பிடித்து விளையாட ஆரம்பித்தாள் அலமு.

"அதெப் பிடித்து இழுக்காதே! மாமாவுக்கு கழுத்து வலிக்கும்!" என்றார் சுந்தரம் பிள்ளை.

"வலிக்காதே!" என்று மறுபடியும் ஆரம்பித்தாள்.

முருகதாசரும் மேல்துண்டின் உதவியால் ஒரு செம்பை ஏந்தியவண்ணம் உள்ளே நுழைந்தார்.

"என்னப்பா, மூணு டம்ளர் கொண்டாந்தே! எனக்கில் லையா?"

"உனக்கென்னடி இங்கே! அம்மாகூடப் போய்ச் சாப்பிடு."

"மாட்டேன்" என்று ஒரு டம்ளரை எடுத்து வைத்துக் கொண்டது குழந்தை.

முருகதாசர் காப்பியை ஆற்றி, சுந்தரம் கையில் ஒரு டம்ளரைக் கொடுத்தார்.

சுந்தரம் வாங்கி மடக்மடக்கென்று மருந்து குடிப்பதுபோல் குடித்துவிட்டு, "காப்பி வெகு ஜோர்!" என்று சர்டிபிகேட் கொடுத்தார்.

மற்றொரு டம்ளர் சுப்பிரமணிய பிள்ளையிடம் கொடுக்கப் பட்டது. "மாமா! எனக்கில்லையா?" என்று அவரிடம் சென்று ஒண்டினாள் அலமு.

"வாடி, நாம ரெண்டு பேரும் சாப்பிடுவோம்!" என்றார் முருகதாசர்.

"மாமாகூடத்தான்!" என்றது குழந்தை. சுப்பிரமணிய பிள்ளை கையிலிருந்த டம்ளரில் அலமுவைக் குடிக்கச் செய்தார்.

பாதியானதும், "போதும்!" என்றது குழந்தை.

"இந்தாருங்க ஸார்!" என்று மற்ற டம்ளரையும் நீட்டினார் முருகதாசர்.

"வேண்டாம்! வேண்டாம்! இதுவே போதும்!" என்றார் சுப்பிரமணிய பிள்ளை.

"நான்சென்ஸ்!" என்று சொல்லிவிட்டு, குழந்தை எச்சிற் படுத்தியதைத் தாம் வாங்கிக்கொண்டார் தாசர்.

"நேரமாகிறது, மவுண்டில் ஒரு நண்பரைப் பார்க்க வேண்டும்!" என்று எழுந்தார் சுந்தரம். "அதற்குள்ளாகவா? வெற்றிலை போட்டுக்கொண்டு போகலாம்!" என்றார் முருகதாசர்.

"கையில் எடுத்துக்கொண்டேன். நேரமாகிறது! அப்புறம் பார்க்கிறேன்!" என்று சொல்லிக்கொண்டு வெளியேறினார் சுந்தரம்.

கையில் இருந்த புகையிலையை வாயில் ஒதுக்கிவிட்டு, சிறிது சிரமத்துடன் தமக்கு நேரமாவதைத் தெரிவித்துக்கொண்டார் சுப்பிரமணிய பிள்ளை.

தொண்டையைச் சிறிது கனைத்துக்கொண்டு, "சுப்ரமண்யம், உங்களிடம் ஏதாவது சேஞ்ஜ் இருக்கிறதா? ஒரு மூன்று ரூபாய் வேண்டும்!" என்றார் முருகதாசர்.

"ஏது அவசரம்!"

"சம்பளம் போடலே; இங்கு கொஞ்சம் அவசியமாக வேண்டியிருக்கிறது . . . திங்கட்கிழமை கொடுத்துவிடுகிறேன்!"

"அதற்கென்ன?" பர்ஸை எடுத்துப் பார்த்துவிட்டு, "இப்போ என் கையில் இதுதான் இருக்கிறது!" என்று ஓர் எட்டணாவைக் கொடுத்தார் சுப்பிரமணியம்.

"இது போதாதே!" என்று சொல்லி, அதையும் வாங்கி வைத்துக்கொண்டார் முருகதாசர்.

"அப்பொ . . ." என்று மீண்டும் ஏதோ ஆரம்பித்தார்.

"பார்ப்போம்! எனக்குக் கொஞ்சம் வேலையிருக்கிறது" என்று சுப்பிரமணியமும் விடைபெற்றுச் சென்றார்.

முருகதாசர் தமது ஆஸ்தான அறையின் சிம்மாசனமான பழைய கோரைப் பாயில் உட்கார்ந்துகொண்டு, அந்த எட்டணாவைத் திருப்பித் திருப்பிப் பார்த்துக்கொண்டு, நீண்ட யோசனையில் ஆழ்ந்திருந்தார்.

“அங்கெ என்ன செய்யறீங்க?” என்ற மனைவியின் குரல்!

“நீதான் இங்கே வாயேன்!”

கமலம் உள்ளே வந்து, “அப்பாடா!” என்று உட்கார்ந்தாள். அவர் கையில் இருக்கும் சில்லறையைப் பார்த்துவிட்டு, “இதேது?” என்றாள்.

“சுப்பிரமணியத்திடம் வாங்கினேன்!”

“உங்களுக்கும்... வேலையில்லையா?” என்று முகத்தைச் சிணுக்கினாள் கமலம். பிறகு திடீரென்று எதையோ எண்ணிக்கொண்டு, “ஆமாம், இப்பத்தான் நினைப்பு வந்தது. நாளைக்குக் காப்பிப் பொடியில்லை, அதெ வச்சு வாங்கி வாருங்களேன்!” என்றாள்.

“அந்தக் கடைக்காரனுக்காக அல்லவா வாங்கினேன்! அதைக் கொடுத்துவிட்டால்?”

“திங்கட்கிழமை கொடுப்பதாகத்தானே சொன்னீர்களாம்!”

“அதற்கென்ன இப்பொழுது!”

“போய்ச் சீக்கிரம் வாங்கி வாருங்கள்!”

“திங்கட்கிழமைக்கு?”

“திங்கட்கிழமை பார்த்துக்கொள்ளுகிறது!”

***மணிக்கொடி*, 15.1.1937**

மனித யந்திரம்

ஸ்ரீ மீனாட்சிசுந்தரம் பிள்ளை ஒரு ஸ்டோர் குமாஸ்தா. அவர் உப்புப் புளி பற்று – வரவு கணக்கின் மூலமாகவும் படிக்கல்லின் மூலமாகவும் மனித வர்க்கத்தின் சோக நாடகங்களையும் மனித சித்தத்தின் விசித்திர ஓட்டங்களையும் அளந்தவர்.

அவருக்குச் சென்ற நாற்பத்தைந்து வருஷங்களாக அதே பாதை, அதே வீடு, அதே பலசரக்குக் கடையின் கமறல்தான் விதி. அதுவும் அந்தக் காலத்தில் அடக்கமான வெறும் மூலைத்தெரு ராமு கடையாகத்தான் இருந்தது. கடையும் பிள்ளையவர்களுடன் வளர்ந்தது. ஆனால் அதில் சுவராஸ்யமென்னவெனில் வெறும் 'மீனாச்சி' ஸ்ரீ மீனாட்சிசுந்தரம் பிள்ளையாகப் பரிணமித்தாலும் அவருக்கு அந்தப் பழையதுதான், அந்தக் காவி யேறிய கம்பிக்கரை வேஷ்டிதான். கடைக்கு முன்னால் இருந்த காறையும் கூரையும் போய் 'ரீ – இன்போர்ஸ்ட் காங்க்ரீட், எலெக்ட்ரிக் லைட், கௌண்டர்' முதலிய அந்தஸ்துகள் எல்லாம் வந்துவிட்டன. கடையும் பிள்ளையும் ஒன்றாக வளர்ந்தார்கள்; ஆனால் ஒட்டி வளரவில்லை. கடையில் வரவு செலவு வளர்ந்தது; பிள்ளையவர்களுக்குக் கவலையும் வளர்ந்தது.

ஸ்ரீ மீனாட்சிசுந்தரம் பிள்ளை பற்று வரவு கணக்குகளில் உள்ள சிக்கல்களையெல்லாம் அற்புதமாகத் தீர்த்து வைப்பார். அந்தக் காலத்தில் புன்னை எண்ணெய்க் குத்துவிளக்கடியில் இரவு பன்னிரண்டு மணிவரை மல்லாடுவார். இப்பொழுதும் அந்த மல்லாட்டத்திற்கெல்லாம் குறைச்சல் இல்லை; ஆனால் இப்பொழுது

மின்சார விளக்கும் விசிறியும் உடன் விழித்திருக்கும். அவரது சம்பளமும் ஆமை வேகத்தில் 'ஓடி' மாதத்துக்கு ரூ. 20 என்ற எல்லையை எட்டிவிட்டது. பற்று வரவு கணக்கு நிபுணர் ஸ்ரீ மீனாட்சிசுந்தரம் பிள்ளையின் திறமையெல்லாம் அந்த ஸ்டோர் கடையுடன்தான். வீட்டு வரவு செலவு கணக்கு மட்டும் அவருடைய இந்திர ஜால வித்தைகளுக்கெல்லாம் மீறி, உலகளந்த பெருமாளாக, சென்ற நாற்பத்தைந்து வருஷங்களாகப் பரந்து கிடக்கிறது; பரந்துகொண்டு வருகிறது.

காலை ஐந்து மணிக்கு ஈர ஆற்று மணல் ஒட்டிய அவர் பாதங்கள், வெகு வேகமாக ஆற்றில் இறங்கும் சந்திலிருந்து ராஜ பாட்டையில் திரும்பி, மறுபடியும் ஒற்றைத் தெரு என்ற சந்தில் நுழைவதைக் காணலாம்.

மழையானாலும் பனியானாலும் ஈர வேஷ்டியைச் சற்று உயர்த்திய கைகளால் பின்புறம் பறக்கவிட்டுக்கொண்டு, உலர்ந்தும் உலராத நெற்றியில் சுப்பிரமணிய சுவாமி கோவில் விபூதி, குங்குமம், சந்தனம் விகசிக்க அவர் செல்லும் காட்சியைச் சென்ற நாற்பத்தைந்து வருஷங்களாகக் கண்டவர்களுக்கு அவர் பக்தியைப் பற்றி அவ்வளவாகக் கவலை ஏற்படாவிட்டாலும், நன்றாக முடுக்கிவிடப்பட்ட பழுதுபடாத யந்திரம் ஒன்று நினைவிற்கு வரும்.

ஆறு மணியாகிவிட்டால் நேற்றுத் துவைத்து உலர்த்திய வேஷ்டியும் துண்டுமாக, ஈரத் தலையைச் சிக்கெடுத்த வண்ணம் ஸ்டோர் கடையை நோக்கி நடப்பார். மறுபடியும் அவர் இரவு பத்து அல்லது பன்னிரண்டு மணிக்கு கடையைப் பூட்டிக்கொண்டு திரும்புவதைப் பார்க்கலாம்.

'மீனாச்சி', கணக்குப்பிள்ளை அந்தஸ்தை எட்டுவதற்கு முன்பே நாலைந்து குழந்தை – மீனாட்சிகள் தெருவில் புழுதி ரக ஆராய்ச்சியில் ஈடுபடுவது சர்வ சாதாரணமாகிவிட்டது.

பிள்ளையவர்கள் பொறுமைசாலி – ஆதிசேஷன் ஒரு பூமியின் பாரத்தைத்தான் தாங்குகிறானாம் – ஆனால் பொறுப்பு, ஏமாற்று, சுயமரியாதை, நம்பிக்கை என்ற நியதியற்றுச் சுழலும் ஒரு பெரிய கிரக மண்டலத்தையே தூக்கிச் சுமக்கிறார் அவர். ஏறு நெற்றி, வழுக்கைத் தலை, கூன் முதுகு, பெட்டியடியில் உட்கார்ந்து உட்கார்ந்து குடமான வயிறு – இவைதான் இச் சுமைதாங்கி உத்தியோகத்தால் ஏற்பட்ட பலன்கள்.

பிள்ளையவர்கள் மிகவும் சாது; அதாவது படாடோபம், மிடுக்கு, செல்வம், அகம்பாவம் முதலியவற்றின் உதைகளையும் குத்துக்களையும் ஏற்று ஏற்று மனமும் செயலும் எதிர்க்கும்

சக்தியையும் தன்னம்பிக்கையையும் அறவே இழந்துவிட்டன. தாம் கீழ்ப்பட்டவர், விநயமாக இருக்க வேண்டும், தம்மைப் பாதுகாத்துக்கொள்ள உண்மை, நாணயம் முதலிய பழக்கங் களைக் கைக்கொள்ள வேண்டும் என்று உறுதிப்பட்டவர். ஆனால் அவர் உள்ளத்தில், அந்தப் பெட்டிப் பாம்பாக அடங்கிக் கிடக்கும் உள்ளத்தில், அல்லாவுத்தீன் ஜீனியைப் போல் ஆசை பூதாகாரமாய் விரிந்து, அவரது சித்தப் பிரபஞ்சத்தையே கவித்து ஆக்கிரமித்துக் கொண்டது. தன்னைக் காத்துக்கொள்ள வேண்டும் என்பதற்காகச் செயல் திறமையிழந்தவன் செய்வது போல் ஆசைப் பேய்க்குப் பூசையும் பலியும் கொடுத்து மகா யக்ஞம் செய்ய எந்தப் பக்தனாலும் முடியாது.

இந்த மனம் இருக்கிறதே, அப்பா! ஸ்ரீ மீனாட்சிசுந்தரம் பிள்ளைக்கும் அது உண்டு. நீறு பூத்த நெருப்பை வேதாந்திகள் பெரிய விஷயங்களுக்கு உபமானம் சொல்லுவார்கள். ஆசையைப் பொறுத்தவரை அந்த உபமானத்தால் பிள்ளை பெரிய மனுஷர்தான். 'மீனாச்சியா! அந்த அப்பாவிப் பயல்!' என்று பலர் துச்சமாகக் கருதுவார்கள். முகத்திற்கெதிரேயும் சொல்லுவார்கள். அப்படிப்பட்ட 'அப்பாவி'ப் பிராணியின் மனத்தில் புகைந்து கவிகிறது ஆசை. வீட்டில் குழந்தைக்குப் பால் தட்டாமலிருக்க – ஏன், பால் விற்று நாலு காசும் சம்பாதிக்க – மாடும் கன்றும் வாங்க வேண்டும்! தெற்குத் தெரு மாவன்னாவுக்கு 'மேடோவர்' செய்த நிலத்தைத் திருப்ப வேண்டும். இது மட்டுமா? கால் மேல் கால் போட்டு, 'ஏ மீனாட்சி!' என்று தாம் அழைக்கப்படுவதுபோல், தம் இஷ்டப் படி ஆட ஒரு மீனாட்சியும் ஸ்டோர் கடையும் கைக்குள் வரவேண்டும். ஒரு முறை கொழும்புக்குப் போய்விட்டுத் தங்க அரைஞாண், கடிகாரச் சங்கிலி, வாட்ட சாட்டமான உடம்பு, கையில் நல்ல ரொக்கம், கொழும்புப் பிள்ளை என்ற பட்டம் முதலிய சகல வைபவங்களுடனும் திரும்ப வேண்டும். தெருவில் எதிரே வருகிறவர் எல்லாரும் துண்டை இடுப்பில் கட்டிக்கொண்டு, பல்லை இளித்தவண்ணம் 'அண்ணாச்சி சௌக்கியமா?' என்று கேட்க வேண்டும்! ஊரில் நடைபெறும் கலியாணமும் சம்பவிக்கும் இழவும் இவர் வருகையை எதிர்பார்த்துத்தான் தம் பாதையில் செல்லவேண்டும்..!

இன்னும் எத்தனையோ எண்ணங்கள்! தினசரி பணப் புழக்கம் எல்லாம் அவர் கையில்தான். கடைசியாய், தனியாகக் கடையைப் பூட்டிச் சாவியை எடுத்துக்கொண்டு போகிறவரும் அவர்தான். அதே சமயத்தில்தான் கடைக்குக் கூப்பிடுகிற தூரத்தில் இருக்கும் ரயில்வே ஸ்டேஷனில் ஐந்து நிமிஷம் நின்றுவிட்டுத் தூத்துக்குடி ஷட்டில் வண்டி புறப்படுகிறது.

டிக்கட் வாங்கிக்கொண்டு ராத்திரியோடு ராத்திரியாகக் கம்பி நீட்டிவிடலாம். டிக்கட்டுக்கு மட்டிலும் பணம் எடுக்கத் தினசரி கடையில் பணம் புரளும். ஆனால், அந்தப் போலீஸ் காரப் பயல் இருக்கிறானே! நினைக்கும்பொழுதே பிள்ளையவர் களுக்கு அவன் கை தோளில் விழுவது போலப் பயம் தட்டி விடும். திடுக்கிட்டுத் திரும்பிக்கூடப் பார்த்துவிடுவார்.

சிலர் நேரத்தைத் தெரிந்துகொள்ளக் கைக்கடிகாரம் கட்டிக்கொள்ளுவார்கள். வேறு சிலர் நிழலின் குறியை உபயோகப்படுத்திக் கொள்ளுவார்கள். கடிகாரத்தின் மெயின் ஸ்பிரிங் ஒடிவதற்கு ஹேது உண்டு. சூரியனை மேகம் மறைத் தால் நிழலின் குறியெல்லாம் அந்தரடித்துக்கொண்டு போக வேண்டியதுதான். அதனால்தானோ என்னவோ, சென்ற நாற்பத்தைந்து வருஷங்களாகக் கொக்கிரகுளத்திலுள்ள பலருக்கும் ஸ்ரீமான் மீனாட்சிசுந்தரம் பிள்ளை சாவி கொடுக்காத கடிகாரமாய், மேகத்தால் மறையாத சூரியனாய், என்றும் பழுதுபடாத நித்திய வஸ்துவாய் இருந்து வருகிறார்.

பிள்ளைக்கு எதிலும் நிதானம். இயற்கையின் நியதியைப் போல் இருக்கும் அவர் நடவடிக்கையெல்லாம் – நேற்று இருந்த மாதிரித்தான் இன்றும், நாளையும், இனியும். ஒன்றுமட்டும் சொல்லுகிறேன். கொக்கிரகுளத்தில் உள்ள மிகவும் முதிர்ந்த கிழவருக்கும், அவர் தம் சன்னக் கம்பிக் கறுப்புக் கரை நாட்டு வேஷ்டியுடன்தான் காட்சியளித்து வருகிறார்; இந்த ஒழுங்கி லிருந்து அவர் விலகியதும் கிடையாது; விலக முயன்றதும் விரும்பியதும் கிடையாது.

ஸ்ரீ பிள்ளையவர்களின் முகம் தேஜஸ் கீஜஸ் என்ற தொந்தரவெல்லாம் பெறாவிட்டாலும் அவர் ஒரு சித்தாந்தி. பற்று வரவு கணக்கு அவருக்கு வாழ்க்கையின் இரகசியங்களை எடுத்துக் காண்பித்து, புகையூடு தெரியும் விளக்கைப் போன்ற ஒரு மங்கிய சித்தாந்தத்தை உபதேசித்தது.

2

மூலைத் தெரு லாந்தல் கம்பங்கூடச் சோர்ந்துவிட்டது. கொக்கிர குளத்திலுள்ள லாந்தல் கம்பங்களுக்கு இரவு பத்து மணிக்குள்ளாகவே சர்வ சாதாரணமாக ஏற்படும் வியாதி இது.

மூலைத் தெருவில் மற்ற இடங்களெல்லாம் ஒடுங்கிவிட்டன. ஸ்டோரில் பெட்டியடி மேல் ஒற்றை மின்சார விளக்குப் பிரகாசிக்கிறது. பிள்ளையவர்கள் ஓலைப் பாயில் உட்கார்ந்து

கொண்டு மேஜையின் மேலுள்ள சிட்டைப் புத்தகத்தில் ஏதோ பதிந்துகொண்டு இருக்கிறார்.

"சுப்புப் பிள்ளையா? நாலு, நாலரை, நாலரையே மாகாணி, நாலரையே மாகாணியும் ஒரு சல்லியும், நாலரையே மாகாணி ஒரு சல்லி, ஒரு துட்டு, நாலு, ஒம்பது, அஞ்சு சல்லி!... சவத்துப் பயலுக்கு குடுத்துக் குடுத்துக் கட்டுமா? நாளைக்கு வரட்டும் சொல்லறேன். கோவாலய்யனா? சொல்லவும் முடியாது, மெல்லவும் முடியாது! என்ன செய்யறது? பிள்ளையவாள் பாடு அவன் பாடு..." ஏடுகளைப் புரட்டு கிறார். நெற்றியில் வழியும் வேர்வையைத் துடைத்துவிட்டு ராமையாப் பிள்ளை பேரேட்டைத் திருப்பிக் கூட்ட ஆரம்பித் தார். "வீசம், அரைக்கால், அரையேரைக்கால்..."

"என்ன அண்ணாச்சி, இன்னங் கடையடைக்கலே? என்னத்தெ விளுந்து விளுந்து பாக்கிய?" என்றுகொண்டே வந்தார் மாவடியா பிள்ளை. "வாரும், இரியும்!" என்று சொல்லி, மறுபடியும் கணக்கில் ஈடுபட்டார் பிள்ளை.

"என்னய்யா, வண்டி போயிருக்குமே! இன்னமா? உமக் கென்ன பயித்தியம்?"

"தம்பி, நீங்க ஒரு மூணு வீசம் அரை வீசம் கொடுக்கணு மில்லெ; நாளாயிட்டுதே! கொஞ்சம் பாருங்க, கடைலே பெரண்டாத்தானே முடியும்?"

"அதுக்கென்னையா வர்ர வியாழக்கிழமை பாக்கிறேன். நீங்க வீசம்படி *பின்னைக்கி எண்ணை குடுங்க; எல்லாத்தை யும் சேர்த்துக் குடுத்திடுவேன்!"

"பாத்துச் செய்யுங்க!" என்று சொல்லிக்கொண்டே மேல் துண்டை எடுத்து ஒரு தோளில் போட்டுக்கொண்டு எழுந்தார். கொட்டாவி வந்துவிட்டது. வாய்ப் பக்கம் விரலால் சுடக்கு விட்டுக்கொண்டே 'மகாதேவ, மகாதேவ' என்று முணுமுணுத்த வண்ணம் நெடுங்காலக் களிம்பால் பச்சை ஏறிப்போன புன்னைக்காய் எண்ணெயிருக்கும் செப்புப் பாத்திரத்தண்டை சென்றார். குனியுமுன் தலையை விரித்து உதறி, இடது கையால் அள்ளிச் சொருகிக்கொண்டு, கட்டை விரலுக்கும் நடுவிரலுக் கும் இடையில் பிடித்து வீசம் படியில் எண்ணெயை எடுத்துக் கொண்டு திரும்பினார்.

"தம்பி!" என்றுகொண்டே நீட்டினார்.

---

* பின்னைக்கி எண்ணை : புன்னைக்காய் எண்ணெய்

மாவடியா பிள்ளை கையில் இருந்த சிறு பித்தளை டம்ளரில் வாங்கிக்கொண்டார்.

பிள்ளையவர்கள் மறுபடியும் ஒழுங்காக மேல்துண்டை மடித்துப் பெட்டியடியில் போட்டுக்கொண்டு, 'மகாதேவா!' என்று வாய்விட்டு ஓலமிட்டவண்ணம் ஒற்றைக் கையைப் பெட்டியின்மேல் ஊன்றியபடி மெதுவாகச் சம்மணமிட்டு உட்கார்ந்தார்.

மாவடியா பிள்ளை புறப்படுவதாகத் தோன்றவில்லை.

"என்ன அண்ணாச்சி, இன்னந் *தேரமாகலியா!" என்று, பெட்டியடிப் பக்கத்தில் இருந்த தட்டில் உள்ள பொரி கடலையை எடுத்துக் கொறிக்க ஆரம்பித்தார்.

"இன்னம் ரெண்டு மூணு புள்ளியைப் பாத்துவிட்டுத் தான் கடையெடுக்கணும். எனக்குச் **செல்லும். வார வைகாசிலே ராதாவரத்துப் பிள்ளை என்னமோ காசுக் கடை வைக்ராஹ ளாமே; ஒங்கிளுக்கெரினய்யா ..!" என்று சிரித்தார் பிள்ளை.

"அவாளுக்கென்ன! காசுக் கடையும் வைப்பாஹ, கும்பினிக் கடையும் வைப்பாஹ. கையிலே பசை இருந்தா யார்தான் என்னதான் செய்யமாட்டாஹ? வார வைகாசிலையா? யார் சொன்னா?" என்று வாயில் உப்புக் கடலை ஒன்றை எடுத்துப் போட்டபடியே கேட்டார்.

"என்னய்யா, ஒரேயடியா கையை விரிக்கிய? ஒங்களுக்குத் தெரியாமலா பிள்ளைவாள் வீட்லெ ஒண்ணு நடக்கும்? யாரு கிட்டெ ஒங்க மூட்டையெ அவுக்கிய?" என்று கையில் எடுத்த பென்ஸில் முனை மழுங்கியிருந்ததால் நகத்தால் கட்டையை உரித்துக்கொண்டே சொன்னார்.

மாவடியா பிள்ளை அப்படி இலகுவில் 'மூட்டையை அவிழ்த்து' விடுபவரல்லர். 'ஊர்க் கதை எல்லாம் நமக் கெதுக்கு? நான் வாரேன். தேரமாகுது!" என்று எண்ணெயை எடுத்துக்கொண்டு புறப்பட்டுவிட்டார்.

"தம்பி! விசாளக்கெளமையை மறக்காமே!" என்றார் பிள்ளை.

"மறப்பனா!" என்றுகொண்டே இருட்டில் மறைந்தார் மாவடியா பிள்ளை.

---

* தேரம் : நேரம்

** செல்லும் : நேரம் செல்லும்

பிள்ளையவர்களுக்கு அப்புறம் கணக்கில் மனம் லயிக்க வில்லை. ராதாபுரத்துப் பிள்ளை ஆரம்பிக்கப்போகும் காசுக் கடையிலும், அதில் மாவடியா பிள்ளைக்குக் கிடைக்கக்கூடிய ஸ்தானத்தையும் பற்றி விஸ்தாரமாக நினைக்க ஆரம்பித்து விட்டார்.

'மாவடியா பிள்ளைக்கென்ன! கையிலே பணம் புரண்ட வண்ணந்தான். இப்பவே ஒரேயடியாக முழுங்கரானெ. ஆளைக் கையிலே பிடிக்க முடியுமா?...'

அவர் மனம் காசுக் கடைப் பெட்டியடியில் உட்கார்ந் திருக்கும் கற்பனை - மாவடியா பிள்ளையைக் கண்டு பொறாமைப்பட்டது. 'என்னதான் இருந்தாலும் நாணயமா ஒரு இடத்தில் இருக்கிறவன் என்று பேர் வாங்கப் போறானா! நாற்பத்தைந்து வருஷங்கள் ஒரே இடத்தில் இருந்து பேர் வாங்கினால் அல்லவா தெரியும்?...' உடனே மனம் நாற்பத் தைந்து வருஷங்களையும் தாவி, ஏதோ அந்தக் காலத்தில் பள்ளிக்கூடத்திற்குப் போக மறுத்ததினால் ஏற்பட்ட இந்த மாறுதலை நினைத்தது. அந்தக் காலத்தில் அது பிரமாதமாகப் படவில்லை. அப்புறம் பிள்ளையும் குட்டியும் வந்து, அது இது என்று ஆக ஆகச் சந்தர்ப்பம் தவறாக மாறிப் பெரிய தவறாக உருவெடுத்தது. வக்கீல் பிள்ளையும் உடன்படித்தவர் தான். இப்பொழுது அவரை 'ஏலே ஆறுமுகம்!' என்று கூப்பிட முடியுமா?

பிள்ளையவர்களுக்கு மனம் கணக்கில் லயிக்கவில்லை. பெட்டியில் மூடிவைத்தார். 'தூத்துக்குடி வண்டி இன்னும் புறப்படவில்லையே!' என்ற எண்ணம் திடீரென்று உதித்தது. 'சவத்தைக் கட்டி எத்தனை நாள்தான் மாரடிப்பது!' என்று முணுமுணுத்தார். நெற்றியில் குபீர் என்று வியர்வையெழும்பி யது. பெட்டிச் சொருகை அனாவசிய பலத்தை உபயோகித்து வெளியே இழுத்தார். உள்ளேயிருந்த சில்லறையும் ரூபாயும் குலுங்கிச் சிதறின. செம்பு, நிக்கல், வெள்ளி என்று பாராமல் மடமடவென்று எண்ணினார். நாற்பதும் சில்லறையும் இருந்தது. அவசர அவசரமாக எடுத்து மடியில் கொட்டிக்கொண்டு, விளக்கை அணைத்து, மடக்குக் கதவுகளைப் பூட்டினார்.

சாவிக் கொத்து கையில் இருக்கிற உணர்வுகூட இல்லா மல் வேகமாக ஸ்டேஷனை நோக்கி நடந்தார். நாற்பத்தைந்து வருஷமாக உழைத்துப் போட்டும் என்ன பலன்? நாக்குக்கு ருசியாச் சாப்பிட முடிந்ததா? என்ன பண்ணிவிடுவான்? கொஞ்ச தூரம் சென்ற பிறகுதான் செருப்பைக்கூடக் கடையி லேயே வைத்துவிட்டு வந்துவிட்டார் என்ற உணர்வு தட்டியது.

எப்போதும் முடிவிலே இன்பம்

நல்ல காலமாக எதிரில் யாரையும் காணோம். 'பார்த்தால் தான் என்ன? கடையைப் பூட்டின பிறகு நேரே வீட்டிற்குத் தான் போக வேண்டுமா? நம்ம நினைப்பு அவனுக்கெப்படித் தெரியும்?'

ஸ்டேஷனுக்கு வந்தாய்விட்டது. பெட்ரோமாக்ஸ் விளக்கடி யில் தூங்கும் சில்லறைச் சிப்பந்திகள், பக்கத்து வெற்றிலை பாக்குக் கடையில் வாயடியடிக்கும் போர்ட்டர்கள்! வெளி கேட்டில் அவ்வளவு கூட்டம் இல்லை. ரயிலுக்குக் கூட்டம் இருக்காததும் நல்லதுதான் என்று நினைத்து உள்ளுக்குள் சந்தோஷப்பட்டுக்கொண்டார் பிள்ளை.

டிக்கட் கவுண்டரில் பத்தேகாலணாவை வைத்துவிட்டு, "தூத்துக்குடி!" என்றார் பிள்ளை. அதற்குள் நா வரண்டுவிட்டது.

"எங்கே?" என்றார் டிக்கட் குமாஸ்தா.

பிள்ளை திடுக்கிட்டார். "தூத்துக்குடி!" என்றார் மறுபடியும்.

"வாயில் என்ன கொழுக்கட்டையா? தெளிவாகத்தான் சொல்லேன்?" என்றுகொண்டே ஒரு டிக்கட்டைப் 'பஞ்ச்' செய்து கொடுத்தார் குமாஸ்தா.

அப்பாடா!

பிள்ளையவர்கள் நிம்மதியடைந்தவர் போல் மூச்சை உள்ளுக்கு வாங்கி மெல்ல விட்டுக்கொண்டு பிளாட்பாரத்தில் நுழைந்தார். வண்டி வந்து நின்றுகொண்டிருக்கிறது. புறப்பட இன்னும் பத்து நிமிஷம். ஒரு சோடா விற்பவனும், ஆம வடை – முறுக்கு – போளி – ஐயரும் குரல் வரிசையைப் பிளாட்பாரத்தின் மேலும் கீழுமாகக் காண்பித்து நடந்தனர். லக்கேஜ் தபால் வண்டிப் பக்கத்தில்தான் ஸ்டேஷன் மாஸ்ட ரும், ஸ்டேஷன் சிப்பந்திகளும்! தொடரின் பின்புறத்தில், ஒருவரும் இல்லாத தனி வண்டியில் ஏறி, கூட்ஸ் ஷெட் பக்கம் பார்த்த ஜன்னல் அண்டையில் உட்கார்ந்தார். ஜன்னல் பக்கம் இருந்த நிம்மதி இவரது மனத்தைத் துருதுரு என்று வாட்டியது. எழுந்து பிளாட்பாரத்தின் பக்கத்திலிருக்கும் ஜன்னல் பக்கம் வந்து உட்கார்ந்துகொண்டு, வண்டி எப் பொழுது புறப்படும் என்பதை ஆவலாக அறிய எஞ்சின் பக்கம் திரும்பிப் பார்த்துக்கொண்டிருந்தார்.

"பிள்ளைவாள்! ஏது இந்த ராத்திரியில்!" என்றது கம்பீர மான ஒரு குரல். வேறு ஒருவரும் இல்லை, ரயில்வே போலீஸைச் சேர்ந்த அவரது நண்பர் கலியாணசுந்தரம் பிள்ளை. திடுக் கிட்டுத் திரும்பினார்.

புதுமைப்பித்தன்

போலீஸ்காரன்! பிள்ளையவர்கள் நண்பரைப் பார்க்க வில்லை; காக்கி உடையைத்தான் பார்த்தார்!

தன்னையறியாமல் அவரது வாய், "தூத்துக்குடி வரை!" என்றது.

"என்ன அவசரம்! நான் உங்களை மணியாச்சியில் பார்க்கிறேன்!" என்று சொல்லி, அளவெடுத்து வைக்கும் பெருமிதமான நடையுடன் லக்கேஜ் வான் பக்கம் நிற்கும் ஸ்டேஷன் மாஸ்டரை நாடினார் கலியாணசுந்தரம் பிள்ளை.

மீனாட்சிசுந்தரம் பிள்ளைக்கு நுனிநாக்கு முதல் அடித் தொண்டை வரை ஒரே வறட்சி; கண்கள் சுழன்றன.

"கலர்! சோடா!" என்று நீட்டினான் ஸோடாக்காரன்.

"ஏ, ஸோடா! கலர் ஒன்று உடை!" என்றார் பிள்ளை.

'டஸ்!' என்ற சப்தம்; 'ஸார்' என்று நீட்டினான் சோடாக் காரன். வாங்கிக் குடித்தார். 'பூப்!' என்று ஏப்பமிட்டுக்கொண்டே ஓரணாவை அவன் கையில் கொடுத்துவிட்டுப் பலகையில் சாய்ந்து கண்ணை மூடினார் பிள்ளை. 'கலியாணி பார்த்து விட்டானே! நாளைக்கு நம் குட்டு வெளிப்பட்டுப் போகுமே!'

துறைமுகத்தில் கலியாணசுந்தரம் பிள்ளை தமக்காகக் காத்துக்கொண்டிருப்பதை மனக்கண்ணால் பார்த்தார்.

ரயில் விஸில் கிரீச்சிட்டது. பிள்ளையவர்கள் அவசர அவசரமாகக் கதவுப் பக்கம் வந்து இறங்கினார்.

பிளாட்பாரத்தில் கால் வைத்ததுதான் தாமதம், வண்டி நகர ஆரம்பித்தது.

'என்ன பிள்ளைவாள் இறங்கிட்டிய!' என்ற வேகம் அதிகரித்து ஓடும் ரயில் சாளரத்திலிருந்து ஒரு குரல். கலியாண சுந்தரம் பிள்ளைதான்.

"அவாள் வரலை!" என்று கத்தினார் பிள்ளை.

மெதுவாக, நிதானமாக ஸ்டேஷனைவிட்டு வெளியேறி ஸ்டோர் பக்கமாக நடந்தார் பிள்ளை. வழியில் சிறிது தூரம் செல்லுகையில்தான் பாஸ் இல்லாமல் எப்படிக் கப்பலில் செல்வது என்ற ஞாபகம் வந்தது பிள்ளைக்கு. 'புத்தியைச் செருப்பால்தான் அடிக்கணும்!' என்று சொல்லிக்கொண்டார் பிள்ளை. அவருக்குத் தமது ஆபத்தான நிலைமை அப்பொழுது தான் தெளிவாயிற்று. உடல் நடுங்கியது.

'யார் செய்த புண்ணியமோ!' என்று மடியில் இருந்த விபூதியை நெற்றியில் இட்டுக்கொண்டு, 'மகாதேவா!' என்றார் வாய்விட்டு.

ஸ்டோருக்கு வந்துவிட்டார். சாவதானமாகக் கதவைத் திறந்து, விளக்கை ஏற்றினார். மடியில் இருந்த சில்லறையைப் பெட்டிக்குள் வைத்துவிட்டு, சிட்டையை எடுத்து, 'மீனாட்சி பற்று பதினொன்றே காலணா' என்று எழுதினார்.

மறுபடியும் விளக்கு அணைந்தது. காலில் செருப்பை மாட்டிக் கொள்ளும் சப்தம்; பூட்டு கிளிக் என்றது.

முதலாளி வீட்டை நோக்கி சருக்சருக்கென்ற செருப்புச் சப்தம்.

பிள்ளை வழியில் துண்டை உதறிப் போட்டுக்கொண்டார். தலையை உதறிச் சொருகிக்கொண்டார்.

முதலாளி காற்றுக்காக வெளியே விசிப் பலகையில் தூங்குகிறார்.

"ஐயா! ஐயா!" என்றார் மீனாட்சிசுந்தரம் பிள்ளை.

"என்ன வே, இவ்வளவு நேரம்!" என்று புரண்டுகொண்டே கொட்டாவி விட்டார் முதலாளி ஐயா.

"இல்லே, சோலி இருந்தது. எம் பத்துலே இண்ணக்கி பதினொண்ணே காலணா எளுதிருக்கேன்!" என்றார் பிள்ளை. அப்பொழுதும் அந்த நாவறட்சி போகவில்லை.

"சரி! விடியனெ வரப்பொ மூக்கனெ வண்டியைப் போட்டுக்கிட்டு வரச்சொல்லும். சந்தைக்குப் போக வேண்டாம்!" என்றார். சொல்லிவிட்டு, கொடுங்கையைத் தலைக்கு வைத்துக் கொண்டு கண்ணை மூடிக்கொண்டார்.

மீனாட்சிசுந்தரம் பிள்ளை முதலாளி ஐயாவைச் சற்று நேரம் பார்த்துக்கொண்டே நின்றார். அப்புறம் மெதுவாகத் திரும்பி நடந்தார்.

***மணிக்கொடி*, 25.4.1937**

காலனும் கிழவியும்

வெள்ளைக்கோயில் என்றால் அந்தப் பகுதியில் சுடுகாடு என்று அர்த்தம். ஆனால் அது ஒரு கிராமமும் கூட. கிராம முனிஸீபு முதலிய சம்பிரமங்கள் எல்லாம் உண்டு. ஊர் என்னமோ அப்படி அப்படித்தான்.

'வெள்ளைக்கோயிலுக்குப் போறேன்' என்றால் உலகத்திடம் செலவு பெற்றுக்கொள்வது என்பது அந்தப் பகுதி வாசிகளின் வியாக்கியானம். ஆனால், வெள்ளைக் கோயிலுக்குப் போய்த் திரும்பி வருகிறவர்களும் பலர் உண்டு. ஏன், சுப்பு நாடான் தினசரி காலையும் சாயங் காலமும் அங்கு போய்த்தான் ஏழை மக்களுக்குக் கஷ்டத்தை மறக்க வைக்கும் அமுதத்தை இறக்கி வரு கிறான். மாடத்தி தினசரி அங்கு போய்த்தான் சுள்ளி பொறுக்கிக்கொண்டு திரும்புகிறாள். ஆனால் இப்படித் திரும்புகிறவர்களைப் பற்றி மட்டிலும் நினைவு வருகிற தில்லை போலும் அவ்வூர் வாசிகளுக்கு.

அந்தப் பிரதேசத்திற்குச் சென்றும் வெறுங்கையுடன் திரும்பி வரும் நிலைமை ஒரே ஓர் ஆசாமிக்கு ஏற்பட்டது. அவர்தான் தர்மராஜா.

இந்தச் சமாசாரத்தைப் பற்றி வெள்ளைக்கோயில் காரருக்குத் தெரியாது. ஏனென்றால், மருதாயி, புகையும் சுடுகாட்டுக்கும் சலசலக்கும் பனைவிளைக்கும் இடையில் உள்ள ஒரு குடிசையில் வசிக்கும் கிழவி.

மருதாயிக்கு இந்த விளையில் பனைகள் சிறு விடலி களாக நின்றது தெரியும். அது மட்டுமா? கும்பினிக்காரன் பட்டாளம் அந்த வழியாகச் சென்றது எல்லாம் தெரியும்.

அந்தக் காலத்தில் மருதாயியின் பறையன் நல்ல செயலுள்ளவனாக இருந்தான். வஞ்சகமில்லாமல் குடிப்பான்.

மருதாயிக்கு அந்தக் காலத்திலேயிருந்த மிடுக்கு சொல்லி முடியாது. அறுப்புக்குச் சென்றுவிட்டு, களத்திலிருந்து மடி நிறையக் கொண்டுவரும் நெல்லை, கள்ளாக மாற்றுவதில் நிபுணி. சதிபதிகள் இருவரும் இந்த இலட்சியத்தை நோக்கி நடந்தால் வெள்ளைக்கோயில் பக்கம் குடியிருக்காமல் வேறு என்ன செய்ய முடியும்?

மருதாயிக்குப் பிள்ளைகள் பிறந்தன. அவையெல்லாம் எப்பவோ ஒரு காலத்தில் நடந்த சமாசாரம் – கனவு போல. இப்பொழுது பேரன் மாடசாமியும், எருமைக்கிடாவுந்தான் அவளுடைய மங்கிய கண்கள் கண்ட உண்மைகள். கிடாவை வெளியில் மேயவிட்டுக் கொண்டு வருவான் பேரன். கிடாவும் நன்றாகக் கருகருவென்று ஊரார் வயலை மேய்ந்து கொழுத்து வளர்ந்திருந்தது. வாங்குவதற்கு ஆள் வருவதை மாடசாமி எதிர்பார்த்திருந்தான்.

மாடசாமி அவளுடைய கடைக்குட்டிப் பெண்வழிப் பேரன். கொஞ்சம் துடியான பயல். பாட்டனின் ரத்தம் கொஞ்சம் ஜாஸ்தி. அதனால்தான் மாடு மேய்க்கிற 'சாக்கில்' கிழவியைக் குடிசையில் போட்டுவிட்டுப் போய்விடுவான். அவனுக்கு ஒரு பெண்ணைக் கட்டிவைத்துவிட்டால் தனக்கு இந்தக் குடிசைக் காவல் ஓயும் என்று நினைப்பாள் கிழவி. தன் கைக்கு ஒரு கோல் போல அவளுக்கும் ஒரு உதவிக் கட்டை தேவை என்று நினைத்தாள்.

காலத்தின் வாசனை படாத யமபுரியில் சிறிது பரபரப்பு. யமதர்மராஜா நேரிலேயே சென்று அழைத்து வரவேண்டிய ஒரு புள்ளியின் சீட்டுக் கிழிந்துவிட்டது என்பதைச் சித்திர புத்திரன் மகாராஜாவிடம் அறிவித்தான். சித்திரபுத்திரனுக்கு ஓலைச் சுவடிகளைப் பார்த்துப் பார்த்தோ என்னவோ சிறிது காலமாகப் பார்வை அவ்வளவு தெளிவில்லை.

நேற்றும் இன்றும் அற்ற லோகத்தில் மாறுதல் ஏற்படுவது ஆச்சரியந்தான். இருந்தாலும் உண்மையை மறைக்க முடியவில்லையே!

தர்மராஜாவின் சிங்காதனத்தின் மேல்அந்தரத்தில் தொங்கும் ஒளிவாளின்மீது மாசு படர்ந்துவிட்டது – காரணம், மகாராஜனின் தொழிலிலும் மனத்திலும் மாசு படர்ந்ததால் என்று கிங்கரர்களுக்குள் ஒரு வதந்தி. மகாராஜாவும் தம்

முன் வரும் உயிர்களுக்கு நியாயம் வழங்கும்போதெல்லாம் அடிக்கடி உயர அண்ணாந்து வாளைப் பார்த்துக்கொள்வாராம்.

போருக்கு முதல்வனையும் ஊருக்கு முதல்வரையும் மகாராஜாவே நேரில் சென்று அழைத்து வரவேண்டும் என்பது சம்பிரதாயம். காலத்திற்கு அதிபதியான மன்னன் அந்தக் கைங்கரியத்தைச் செய்வதில் மனக் குழப்பம் ஏற்பட்டது.

பூலோகத்திலே, குறிப்பாக வெள்ளைக்கோயிலிலே, அப்போது அஸ்தமன சமயம். பேய்க்காற்று யமதர்மராஜனின் வருகையை அலறி அறிவித்தது. பனைமரங்கள் தங்கள் ஓலைச் சிரங்களைச் சலசலத்துச் சிரக்கம்பம் செய்தன. சுடுகாட்டுச் சிதையில் வெந்து நீறாகும் வாத்தியார் உடல் ஒன்று கிழவிக்குக் கிடைக்கப் போகும் பெருமையைக் கண்டு பொறாமைப் புகையைக் கக்கித் தன்னையழித்துக் கொண்டது. எங்கிருந்தோ ஒரு கூகையின் அலறல்.

ஓடிப் போய்ப் பேயாக மாறியாவது தனக்குக் கிடைக்கப் போகும் சித்திரவதைகளிலிருந்து தப்ப முயலும் வாத்தியார் உயிரை மறித்து, தூண்டிலில் மாட்டி, மேல் நோக்கிப் பறக்கும் கிங்கரர்கள், மகாராஜா தூரத்திலே வருவதைக் கண்டு வேகமாக யமபுரியை நோக்கிச் செல்லலானார்கள்.

எங்கிருந்தோ ஒரு நாய் தர்மராஜனின் வருகையை அறிந்துகொண்டு அழுது ஓலமிட்டது.

கிழவி, குடிசைக் கதவை இழுத்துச் சாத்திவிட்டு இடுக்கான நடையில் வந்து உட்கார்ந்து வெற்றிலைக் குழவியை எடுக்கத் தடவினாள். கை கொஞ்சம் நடுங்கியது. என்றுமில்லாமல் கொஞ்சம் நாவரட்சி ஏற்பட்டது. ‘சவத்துப் பயலெ அந்திலெ சந்திலெ தங்காதே, மாட்டே ஓட்டிக்கிட்டு வந்திருன்னு சொன்னா, மூதி . . .’ என்று சொல்லிக்கொண்டே தண்ணீர்க் கலயத்தை எடுத்தாள்.

புறக்கடையில் திடுதிடுவென்று எருமைக் கிடா வந்து நின்றது. அதன் மேலிருந்த கறுத்த யுவன் குதித்தான்.

“ஏலே மாடா, எத்தினி தெறவேதான் ஒன்கிட்டச் சொல்லி மாரடிக்க. மூதி, தொளுவிலெ கட்டி, பருத்தி விதையெ அள்ளி வய்யி, பாளையங்கோட்டை எசமா வந்திருந்தாவ. நாளைக்கி கடாவெ கொண்டாரச் சொன்னாவ!” என்றாள் வந்தவனைப் பார்த்து.

வந்தவன்தான் எமதர்மராஜா.

'பாவம் கிழவிக்கு அவ்வளவு கண் பஞ்சடைந்து போய் விட்டதா?' என்று அவன் மனம் இளகியது. கிழவியின் கடைசி விருப்பத்திற்குத் தடையாக ஏன் இருக்க வேண்டும் என்று எருமையைத் தொழுவில் கட்டிவிட்டு, பருத்தி விதையை அள்ளிவைத்தான். பூலோகத் தீனியைக் கண்டிராத எருமை திருதிருவென்று விழித்தது.

கிழவி திடுக்கிட்டுவிடாமல் இதமாக வந்த காரியத்தைத் தெரிவிக்க வேண்டும் என்று நினைத்துக்கொண்டு குனிந்து குடிசைக்குள் நுழைந்தான் யமன்.

"ஏலே அய்யா, அந்த வெத்திலைச் சருகை இப்பிடித் தள்ளிப் போடு!" என்றாள் கிழவி.

வெற்றிலையை எடுத்துக் கொடுத்துவிட்டு, "அதிருக்கட்டும் கிழவி, நான் யார் தெரியுமா? என்னை நல்லாப் பாரு! நான்தான் ..." என்று ஆரம்பித்தான் எமன்.

"என்ன குடிச்சுப்பிட்டு வந்தியாலே! எனக்கென்ன கண்ணு பொட்டையாப் போச்சுன்னு நினைச்சிக்கிட்டியாலே!" கிழவிக்கு அவன் நின்ற நிலையைப் பார்த்ததும் மத்தியானச் சம்பவம் ஏதோ நினைவுக்கு வந்தது.

"சிங்கிகொளத்தா மவளே, அவதான் சொக்கி, அவளைப் பார்த்திருக்கியாலே ... நேத்துக்கூடச் சுள்ளி பொறுக்க வந்தாளே ... அவ அப்பங்காரன் வந்திருந்தான் ... உனக்கு அவளெப் புடிச்சுக் கட்டிப் போட்டுட்டா நல்லதுன்னான். என்ன சொல்றே? ..."

காலத்தின் அதிபனான, காலத்தின் எல்லைக்கு அப்பாற் பட்ட யமதர்மராஜன் நடுநடுங்கினான்.

"நான்தான் யமதர்மராஜன்!" என்று அவனது வாய் உளறியது. பயப் பிராந்தியில் வாய் உண்மையைக் கக்கியது. ஆனால் அந்த உண்மை கிழவியின் உள்ளத்தில் பயத்தை ஏற்படுத்தவில்லை.

"குடிச்சுப்பிட்டுத்தான் வந்திருக்கே ... ஒங்க பாட்டன் குடிச்சுக் குடிச்சுத்தான் தொலைஞ்சான் ... அதான் வெள்ளக் கோயில் குடிசை! நாசமாப் போரத்துக்கு நாலு வளி வேணுமா? விதி யாரை விட்டுது ..?" என்றாள்.

விதியைப் பற்றி நினைத்ததும் கிழவிக்கு என்றுமில்லாத தளர்வு தட்டியது ... மூச்சுத் திணறியது ... யமனுக்குக் கால்களில் தெம்பு தட்டியது ... விதிக்கோலைப் பற்றித் தன் ஆட்சியை நிலைநாட்ட நிமிர்ந்தான் ...

“ஏலே, ஒன் வக்கணையெல்லாம் இருக்கட்டுமிலே, என்னா, எருமை அத்துக்கிட்டு ஓடுது? மறிச்சுப் பிடிச்சா?” என்றாள் கிழவி.

‘ஏதேச்சையாக அலைந்த வாகனத்தைக் கட்டிப்போட்டுப் பருத்தி விதை வைத்தால் நிற்குமா?’ என்று நினைத்துக் கொண்டே, வெளியேறி வந்து சமிக்ஞை செய்தான் யமன். வாகனம் வந்து மறைவில் அவன் சொற்படி நின்றது.

எருமையின் முதுகில் போட்டிருக்கிற பாசக் கயிற்றை எடுத்துக்கொண்டு மறுபடியும் உள்ளே நுழைந்தான் யமன். பாசத்தால் அவளைக் கட்டிவிடலாம் என்று நம்பினான். பாவம்!

“ஏலே, கயிறு நல்லா உறுதியாக இருக்கே, எங்கலே வாங்கினே? ஒங்க பாட்டனிருந்தாருல்ல, அவருக்கு அப்பங் காலத்துலேதான் இது மாதிரி கெடைக்கும். அங்கென சுத்தி ஒரு கொடியாக் கட்டிப்போட்டு வய்யி, ஒண்ணுக்குமில்லாட்டா நாலு ஓலையையாவது சேத்துக் கட்டிக்கிட்டு வரலாம்!” என்றாள்.

பாசக் கயிற்றின் நுனியைக் கூரையைத் தாங்கும் விட்டத்தில் கட்டிக்கொண்டே, தான் அவள் பேரன் அல்லன் என்பதை இந்தக் கிழவிக்கு எப்படித் தெளிவுபடுத்துவது என்று எண்ணியெண்ணிப் பார்த்தான். தனது சுய உருவைக் காண்பித்தால் – பயந்துவிட்டால் என்ன செய்வது என்ற நினைப்பு . . . வேறு வழியில்லை . . .

“ஏ கிழவி, என்னை இப்படி திரும்பிப் பார்!” என்று அதிகாரத் தொனியில் ஒரு குரல் எழுந்தது.

கிழவி திரும்பிப் பார்த்தாள். கூரையின் முகட்டையும் தாண்டி, ஸ்தூலத் தடையால் மறையாமல் யமன் தன் சுய உருவில் கம்பீரமாக நிற்பதைக் கண்டாள்.

“நீ யாரப்பா! இங்னெ ஏம் பேரன் நிண்டுகிட்டிருந்தானே, அவனெங்கே?” என்றாள்.

“நான்தான் யமன்! நான்தான் அவன்; உன் பேரனில்லை!” என்றான் யமன்.

“அப்படியா சேதி! வா இப்படி இரி” என்றுகொண்டே, வெற்றிலையைத் தட்டத் தொடங்கினாள் கிழவி. “இப்பம் எதுக்கு இங்கெ வந்தே?”

யமன் அவள் அருகில் வந்து உட்கார்ந்தான். அதனால், நின்றதன் காம்பீரியம் மறைந்துவிட்டது.

"போருக்கு முதல்வனையும் ஊருக்கு மூத்தவரையும் நான் தான் அழைத்துக்கொண்டு போக வேண்டும்!" என்றான்.

"அப்பிடின்னா?"

"நீ என்கூட வரவேண்டும். நீ அப்பொழுது கட்டிப்போடச் சொன்னாயே அது உன் எருமையல்ல, என் வாகனம்..."

"நான் ஒன்கூட வரணுமாக்கும்! என்னெ கூட்டிக்கிட்டுப் போவ ஒனக்குத் தெறமையிருக்கா? ஒனக்குப் பாதி வேலே கூட சரியாச் செய்யத் தெரியாதே. என்னெக் கட்டோடெ கூட்டிக்கிட்டுப் போவ ஒனக்கு முடியுமா?"

"எனக்கு முடியாத ஒன்று இருக்கிறதா? நான் இதுவரை எத்தனை பேரை அழைத்துச் சென்றிருக்கிறேன் – அது உனக் கெப்படித் தெரியும்? நீ என்ன புராணம் இதிகாசம் படிக்கக் கூடிய ஜாதியில் பிறந்திருக்கிறாயா?..." இப்படிச் சொல்லிக் கொண்டுபோகும் பொழுதே யமனுக்குத் தானே தனக்குப் பொய் சொல்லிக்கொள்கிறது போலப் பட்டது; ஏனென்றால் அவனுக்கு மார்க்கண்டன் சமாசாரமும் நினைவுக்கு வந்து விட்டது.

"அதெல்லாம் இருக்கட்டும், நீ என்னெக் கூட்டிக்கிட்டு போய்த்தின்னா, நான் இருந்த நெனப்பே, என்னப் பத்தின நெனப்பே, நான் வச்சிருந்த பொளங்கின சாமானெல்லாம் ஒன்னோடெ எடுத்துக்கிட்டுப் போவ முடியுமா? என்னமோ எமன் கிமன் இன்னு பயமுறுத்திரியே, ஒன் தொழிலே ஒனக்குச் செய்யத் தெரியலியே! அதெத் தெரிஞ்சிக்கிட்டு எங்கிட்ட வா!" என்று காலை நீட்டிக்கொண்டு முழங்காலைத் தடவினாள் கிழவி.

"என்ன சொன்னாய்! எனக்கா தெரியாது? இதோ பார், உன்னை என்ன செய்கிறேன்!" என்று உறுமிக்கொண்டு எழுந்தான் யமன். அந்தோ! அவன் வீசவேண்டிய பாசக்கயிறு அவனே கட்டிய கொடியாகத் தொங்கியது!

"உன்னாலெ என் உசிரெத்தானே எடுத்துக்கிட்டுப் போவ முடியும்? இந்த உடலைக்கூடத் தூக்கிட்டுப் போவ உனக்குத் தெறமை இருக்கா? யோசிச்சுப் பாரு. ஒண்ணெ வேறயா மாத்த முடியும்; உன்னாலே அழிக்க முடியுமா! அடியோட இல்லாமே ஆக்க முடியுமா? அதெ உன்னைப் படைச்ச கடவுளாலேயே செய்ய முடியாதே! அப்புறமில்ல உனக்கு? பழசுன்னா அவ்வளவு கிள்ளுக்கீரேன்னா நெனச்சே?" என்று பொக்கை வாயைத் திறந்துகாட்டிச் சிரித்தாள் கிழவி.

கையைப் பிசைந்துகொண்டே வெளியேறினான் யமன். அன்றுதான் அவனுக்கு உண்மையான தோல்வி. மார்க்கண்டேயன் சமாசாரம்கூட அவனுக்கு அன்று வெற்றி மாதிரியே புலப்பட்டது.

யமராஜனின் தோல்வியைக் கண்டு தன்னைக் காப்பாற்றிக் கொள்ளப் போய்ப் பதுங்கியது போலப் பேய்க் காற்றும் ஓய்ந்து நின்றது. மாடசாமி எருமையை ஓட்டிக்கொண்டு வந்து சேர்ந்தான். கட்டுத்தறியில் தீனி போட்டுப் பருத்தி விதை வைத்துத் தயாராக இருந்ததைக் கண்டான். குருட்டுக் கிழவிக்கு வெறும் இடத்தில் எருமையிருப்பதாகத் தோன்றிய தால் எல்லாம் தானாகத் தடவித் தடவிச் செய்திருக்கிறாள் என்று அவனுக்குத் தோன்றியது.

உள்ளே நுழைந்தான். வாயில் வெற்றிலையைக் குதப்பிக் கொண்டே கிழவி யமதேவனின் விஜயத்தையும், தோல்வியை யும் பற்றிச் சொன்னாள். மாடசாமி வாலிபத்தின் அவநம்பிக்கை யுடன் சிரித்தான். 'குருட்டு மூதி என்னவோ ஒளருது!' என்று முணுமுணுத்தான்.

இருந்தாலும், 'நல்ல கெட்டிக் கயிறு; காஞ்ச சருகாவது கட்டலாம். கைக்கு வந்தது தவறிவிட்டதே!'யென்று அவள் ஏங்கியது அவனுக்கும் கொஞ்சம் நம்பும்படிதான் இருந்தது.

***மணிக்கொடி*, 15.9.1937**

மனக்குகை ஓவியங்கள்

1

கர்த்தராகிய பிதா, பரமண்டலத்தின் சாளரங்களில் ஒன்றைத் திறந்து எட்டிப் பார்த்தார்.

கீழே, பல யோஜனைகளுக்கு அப்பால், அவர் கற்பித்த பூமண்டலமும் அதன்மீது ஊர்ந்து திரியும் சகல ஜீவராசிகளும் அவர் தமது சாயையில் சிருஷ்டித்து மகிழ்ச்சியுற்ற ஆதாம் ஏவாளின் வாரிசுகளும் தென்பட்டன.

ஒரு தாயின் பெருமிதத்துடன், ஒரு சிருஷ்டிகர்த்தரின் கம்பீர மகிழ்ச்சியுடன் அப்பூமண்டலத்தைக் கவனித்தார்.

அன்று ஏழாம் நாள். தொழிலை (விளையாட்டை?) முடித்துக் கை கழுவிவிட்டுச் சிரமபரிகாரம் செய்து கொண்டிருந்தபொழுது எந்த நிலையில் இருந்தனவோ அதே நிலையில் மனிதனைத் தவிர்த்துப் பூமண்டலத்தின் மற்றைய ஜீவராசிகளெல்லாம் அவருக்குத் தென்பட்டன.

மனிதன் மட்டிலும், ஏக்கத்தாற் குழிந்த கண்களோடு, விலாவெலும்பெடுத்த கூனல் உடலை வளைத்து, நெற்றி வியர்வை நிலத்தில் சொட்டச் சொட்ட, எதையோ குகையொன்றில் வைத்து ஊதி ஊதி உருக்கிக்கொண்டிருந்தான்.

பிதாவின் களங்கமற்ற நெற்றியில், கண்ணாடியில் கலந்த ஆவி போல் சோர்வு போர்த்திய துயரக் களை தோன்றி மறைந்தது.

தம் இரத்தத்தின் இரத்தமான, கனவின் கனவான, லட்சியத்தின் லட்சியமான புதல்வனின் நினைவு தட்டியது போலும்!

இன்னுமா?

"ஹே! மானுடா, ஏனப்பா உன் பார்வை குனிந்தே போய் விட்டது?" என்ற குரல் பல யோஜனைகளுக்கு அப்பால் உள்ள மனிதனுடைய உள்ளத்தில் ஒலித்தது.

மனிதன் தன்னுடைய நம்பிக்கை வறண்ட கண்களைக் கொண்டு வானத்தை அண்ணாந்து பார்த்தான்.

"நீர் எப்பொழுதும் அங்கேயே இருக்கிறீரே?" என்று பதில் கேள்வி கேட்டான்.

"நான் என்ன செய்யட்டும்! உன்னை மாசுபடுத்தும் அந்தப் புழுதி தோய்ந்த கரங்களுடன், மார்புடன் என்னைக் கட்டித் தழுவ முயலுகிறாயே?"

"என்னைச் சிருஷ்டிக்க நீர் உபயோகித்த புழுதியைவிட்டு நான் எப்படி விலக முடியும்? அதை விட்டு விலகி நான் உம்மை எப்படி வரவேற்க முடியும்? நான் நிமிர்ந்து நேராக நிற்பதற்கே இந்தப் புழுதிதானே ஆதாரம்? புழுதியைக் கண்டு அஞ்சும் உமக்கு அதன்மீது நிற்கும் என்னை அறிந்துகொள்ளச் சக்தி உண்டா? நீர் அந்தச் சக்தி பெற்றுக் கீழே வரும்வரை நான் இந்தப் புழுதியில் கண்டெடுத்த – அதில் என்னோடு பிறந்த, என் சகோதரனான – இந்த இரும்புத் துண்டை வைத்து, என்னைப் பாதுகாத்துக்கொள்ளுகிறேன்!" என்று குனிந்து நெருப்பை ஊதலானான். குகையுள் பளபளவென்று மின்ன ஆரம்பித்தது.

2

உத்தானபாதனது குழந்தை தெய்வத்திடம் வரம் கேட்பதற்காகத் தபஸ் செய்யக் கானகத்திற்கு ஓடிற்று.

மகாவிஷ்ணுவும் ஸ்ரீதேவியும் ஆகாய மார்க்கமாகச் செல்லும்பொழுது இக்குழந்தையைக் கண்டுவிட்டார்கள்.

ஸ்ரீதேவிக்குப் பசலைக் குழந்தையின் உறுதியைக் கண்டு பரிவு ஏற்பட்டுவிட்டது. தன் கணவருக்கு இருக்கும் அந்தக் 'காத்து அளிக்கும்' சக்தியை விவரம் தெரியாத குழந்தைகள் கூட அறிந்திருக்கின்றனவே என்பதில் ஒரு பூரிப்பு! கணவரைப் பார்த்துக்கொண்டாள்.

ஸ்ரீதேவியின் கடைக்கண் வீச்சுக்கிணங்கி வரங்களை வாரிச் சொரியக் குழந்தையை அணுகினார் மகாவிஷ்ணு.

குழந்தை ஓடிக்கொண்டிருந்தது.

பகற் கனவை ரஸித்துப் பலமுறை ஏமாந்த குழந்தை அது. அதற்கு எதிலும் சர்வ சந்தேகம். மனத்தின் பேரில் அதற்கு அசைக்க முடியாத, நிரந்தரமான சந்தேகம்.

உத்தானபாதனது மடியில் உட்கார்ந்து விளையாடுவதாக, கொஞ்சுவதாக நம்பி எத்தனையோ முறை முன் ஏமாந்திருக்கிற தல்லவா?

மகாவிஷ்ணு சங்கு சக்கராயுதராக அதனை வழிமறித்து நின்று "குழந்தாய்!" என்று அழைத்தார்.

"நீ யார்?" என்று கேட்டது குழந்தை.

"குழந்தாய், என்னைத் தெரியாதா? நான்தான் மகாவிஷ்ணு!" என்று புன்சிரிப்புடன் தம்மை அறிவித்துக்கொண்டார்.

"பொய்! நான் என்ன கனவு காண்கிறேனா?" என்று தன்னைக் கிள்ளிப் பார்த்துக்கொண்டது குழந்தை.

"நிஜந்தான். இந்தா, இந்த வரத்தைக் கொடுக்கிறேன்! இதிலிருந்து தெரிந்துகொள்!"

"ஓஹோ, செப்பிடுவித்தைக்காரனா?"

"நான்தான் மகாவிஷ்ணு; என் பக்கத்திலிருக்கும் ஸ்ரீதேவியைப் பார்!"

"பகல்வேஷக்காரனும்கூடவா! எங்கப்பா கிட்டப்போ! சம்மானம் குடுப்பார் – என்னை ஏமாத்த முடியாது!" என்று சிரித்துக்கொண்டே, "நேரமாகிறது; தபஸ் பண்ணப்போறேன்!" என்று காட்டிற்குள் ஓடிவிட்டது அக்குழந்தை.

கொடுக்க விரும்பிய வரத்தை ஒரு நட்சத்திரத்தின்மீது வீசி எறிந்துவிட்டு ஆகாச கங்கையில் ஒரு முழுக்குப்போட்டார் பகவான்.

பசியால் தவிக்கும் 'கல்லினுள் சிறு தேரை' தென்பட்டது. அதை நோக்கி விரைந்து சென்றார்.

3

யமபுரி.

மார்க்கண்டச் சிறுவனுக்காகப் பரிந்துகொண்டு வந்த சிவபிரான் கையில் தோல்வியுற்று தர்மராஜன் அப்பொழுதுதான் திரும்பி வந்திருக்கிறான்.

தனது தர்மாசனத்தில் உட்காரவும் அவனுக்கு அச்சம் – தயங்குகிறான்.

ஆசனத்தடியில் விடாப்பிடியாக உட்கார்ந்துகொண்டு முரண்டு செய்துகொண்டிருந்த நசிகேதக் குழந்தை, "மரணம் என்றால் என்ன?" என்று மறுபடியும் தன் மழலை வாயால் கேட்டது.

எத்தனையோ தத்துவங்களைச் சொல்லிப் பார்த்தான்.

குழந்தையை ஏமாற்ற முடியவில்லை. தன் ஒற்றைக் கேள்வியை வைத்துக்கொண்டு அவனை யுகம் யுகமாக மிரட்டி வருகிறது அக்குழந்தை.

தோல்வியின் சுபாவமோ என்னவோ!

"மனிதர்கள் என்னைக் கண்டு ஏன் மிரளுகிறார்கள்? அஞ்சுகிறார்கள்? நான் உதவி செய்யத்தானே செல்லுகிறேன்? எனக்குப் பயந்து என்னையும்விடப் பெரிய எமனான சங்கரனிடம் சரண் புகுந்தாவது என்னை விரட்டப் பார்க்கிறார்களே! இது என்ன புதிர்? என்னைக் கண்டு பயப்படுவதற்கு என்ன இருக்கிறது?" என்று அவனது ஏக்கப் படுதாவில் நினைவு – அலைகள் தோன்றி விரிந்தன.

அன்றுதான் அவன் தன் தனிமையை முழுதும் அறிந்தான்.

அப்பொழுதுதான் கிங்கரர் இருவர் தன்முன் கொண்டு நிறுத்திய மனித உயிரைப் பார்த்துத் தன் அந்தரங்கக் கேள்வியை வாய் குழறிக் கேட்டுவிட்டான்.

"அதோ கிடக்கிறது பார், நான் போட்டுவிட்டு வந்த உடல்; அதில் போய் உட்கார்ந்துகொள். அப்புறம் உன் கிங்கரர்களை ஏவி, உன்னை அழைத்து வரும்படி உத்தரவு செய். அப்பொழுது தெரியும் உனக்கு!" என்று சொல்லிச் சிரித்தது அந்த மனித உயிர்.

4

பர வெளியிலே, பேரம்பலத்திலே நின்று, தன்னையே மறந்த லயத்தில், ஆனந்தக் கூத்திட்டுப் பிரபஞ்சத்தை நடத்துகிறான் சிவபிரான்.

ஒரு கால் தூக்கி உலகுய்ய நின்று ஆடுகிறான்.

பக்கத்தில் வந்து நின்றார் நாரதர்.

"அம்மையப்பா! எட்ட உருளும் மண்ணுலகத்தைப் பார்த்தருள்க!... அதோ கூனிக் குறுகி மண்ணில் உட்கார்ந்து ரசவாதம் செய்கிறானே! சிற்றம்பலமான அவனது உள்ளத்

திலே தேவரீர் கழலொலி என்ன நாதத்தை எழுப்புகிறது, தெரியுமா?... துன்பம், நம்பிக்கை – வறட்சி, முடிவற்ற சோகம்…"

தன்னை மறந்த வெறியில் கூத்தாடும் பித்தனுக்கா இவ்வார்த்தைகள் செவியில் விழப்போகின்றன!

வீணையை மீட்டிக்கொண்டு வேறு திசை பார்த்து நடந்தார் நாரதர்.

5

கைலயங்கிரியிலே கண்ணைப் பறிக்கும் தூய வெண்பனி மலையடுக்குகள் சிவந்த தீ நாக்குகளைக் கக்குகின்றன.

திசையும் திசைத் தேவர்களும், யாவரும் யாவையும் எரிந்து மடிந்து ஒன்றுமற்ற பாழாக, சூன்யமாகப் போகும்படி பிரான், கோரச்சுடரான நெற்றிக்கண்ணைத் திறந்து, தன் தொழில் திறமையில் பெருமிதம்கொண்டு புன்னகை செய்கிறான்! கண்ணில் வெறியின் பார்வை!

பார்த்த இடங்களில் எல்லாம் தீ நாக்கு நக்கி நிமிர்கிறது!

இடியும் மின்னலும், இருளும் ஒளியும் குழம்பித் தறிகெட்டு நசிக்கின்றன.

இக்குழப்பங்களையும் மீறி ஒரு சிறு குழந்தை அவனது காலடியை நோக்கி ஓடி வருகிறது.

தோலாடையைத் தன் தளிர் விரல்களால் பற்றி இழுக்கிறது.

பிரான் குனிந்து பார்க்கிறான், புன்சிரிப்போடு.

"அழிப்பதற்குச் சர்வ வல்லமை இருக்கிற தெம்பில் வந்த பூரிப்போ இது?" என்கிறது குழந்தை.

"சந்தேகமா! நீதான் பார்க்கிறாயே!" என்கிறான் பரமன்.

"உமக்கு எல்லாவற்றையும் அழிக்க முடியும். உம்மை அழித்துக்கொள்ள முடியுமா? நீர் மட்டும் மிஞ்சுவதுதான் சூன்யம் என்று அர்த்தமா? உம்மையும் அழித்துக்கொள்ளும்படி நீர் தொழிலை நன்றாகக் கற்றுவந்த பின்பு நெஞ்சைத் தட்டிப் பார்த்துக்கொள்ளும்!" என்று சொல்லிக்கொண்டே கருகி நசித்தது அக்குழந்தை.

கலைமகள், மே 1938

உபதேசம்

டாக்டர் விசுவநாதன், கூரிய ஆப்பரேஷன் கத்தியை பேசினில் வைத்துவிட்டு, கத்தரிக்கோலால் குடலின் கெட்டுப்போன பகுதியைக் கத்தரித்தார். லிண்டை வைத்து ரணமும் சீழுமான பகுதியைத் துடைத்துத் தொட்டியில் போட்டார். "நர்ஸ், ஊசி" என்றார். பக்கத்தில் ஸ்டெரிலைஸ் செய்த நூல் கோர்த்து வைத்த ஊசியை நர்ஸ் கொடுக்க, டாக்டர் கை மடமட வென்று சக்கிலியத் தையல் போட ஆரம்பித்தது . . .

கிளாஸ் மேஜையில் கிடத்தப்பட்டிருக்கிற வியாதியஸ்தன் சிறிது முனகினான்; பிரக்ஞை வருவதின் முன்னணி சமிக்ஞை.

"டாக்டர் வில்கின்ஸன், இன்னும் கொஞ்சம் குளோரோபாரம் . . . ஒரு நிமிஷம் போதும் . . . ஹூம், வெற்றிதான் என்று நினைக்கிறேன்" என்று பேசினில் ஊசியைப் போட்டுவிட்டு, கை உறைகளையும் முகமூடியையும் கழற்றிவிட்டுக் கை கழுவ பேசினிடம் சென்றார் விசுவநாதன். "வியாதியஸ்தனுக்கு பிரக்ஞை வந்துவிட்டது; ஆனால் அளவு கடந்த முயற்சி, ஒரு மணி நேரம் கழித்துக் கொஞ்சம் குளூகோஸ் கொடுங்கள் . . ." என்று சொல்லிக்கொண்டே வாயில் சிகரட்டைப் பற்றவைத்துக்கொண்டு ஆப்பரேஷன் தியேட்டரை விட்டு டாக்டர் வில்கின்ஸன் தொடர இறங்கி நடந்தார். இவரது நரைத்தலையில் சூர்ய ஒளிப் பிரகாசம் விழுந்தது இவர் முகத்திற்கு ஒரு விபரீதமான தேஜஸைக் கொடுத்தது.

விசுவநாதுக்குப் பல மேல்நாட்டுச் சர்வகலாசாலை களின் பட்டம். நிறபேதம் பாராட்டும் பிரிட்டிஷ் வைத்ய கௌன்ஸில், இந்திய வைத்ய கௌன்ஸில்கள் இவரது

அபாரமான கல்பனை முறைகளைக் கண்டு பிரமிக்கும். ரண சிகிச்சை என்றால் டாக்டர் விசுவநாத் என்ற அர்த்தம் சென்னை வாசிகள் அகராதிக்கு மட்டுமல்ல. யூகோஸ்லாவிய இளவரசருக்கு வந்த விசித்திரமான வீக்கத்திற்குச் சிகிச்சை செய்த நிபுணர்களில் இவரும் ஒருவர் . . . மண்டையில் வீக்கம், மற்றவர்கள் கத்தி எடுத்தால் பிராண ஹானி ஏற்படுமோ என்று பயப்பட்டார்கள். ஏனென்றால் ஆப்பரேஷன் வெற்றியடைவது அதைச் சீக்கிரம் செய்து முடிப்பதைப் பொறுத்தது. ஒரு வினாடி அதிகமானால் இளவரசருக்குப் பிரேதப் பெட்டியை ஆர்டர் செய்ய வேண்டியதுதான் . . . ஆனால் விசுவநாத் கைகள் வேலையைக் குறைந்தபட்ச நேரத்திற்கும் பாதியளவிலேயே செய்து முடித்தன. இப்பொழுது அவர் சௌகர்யமாகப் பள்ளிக்கூடத்தில் வாசித்துக்கொண்டிருப்பதற்கு டாக்டர் விசுவநாத் தான் காரணம் . . .

சென்ற ஜெர்மன் சண்டையில் பேஸ் காம்புகளில் உழைத்ததினால், ஆப்பரேஷன் கத்தியை வைத்துக்கொண்டு யமன் வரவைத் தடுக்க, டாக்டர்கள் தப்பு வழி என்று சொல்லக் கூடிய முறைகளில் எல்லாம் பரிசீலனை செய்ய இவருக்குச் சந்தர்ப்பம் வாய்த்தது.

டாக்டர் வில்கின்ஸன் இவரது சகா. அவரது அந்தரங்க அபிப்பிராயம் மற்ற இந்தியர்களைப் பற்றி என்னவாக இருந்தாலும், டாக்டர் விசுவநாதுடன் கருப்பன் என்ற பிரக்ஞையில்லாமலே பழகி வந்தார். நாஸ்திகத்தின் பேரில் இருவருக்கும் இருந்த அபார பக்தி இந்த நெருக்கத்திற்குக் காரணமாக இருக்கலாம் . . . முப்பத்து முக்கோடி கருப்பு தேவாதி தேவர்களும், மூன்றே மூன்று வெள்ளைத் தெய்வங்களும் இவர்களது கிண்டல்களை இரண்டு நாட்கள் கூட இருந்து கேட்டுக்கொண்டிருந்தால் இவர்கள் கண் எதிரிலேயே தூக்குப் போட்டுக்கொள்ளும் . . . ரூபமற்ற தெய்வங்களுக்கு அப்படிப்பட்ட அடி . . .

அன்று ஆப்பரேஷன் தியேட்டருக்குக் கொண்டுவரப்பட்டவன் ஒரு ஹடயோகி. விஷங்களையும் கண்ணாடிச் சில்லுகளையும் கண் எதிரிலும் தின்று சாகாதவன். சித்தாந்தச் சாமி என்ற அவன், இந்த இரு டாக்டர்கள் முன்னிலையில் கூடத் தன் திறமையைக் காட்டியிருக்கிறான்.

அவன் ஏதோ திடீரென்று பிரக்ஞையற்றுக் கிடக்கிறான் என்ற தகவல் கிடைத்ததும் ஆம்புலன்ஸ் காரை அனுப்பி சத்திரத்திலிருந்து அவனை எடுத்துவரச் செய்ததும் இவர்தான். ஹடயோகியின் உட்புறம் எப்படியிருக்கிறது என்பதைப் பார்க்க

இருவருக்கும் இருந்த ஆசைக்கு அளவில்லை. எக்ஸ்ரே பரீட்சையில் குடலில் ஒரு பகுதி பழுத்து அழுகிவிட்டது என்று கண்டனர். காரணம் குடல் சதையில் ஒரு கண்ணாடிச் சில் குத்திக்கொண்டிருந்ததே. ஹடயோகி ஏதோ முறைதப்பிச் செய்ததின் விளைவு...

சித்தாந்தச்சாமிக்கு இரண்டு ஸ்பெஷல் நர்ஸ்கள்; மூன்று மணி நேரத்திற்கொருதரம் டாக்டர் பரிசோதனை எல்லாம்...

மறுநாட் காலையில் டாக்டர் வில்கின்ஸன் கேட்ட செய்திகள் அவரைத் திடுக்கிட வைத்தது. ஒன்று ஆஸ்பத்திரி யில் கிடத்தப்பட்டிருந்த சித்தாந்தச்சாமியைக் காணோம் என்பது. மற்றொன்று டாக்டர் விசுவநாத் காஷாயம் வாங்கிக் கொண்டார் என்பது. முதல் விஷயத்தில் டாக்டர் வில்கின்ஸ னுக்கு அவ்வளவு சிரத்தையில்லை; அது போலீஸ் கேஸ். டாக்டர் விசுவநாத்திற்கு மூளைக்கோளாறுதான் ஏற்பட்டிருக்கும் என்று முதலில் நம்பி அதற்கு வைத்தியம் செய்ய வேண்டும் என்று நினைத்தார்.

உடனே தமது மோட்டார் காரில் டாக்டர் விசுவநாத் பங்களாவிற்குச் சென்றார். தலை மொட்டை; இடையில் ஒரு காவி வேஷ்டி; காலில் குப்பிப்பூண் பாதக் குறடு; இந்த அலங்காரத்தைக் கண்டதும் டாக்டர் வில்கின்ஸனுக்குத் தூக்கிவாரிப் போட்டது. 'எப்படியானாலும் இந்தியர்கள் இந்தியர்கள்தான்' என்று நினைத்துக்கொண்டார்.

"என்ன டாக்டர், இதென்ன ஜோக்? என்றைக்கு உமது தெய்வங்கள் உம்மைப் பேட்டி கண்டன? தவடையில் கொடுத்து ஏன் அனுப்பவில்லை?" என்று சிரித்தார்.

"வில்கின்ஸன், சிரிக்காதே. இது ஒரு புதிய பரிசீலனை. எனது சித்தாந்தம் ஒரு முடிவு கட்டப்படவில்லை; பரிசீலனை செய்துதான் பார்க்கவேண்டும்" என்றார் டாக்டர் விசுவநாத். இவரிடத்தில், பாசறை ஆஸ்பத்திரி வாழ்க்கையில் தோன்றிய வெறி காணப்பட்டது...

டாக்டர் வில்கின்ஸனுக்கு ஒன்றும் பதில் சொல்ல முடியவில்லை. "வெல், குட்லக்" என்று சொல்லிவிட்டுத்தான் திரும்ப முடிந்தது.

O O O

ஐந்து வருஷங்கள் கழித்து கைலாச பர்வத சிகர யாத்திரைக் கோஷ்டியில் டாக்டர் வில்கின்ஸனும் ஒருவராகச் சென்றார். அப்பொழுது பிளான் போடப்பட்ட பாதையே

புதிது. இதுவரை யாரும் அந்த வழியில் சென்றதில்லை. திபேத்திய சர்க்கார் கொஞ்சம் தில்லுமுல்லு செய்ததால் யாத்திரைக் கோஷ்டித் தலைவர் கடைசி நேரத்தில் வகுத்தது. கோஷ்டியில் பலத்த எதிர்ப்பு இருந்தாலும் யாத்திரைக்காரர்கள் விட்டுக் கொடுக்க மனமில்லாமல் ஒத்துக்கொண்டனர்.

யாத்திரை ஆரம்பித்து இருபதாவது நாள். ஒன்றும் முளைக்காத உறைபனி பாலைவனத்தின் வழியாகச் செல்லு கின்றனர். மணல் பாதைதான். அருகில் அரைமைல் தூரத்தில் பனிச் சிகரம்.

கோஷ்டியின் நடுவில் நடந்து சென்றுகொண்டிருந்த டாக்டர் வில்கின்ஸனுக்குச் சித்தாந்தச் சாமியாரின் அடையாளங்களுடன் ஒரு மனிதன், பனிக்கட்டி உச்சியில் நிற்பது போலத் தெரிந்தது.

“அதோ பாருங்கள் அந்த மனிதனை! அவனை எனக்குத் தெரியும். அவன் ஒரு சாமியார்” என்று தனக்கு முன்னே செல்லுபவரிடம் சொன்னார்.

முன்னே சென்ற ஜேக் ஆல்பர்ட்ஸன், ஆல்ப்ஸ் கிளப் நிரந்தர அங்கத்தினர். தூரதிருஷ்டிக் கண்ணாடியைத் திருப்பி வைத்துப் பார்த்து, “மனிதன் மாதிரிதான் தெரிகிறது . . . ஆனால் . . .” இவர் பேசி முடிக்குமுன் வில்கின்ஸன், பக்கத்தி லிருந்த பாறையில் தாவி, பனிச் சிகரத்தை நோக்கி நடக்க ஆரம்பித்தார். ஜேக் ஆல்பர்ட்ஸனும் துணிந்தவர்; அவரைப் பின்பற்ற முயற்சிக்கையில் கோஷ்டித் தலைவர் தடுத்து “இருட்டி விட்டது; அங்குப் போய்த் திரும்புவதென்றால் காம்புக்குப் போய்ச் சேர முடியாது” என்றார்.

“அந்த மனிதன் தனியாகப் போகிறான்; அவனைச் சாக அனுப்புவதா?” என்று கோபித்துக்கொண்டார் ஆல்பர்ட்ஸன். அப்பொழுதுதான் வில்கின்ஸன் கோஷ்டித் தலைவருக்குத் தெரிந்தது. வேறு வழியின்றி, ‘அடையாளத்திற்கு தீ வளர்த்து வைக்கிறோம்; சீக்கிரம் வாருங்கள்’ என்று சொல்லிவிட்டு கோஷ்டியை அழைத்துச் சென்றார் தலைவர்.

ஜேக் ஆல்பர்ட்ஸனும் பாறைகளில் தாவித் தாவி விலகின்ஸ னைத் தொடர்ந்து சென்றார். பனிப்பாறை நெட்ட நெடுகலாக செங்குத்தாக இருந்ததால் அவர்கள் நின்ற இடத்திலிருந்து பார்க்கும்பொழுது உச்சி தெரியாது. இரண்டு பாறைகளின் இடுக்கு. அதைத் தாண்டி, எதிரில் நீட்டிக்கொண்டிருக்கும் உறைபனிக்கட்டிமீது கால் வழுக்காது எட்டி வைத்து நின்று கொண்டால் அதன் வழியாகவே பனிச் சிகரத்தின் உச்சியை

அடைய முடியும். ஜேக் ஆல்பர்ட்ஸனும், வில்கின்ஸனும் ஒருவர்பின் ஒருவராக இடுக்கு வழியாக நுழைந்தனர். அந்த இடுக்குக்கப்புறம் பாதாளம். ஒரே குதியில்தான் பனிப்பாறை மீது குதிக்க வேண்டும். வில்கின்ஸன் மூச்செடுத்துத் தாவினார். கால் வழுக்கப் பார்த்தது. நல்ல காலம். ஐஸ் — கோடரியை ஊன்றிக்கொண்டார்.

"நாரோ ஷேவ்" என்று சொல்லிக்கொண்டு ('மயிரிழை தவறினால்...' என்று அர்த்தம்) ஜேக் பின்தொடர்ந்தார்.

இருவரும் பனித்தளத்தின்மீது வளைந்து செல்லும் பாதையில் நடக்கலாயினர். பனிக்கட்டிக்கிடையில் செங்குத்தாகக் கருங்கல் லிங்கம்போல் செதுக்கியிருந்தது. அதன் தலையில் காஷாய வஸ்திர மூட்டை. ஜேக், அதை எடுத்துப் பிரிக்கையில், "வில்கின்ஸன், இங்கே பாரும்?" என்று கூவினார்.

வில்கின்ஸன் திரும்பிப் பார்த்தார். செங்குத்தாகச் சுவர் போல நிற்கும் உறைபனிக் கட்டிக்குள் மனித உருவம்... டாக்டர் விசுவநாத். பத்மாசனமிட்டு நிஷ்டையில் உட்கார்ந்த பாவனையில்.

"ஐயோ பாவம், இவருக்கு இந்த முடிவா? பெரிய டாக்டர்" என்று தலையைக் குனிந்து வணங்கினார்.

பின்பு மூட்டையைப் பிரித்தார். அதில் ஒரு தோல் பர்ஸ் — டைரி. அதைத் திறந்ததும்...

நண்பன் வில்கின்ஸனுக்கு,

நீ இங்கு வருவாய் என்று எனக்குத் தெரியும். நான் சாகவில்லை; நீ என்னை எந்த நிலையில் பார்த்தாலும் சாகவில்லை என்று நம்பு. நமது உயிர்நூல் சாஸ்திரங் களைக் கிழித்தெறிந்துவிட்டு வேறு மாதிரியாக எழுத வேண்டும். அஸ்திவாரமே தப்பு.

இப்பொழுது வெளியில் சொல்லாதே. நீ பைத்தியக் காரனாக்கப்படுவாய்... அந்தச் சாமியார் லேசான ஆசாமியல்ல...

என்றிருந்தது. மூட்டையைக் கட்டிப் பழையபடி வைத்துவிட்டு "ஜேக், திரும்புவோமா" என்றார் டாக்டர் வில்கின்ஸன்.

"பின் வேறு என்ன செய்வது" என்றார் ஜேக்.

ஜோதி, ஜூன் 1938

விபரீத ஆசை

தாந்தோன்றித்தனமாக இசையில் படியாமல் குழம்பும் பாண்டு மேவும் வாத்தியங்கள், ரோஜாப்பூ, பன்னீர், ஊதுவத்தி, எருமுட்டை கலந்த வாசனை, தூரத்துப் பாடை எல்லாம் மெட்ராஸ் பிண 'வாசனை நாற்றம்' கலந்த காட்சியை என் புலனறிவில் இடித்து சிந்தனையையும் தாக்கியது . . .

நான் இப்பொழுது என் வீட்டு மொட்டை மாடியில் நின்றேன் . . .

மனிதனுக்குப் பிணத்தைப் பார்க்கும் ஆசை, எல்லா ஆசைகளையும்விடப் பெரிது. பயத்தில் பிறந்த ஆசையோ என்னவோ . . .

அது ஒரு பணக்காரப் பிணம். அதாவது மாஜி பணக்காரனாக இருந்த பிணம் . . .

உடன்வருகிறவர்கள் ஜாஸ்தி. கொள்ளி வைப்பவனுக்கு கைத் தாங்கல் சம்பிரமம் எல்லாம் . . .

பிணம், பட்டு அணிந்திருந்தாலும் வாயைத் திறந்திருந்தது. திறந்த வாயைச் சந்தனமிட்டு மூடியிருந்தார்கள். அப்பொழுதுதான் குளித்து எழுந்தவர் மாதிரி வாரிவிடாத நரைத்த கிராப்புத் தலை . . .

என் கண்கள் இந்த நுணுக்கமான விவரங்களை உயரவிருந்து இரண்டொரு நிமிஷ காலத்தில் கவனித்த தென்றாலும் என் மனம் வேறெங்கோ சென்றுவிட்டது.

நேரத்தையும் தூரத்தையும் தாண்டிச் செல்லும் யந்திர விசை சிந்தனையிடந்தானே இருக்கிறது . . .

புனரபி மரணம், புனரபி ஜனனம்...

இதிலென்ன புதுசு... சவத்தை விட்டுத்தள்ளு என்கிறது விவகார அறிவு. ஆனால் பற்றுதல் விட்டால்தானே.

புனரபி மரணம்... இத்யாதி... இத்யாதி.

இதைக் கங்கைக் கரையில் உட்கார்ந்துகொண்டு நிர்விசார மாகச் சொல்லிக்கொண்டிருக்கலாம்...

கலியாணமாகாத வயதுவந்த கன்னிப் பெண்ணை வைத்துக்கொண்டு காக்க முயலும் மாஜி சுமங்கலி அவ்வாறு நிர்விசாரமாக இருப்பாளா? அதுதான் போகட்டும்; நாளைக்கு அடுப்பு மூட்ட வேண்டுமே...

வாழ்வென்ற குளத்தில் நிரந்தரக் கடன் என்ற பாசியை ஏதோ இரண்டொரு நாளாவது விலக்கும் முப்பது ரூபாய் இனி யார் வந்து போடுவார்கள்... ஜட்கா வண்டிக் குதிரை மாதிரி ஓடி ஓடி உழைத்தவருக்கு நாலு பேர் சவாரி சௌகரிய மாக இருக்கும்... ஆனால் அவரை விட்டால் கதியில்லை என்பவருக்கு... அந்தக் காலத்தில் ரங்கசாமி நண்பன்தான். ரொம்ப நல்லவன். சாது... அத்தோடு அவனது மனைவியும் ரொம்ப நல்லவள். சாது... அது மட்டுமா? விவரம் தெரியாத அழகி...

நான் அப்பொழுது அவர்கள் வீட்டுக்குப் போவேன்... அடிக்கடி...

என் குழந்தையின் வியாஜமாக நான் அங்குச் செல்லு வேன்... என் குழந்தைக்கு அவர்கள் பேரில் ரொம்பப் பிரியம்... அவர்களுக்கும் அப்படித்தான்.

நான் என் நண்பனைப் பார்க்கப் போவேன்... என் எண்ணம் அத்துடன் நின்றுவிடவில்லை. அது அவர்கள் இரண்டு பேருக்கும் தெரியாது... என் மனமும் விழுந்துவிட ஆரம்பித் தது... இப்பொழுது எனக்கு அவள் பேர்கூட ஞாபகமில்லை... அவ்வளவு காலமாகிவிட்டது...

ரங்கசாமி வாழவேண்டிய இடம் சர்க்கார் ஆஸ்பத்திரி. என்னவோ தவறிப்போய் மேடைத் தெரு 9ஆம் நம்பர் வீட்டில் குடித்தனம் நடத்தினான். அவனும் நானும் ஒரே ஆபீஸில்தான் வேலை பார்த்து வந்தோம். அவனுக்கு முப்பது ரூபாய் சம்பளம். எனக்கு ஐம்பது ரூபாய் சம்பளம். எனக்குக் கால் தடுக்கினால் எங்கப்பா வைத்து விட்டுப்போன வயல் வரப்பின் மேலாவது விழலாம்; அவன் கடன்காரன் காலடியில்தான் விழவேண்டும்.

எப்போதும் முடிவிலே இன்பம் • 101 •

அவன் எத்தனையோ தடவை கடன்காரன் காலடியில் விழுந்திருக்கிறான். கடன்காரனுக்குப் பின்னால் டாக்டர் எப்பொழுதும் நிற்பார்...

நான் அப்பொழுது என் குடும்பத்தை வீட்டுக்கு ஊருக்கு அனுப்பிவிட்டிருந்தேன். என் கைச் சமையல் கசந்தால், ரங்கசாமி வீட்டுச் சாப்பாடு அல்லது அட்டுப் பிடித்த ஐயன் கிளப் உண்ணாவிரதம்.

இந்தச் சமயத்தில்தான் நான் ரொம்ப நெருங்கி ரங்கசாமி வீட்டில் பழக நேர்ந்தது. டாக்டர் ஏதோ லத்தீன் பெயரில் காய்ச்சல் என்று சொன்னார்... அவனது நோய் மறுநாள், மறுநாள் என்று எல்லையில்லாமல் நீண்டுகொண்டே போயிற்று. படுக்கையாகிவிட்டான். மனைவி பிரசவத்திற்காகத் தாடி வளர்க்கும் ஹோட்டல் ஐயன் மாதிரி முகம், வரவரக் குழிந்து கொண்டு பிரேதக் களை தட்ட ஆரம்பித்துவிட்டது. மூன்று மாதம் அவளும் ஓயாது ஒழியாது உழைத்தாள்...

உத்தியோகம் தனிப்பட்ட ஸ்தாபனத்தில். எத்தனை நாளைக்குத் தான் ரங்கசாமிக்காகக் காத்துக்கொண்டிருப்பான் எஜமானன்... வேலையும் போய்விட்டது. சுமை முழுவதும் என்மேல் விழுந்தது...

முதலில் எனது உதவியைச் சந்தோஷத்துடன் ஏற்றாள். பிறகு, 'அண்ணா! அண்ணா!' என்று கூப்பிட்டு மனதைத் திருப்திசெய்து கொண்டாள்.

டாக்டர் வருவார்; மருந்து எழுதிக் கொடுப்பார்; உணவு எழுதிக் கொடுப்பார்; உயிரை உடலுடன் ஒட்டவைக்க அவரும் என்னென்னவோ வித்தையெல்லாம் செய்துதான் பார்த்து வந்தார்.

ரங்கசாமியைத் தூக்குவது, கிடத்துவது, அவனுக்கு வேண்டிய சிசுருஷைகளைச் செய்வது எல்லாம் நானும் அவளும்தான். அந்தத் தனியான வீட்டில் நானும் அவளுந்தான்... இதே நினைப்புத்தான், எப்பொழுதும் என் மனதில்... உதவிசெய்யும்பொழுது எங்கள் உடலம் தொட்டுக்கொள்ளும். எனக்கு சுரீர் என்று விஷமேறும். அவளுக்கு எப்படியோ...

இராத்திரியில் வென்னீர் ஏதாவது போட வேண்டுமென்றால் நான் அடுக்களைக்குச் செல்லுவேன். அவள் உடனிருந்து பார்த்துக் கொள்ளுவாள்.

"அண்ணா, என்னவோ போல் பார்க்கிறாரே!" என்ற ஓலம் கேட்கும். அடுப்பில் போட்டது போட்டபடி அங்கு

புதுமைப்பித்தன்

ஓடுவேன். அவள் கணப்புச் சட்டியில் தவிட்டை வறுப்பாள். நான் வாங்கி வாங்கி ஒத்தடம் இடுவேன். நான் அவனையே பார்த்துக்கொண்டு பின்புறம் கை நீட்டும்பொழுது சில சமயம் என் கை அவளது வளையலில் படும்; அல்லது ஸ்தன்யங்களில் பட்டுவிடும். அந்த ஒரு நிமிஷம் எனக்கு நரக வேதனைதான். அவளது இளமையில் என் மனம் லயித்து நிற்குமே ஒழிய, அவளது சங்கடமோ, அவளது ஊசலோ எனக்குப் படாது. அச்சமயங்களில் நான் அவளைத் திரும்பிப் பார்த்ததில்லை. அவள் அதில் படபடப்பைக் காட்டிக் கலவரத்தை உண்டு பண்ணிவிடவில்லை. பின் பலமுறை வேண்டுமென்றே தனியாக நாங்கள் நிற்கும்பொழுது அவள்மீது நான் பரீட்சை நடத்தியது துண்டு . . . ஆனால் பிரதிபலன், எதிர்பிரதிபலிப்பற்ற பார்வை.

நாலைந்து நாட் கழித்து நான் ஆபீசுக்குப் போகப் புறப்படும் பொழுது ரங்கசாமியைப் பார்க்க அவன் வீட்டிற்குள் போனேன். விடியற்காலையில்தான் அவர்கள் வீட்டிலிருந்தே என் ரூமுக்குத் திரும்பியிருந்தேன்.

முந்திய நாள் ராத்திரி ஒரு கண்டம். நடுநிசியில் டாக்டர் வந்தார். மருந்து கொடுத்திருந்தார். தூங்கினால் விழிக்கவைக்க வேண்டாமென்று சொல்லிவிட்டுச் சென்றிருந்தார். காலை வரையில் ரங்கசாமி தூங்கவேயில்லை.

பார்லி கஞ்சியைப் போட்டு வைத்திருக்கும்படிச் சொல்லி விட்டு நான் என் ரூமுக்குச் சென்றிருந்தேன்.

திரும்பிவந்து பார்க்கும்பொழுது அவள் ரங்கசாமி பக்கத்தில் அலங்கோலமான உடையில் நின்றுகொண்டிருந் தாள். தலையில் ஈரம் சொட்டுகிறது. இடையில் ஒரு துண்டு தான். மஞ்சள் இட்ட மாங்கல்யம் துல்யமாகப் பிரகாசித்துத் தொங்கிக்கொண்டிருக்கிறது. துண்டு, அவளது ஈரம் காயாத அங்க லட்சணங்களை எடுத்துக் காண்பித்தது.

என்னைக் கண்டவுடன் – அவள் தன் உடை அலங் கோலத்தை நினைக்கவில்லை – என்னைப் பார்த்துத் தழு தழுத்த குரலில் “வந்து பாருங்களேன், என்னமோ மாதிரி இருக்கே” என்றாள்.

நான் அருகில் சென்று ரங்கசாமியைத் தொட்டுப் பார்த்தேன். நாடியைப் பார்த்தேன். நாசியைப் பார்த்தேன் – அங்கிருந்தது மாஜி ரங்கசாமிதான் . . .

இவ்வளவும் என் புலனறிவிற்குத் தெரிந்ததே ஒழிய என் மனம் அவள் கட்டியிருந்த துண்டின் இடைவெளியிலேயே லயித்தது. மனதில் குமுறல்; பேய்க்கூத்து.

"ஒன்றுமில்லை, அயர்ந்த தூக்கம். இப்படிப் பயப்படலாமா? வாருங்கள் இந்தப் பக்கம்." என்னமோ அன்று தைரியமாக அவள் கையைப் பிடித்தேன். எதிர்ப்பின்றி உடன் வந்தாள்.

"அந்தப் புடவையை உடுத்துங்கள்" என்று கொடியிலிருந்து அதை எடுத்தேன்; அவளிடம் கொடுக்கவில்லை. அவள் துண்டு நெகிழ்ந்தது; நான் மிருகமானேன்; அவள் பிணமானாள்.

நான் அன்று ஆபீஸுக்குப் போகவில்லை. ரங்கசாமியின் சடலத்தைப் பின்தொடர்ந்தவர்கள் நாங்கள் இருவர்தான். அவள் தீச்சட்டி எடுத்துக்கொண்டு நடந்தாள். திரும்பி வரும் பொழுது, அவளைப் பார்ப்பதற்கு எனக்குப் பரிதாபமாக இருந்தது. அவளை ஊருக்கு அனுப்பும் வரை நான் மீண்டும் அதைப்பற்றி நினைக்கவில்லை; அதனால் ஏற்பட்ட வெறுப்பையோ பாசத்தையோ அவள் காட்டிக்கொள்ள வில்லை . . .

அது எங்களுக்குள் ஓர் மறந்த சம்பவமாகியது. என் மனம் நிம்மதியடைந்தது.

இப்பொழுது ஏன் சொல்ல வந்தேன் என்றால் என் மகள் லக்ஷ்மிக்கு அவர்கள் இருவரும் பிரியம் வைத்த சுண்டான், இப்பொழுது பருவம் அடைந்துவிட்டாள்; எனக்கும் கொஞ்சம் கடன் இருக்கிறது; அதோடு பிராவிடண்ட் நிதியி லிருந்தும் இன்ஷுர் தொகை கொஞ்சமும் அவளுக்கும் அவள் தாயாருக்கும் கிடைக்கும். கவலையில்லை; ஆனாலும் பிணத்தைப் பார்க்கும்போதெல்லாம் என் மனதில் ரங்கசாமி வீட்டில் நடந்த சம்பவம் நினைவுக்கு வருகிறது. அதே மாதிரி மிருக இச்சை தோன்றுகிறது . . .

பார்க்காமல் ஓட முயலுகிறேன். முடியவில்லையே. கீழ்ப்பாக்கத்திற்கு என்னைக் கொண்டு போகும்முன், நாலு பேர் சவாரி கிடைத்தால் தேவலை என்று தோணுகிறது.

எல்லாம் ரங்கசாமியால் வந்த வினை. அவன் ஏன் இப்படி நோஞ்சானாகக் குடும்பம் நடத்த முயல வேண்டும்?

❍ ❍ ❍

பிரேதத்தைப் பார்க்கும்போதெல்லாம் ஏன் இந்தக் கற்பனை? ரங்கசாமியும் அவனது மனைவியும் வந்து இந்த நாடகமாடிவிட்டுப் போகவேண்டும்?

என – க் – குப் – பய – மா – இருக் – கே . . .

***ஜோதி*, ஏப்ரல் 1939**

சாமியாரும் குழந்தையும் சீடையும்

"மனிதன் கடவுளைப் படைத்தான், அப்புறம் கடவுள் மனிதனை சிருஷ்டிக்க ஆரம்பித்தான்.

"இருவரும் மாறி மாறிப் போட்டி போட ஆரம்பித்தார்கள். இன்னும் போட்டி முடியவில்லை.

"நேற்றுவரை பிந்திப் பிறந்த கடவுளுக்கு முந்திப் பிறந்த மனிதன் ஈடுகட்டிக்கொண்டு வந்தான்.

"இதில் வெற்றி தோல்வி, பெரியவர் சின்னவர் என்று நிச்சயிப்பதற்கு எப்படி முடியும்.

"நிச்சயிக்க என்ன இருக்கிறது..?"

இப்படியாகப் பின்னிக்கொண்டே போனார் ஒரு சாமியார். எதிரிலே தாமிரவருணியின் புது வெள்ளம் நுரைக் குளிர்ச்சியுடன் சுழன்று உருண்டது.

அவர் உட்கார்ந்திருந்தது ஒரு படித்துறை. எதிரே அக்கரையில் பனைமரங்களால் புருவமிட்ட மாந்தோப்பு. அதற்கப்புறம் சிந்துபூந்துறை என்று சொல்வார்களே அந்த ஊர். இப்பொழுது பூ சிந்துவதற்கு அங்கு மரம் இருக்கிறது. அதைப் போல எண்ணக் குலைவையும் ஏமாற்றத்தையும் சிந்துவதற்கு சுமார் ஆயிரம் இதயங்கள் துடிக்கின்றன. துடிப்பு நின்றவுடன் வைத்து எரிக்க அதோ பக்கத்திலேயே சுடுகாடு இருக்கிறது. இப்பொழுதும் இந்த நிமிஷத்தில் கூடத்தான் அது புகைந்துகொண் டிருக்கிறது. தோல்வியின், ஏமாற்றத்தின் வாகனங்களை வைத்துப் பெருமைப்பட்டுக்கொண்டிருப்பது பலவீனந் தானே. பலவீனத்தை வைத்துக்கொண்டு நாலு காசு சம்பாதிக்க பிச்சைக்காரனுக்கு முடியும். மனுஷனால்

வாழ முடியுமா? அதனால்தான் இந்த சுடுகாடு என்ற ரண சிகித்சை – டாக்டர் வாழ்க்கை என்ற நோயாளிக்கு மிக அவசியம்.

அதை இந்தச் சாமியார் அறிந்துகொண்டிருந்தார். அதனால்தான் இவருக்கு விரக்தி ஏற்பட்டது. இவருக்கு இடது பக்கத்தில் சுலோசன முதலியார் பாலம். கட்டபொம்மு சண்டையின்போது சமரசம் பேச முயன்ற துபாஷ் அவர். அவர்தான் அதைக் கட்டினது. திருநெல்வேலிக்காரர்களுக்கு அதில் அபாரப் பெருமை. முட்டையும் பதநீரும்விட்டு அரைத்த காரையில் கட்டியதாம். அதில் ஒரு தனிப் பெருமை.

இதற்கு முன் எப்போதோ ஒரு முறை இதுபோல வந்த வெள்ளம் அடித்துக்கொண்டுவந்த வைக்கோல் போர், முன் பல்லைத் தட்டின மாதிரி இரண்டு மூன்று கண்மாய்களைப் பெயர்த்துக்கொண்டு போய்விட்டது. மறுபடியும் கட்டி விட்டார்கள் இப்பொழுது. பொய்ப் பல் கட்டிக்கொண்டால் எப்படியும் கிழவன்தானே; அப்படித்தான் அதுவும். வயசு முதிர்ந்த நாகரிகம் ஒன்று தன்னை வலுவுள்ளது மாதிரி காட்டிக்கொள்வது போன்றிருந்தது. அதற்கும் சற்று அப்பால் பொதிகை. குண்டுக்கல் மாதிரி ஒரு குன்று; தெத்துக்குத்தான வானத்தின் சிகப்பு கோரச் சிரிப்பைத் தாங்குவது போலப் படுத்திருந்தது குன்றின் தொடர்.

சாமியாருக்குப் பின்புறத்தில் சுப்பிரமணியன் கோவில். அதாவது வாலிபம், வலிமை, அழகு, நம்பிக்கை இவற்றை யெல்லாம் திரட்டி வைத்த ஒரு கல்சிலை இருக்கும் கட்டிடம். அதற்குப் பின்னால் ஒரு பேராய்ச்சி கோவில். மேற்குத் திசையின் கோரச் சிரிப்புக்கு எதிர்ச் சிரிப்பு காட்டும் கோர வடிவம். இருட்டில் மினுக்கும் கோவில். வாலிபமும் நம்பிக்கை யும் அந்தக் கோரச் சிரிப்பின் தயவில் நிற்பது போல சாமியா ரின் முதுகுப்புறத்திலிருந்தன.

அவர் வெறுத்துவிட்டவை; ஆனால் மனிதனால் வெறுக்க முடியாதவை. அதனால்தான் அவரது முதுகுப்புறமானது அவற்றிற்கு அப்பால் விலகிச் செல்ல முடியாது தவித்தது.

சாமியாரின் வலது பக்கத்தில் . . .

சாமியாரின் வலது பக்கத்தில் ஒரு சின்னக் குழந்தை. நான்கு வயசுக் குழந்தை. பாவாடை முந்தானையில் சீடை மூட்டை கட்டிக்கொண்டு, படித்துறையில் உட்கார்ந்து காலைத் தண்ணீரில்விட்டு ஆட்டிக்கொண்டிருக்கிறது. சின்னக் கால் காப்புகள் தண்ணீரிலிருந்து வெளிவரும்பொழுது ஒய்ந்து போன சூரிய கிரணம் அதன்மேல் கண் சிமிட்டும். அடுத்த

நிமிஷம் கிரணத்திற்கு ஏமாற்றம். குழந்தையின் கால்கள் தண்ணீருக்குள் சென்றுவிடும். சூரியனாக இருந்தால் என்ன? குழந்தையின் பாதத் தூளிக்குத் தவம் கிடந்துதான் ஆக வேண்டும்.

குழந்தை சீடையை மென்றுகொண்டு சாமியாரைப் பார்க்கிறது.

சாமியார் வெள்ளத்தைப் பார்க்கிறார். வெள்ளம் இருவரையும் கவனிக்கவில்லை.

"மனிதன் நல்லவன்தான்; தான் உண்டாக்கின கடவுளிடம் அறிவை ஒப்படைத்திருந்தால் புத்திசாலியாக வாழ்ந்திருக்க முடியும். அப்பொழுது அது தன்னிடமிருந்ததாக அவனுக்குத் தெரியாது. இப்பொழுது அறிவாளியாக அல்லல்படுகிறான்.

"சிருஷ்டித் தொழிலை நடத்துகிறவனுக்கு அறிவு அவசியம் என்பது அப்போது அவனுக்குத் தெரியாது. இப்பொழுது அவஸ்தைப்படுகிறான். அதற்காக அவனைக் குற்றம் சொல்ல முடியுமா ?

"மனிதன் தன் திறமையை அறிந்துகொள்ளாமல் செய்த பிசகுக்குக் கடவுள் என்று பெயர். மனிதனுக்கு உண்டாக்கத் தான் தெரியும். அழிக்கத் தெரியாது. அழியும்வரை காத்திருப்பது தான் அவன் செய்யக் கூடியது.

"அதனால்தான் காத்திருக்கிறான். ஆனால் அவனுக்குத் துருதுருத்த கைகள். அதனால்தான் பிசகுகளின் உற்பத்தி கணக்கு வரம்பை மீறுகிறது..." என்றார் சாமியார்.

தரையில் தலை நிமிர்ந்து வந்த நாணல் புல் ஒன்று சுழலுக்குள் மறைந்துவிட்டது. குழந்தையும் 'ஆமாம்' என்பது போல் தலையை அசைத்துக்கொண்டு ஒரு சீடையை வாயில் போட்டுக்கொண்டு கடுக்கென்று கடித்தது.

அந்தப் படித்துறையில் கடுக்கென்ற அந்த சப்தத்தைக் கேட்க வேறு யாரும் இல்லை.

சூறாவளி, 23.4.1939

செவ்வாய் தோஷம்

முருக்கம்பட்டிக்கு லோகல் பண்டு ஆஸ்பத்திரி தான் உண்டு. அதாவது சின்னக் காய்ச்சல், தலைவலி, கைகால் உளைச்சல், வெட்டுக்காயம் அல்லது வேனல் கட்டி – இவைகளை மட்டிலுமே குணப்படுத்துவதற்கான வசதி அமைந்தது. கிராமவாசிகள் திடமான தேகமுள்ளவர்களானதால் பட்டணத்துக்காரர்களைப் போல நாகரிகமான வியாதிகளைப் பெறுவதில்லை. கொய்னா மாத்திரம் மத்ய சர்க்காரின் மலேரியா எதிர்ப்பு முயற்சியால் கிராமவாசிகளிடையே இலவச விநியோகத்திற்காக வேண்டியமட்டிலும் உண்டு.

டாக்டர் வீரபத்திர பிள்ளை எல்.எம்.பி., அந்தப் பிரதேசத்தின் தேக சௌக்கியத்திற்குப் பொறுப்பாளியல்லரானாலும், கிராமவாசிகள் வருவித்துக்கொள்ளக்கூடிய வியாதிகளைத் தடுக்க முயற்சிசெய்யும் பாத்தியதை அவருக்கு உண்டு. 'கைராசிக்காரர்' என்ற அக்கிராமவாசிகளின் பட்டம் அவருடைய வைத்திய கௌரவத்திற்குப் பின்னொளியாக இருந்துவந்தது.

அவருடைய வைத்தியம் தெரிந்த வியாதிகளுக்கு ராஜ பாதை; அவருக்குச் சிறிது சந்தேகம் தோன்றிவிட்டால் போதும், சாதாரணமானதானாலும் வியாதியஸ்தனை நூறு சதவிகிதம் பயமூட்டையுடன், வண்டி கட்டி, ஜில்லா ஆஸ்பத்திரிக்கு அனுப்பிவிடுவார்.

கம்பௌண்டர் வெங்கடசாமி நாயுடு அப்படியில்லை. அவருடைய ஞானம் இரண்டு களஞ்சியங்களில் இருந்தது: ஒன்று, யூனியன் ஜாக் கொடிபோட்ட – டாக்டர் பிள்ளையவர்களின் கைக்குள் அடங்கிய – சீமைச்

சிகிச்சை; இன்னொன்று, எண்ணற்ற ஓலைச்சுவடிகளிலிருந்து திரட்டப்பட்ட மூலிகை சாஸ்திரம். வியாதியஸ்தனைக் குணப்படுத்துவதைவிட, குறிப்பிட்ட முறையின் தன்மையைப் பரிசீலனை செய்வதில் நெஞ்சழுத்தமுடையவர். ஆயுள்வேத சாஸ்திரத்தில் ஏற்பட்ட அபாரப் பிரேமையின் விளைவே அவருடைய இந்த நெஞ்சழுத்தத்திற்குக் காரணம் என்று சொல்ல வேண்டும்.

முருக்கம்பட்டி ஆஸ்பத்திரியில், பெரும்பான்மையான நாட்களில், குழந்தைகளுக்குப் பேதி மருந்து அல்லது மலச் சிக்கலால் ஏற்பட்ட காய்ச்சலுக்கு மருந்து, இவை தயாரிப்பதிலேயே காலம் கழிந்துவிடும்.

அதனால், பிணமறுக்கும் கிடங்கின் பூட்டு துருப்பிடித்துச் சிக்கிக் கிடப்பதில் ஆச்சரியமில்லை.

கிடங்கு, ஆஸ்பத்திரிக் காம்பவுண்டின் கீழ்க் கோடி மூலையில் இருக்கிறது. அன்று ராத்திரி பத்து மணி சுமாருக்கு ஆஸ்பத்திரித் தோட்டியான ராக்கன் வந்து எசமானிடம் கோயிலூரிலிருந்து பிணம் ஒன்று வந்திருப்பதாகச் செய்தி அறிவித்து, சாவியை வாங்கிக்கொண்டு போய்த் திறக்கக் கஷ்டப்பட்டான். முடியாமற் போகவே பூட்டுச் சிக்கெடுக்க டாக்டர் அம்மாளிடம் எண்ணெய் வேறு வாங்கிச் செல்ல வேண்டியதாக இருந்தது.

கோயிலூர் கி.மு., அந்த வட்டாரத்தில் 'ரவுண்டு வரும்' ஏட்டு கந்தசாமி பிள்ளை – எல்லாரும் அந்தக் கேஸை எடுத்து வந்திருந்தார்கள். கேஸ், கோயிலூர்ப் பள்ளனுடைய பிரேதம். அவர்கள் சொன்ன விபரந்தான் விசித்திரமாக இருந்தது; அது வைத்திய சாஸ்திரத்துக்கு அதீதமானது.

ரத்தக் காட்டேரி அடித்துவிட்டதால் அந்தப் பள்ளன் மாண்டு போனதாகக் கூறப்படுகிறது.

இ.பி.கோ.வில் பேயடிப்பதற்குத் தனிப்பிரிவு இல்லை என்பதைத் தெரிந்துகொண்டிருந்தும், ஏட்டுப்பிள்ளைகூட வெட்டியான் கூற்றை நம்பி ஆமோதிக்கிறார்.

டாக்டர் வீரபத்திர பிள்ளைக்குப் பிரேத பரிசோதனை யெல்லாம் வைத்தியக் கலாசாலையில் முதல் இரண்டு வருஷங்களில் கற்றுக்கொள்வதற்காக அநாதைப் பிரேதங்களை அறுத்துப் பார்த்ததோடு முடிவடைந்துவிட்டது. முருக்கம்பட்டிக்குள் சரணாகதியடைந்த பிறகு அவருக்கு இதுவரை பிரேத பரிசோதனை உத்தியோகம் ஏற்பட்டது கிடையாது. அப்படிப்

பட்டவருக்கு இம்மாதிரி விதிவிலக்கான ஒரு கேஸ் சம்பவித்தது ஊர்க்காரர்கள் பொதுப்பகையில் செய்த குற்றத்தை மறைப் பதற்குச் செய்யப்படும் ஒரு முட்டாள்தனமான முயற்சியோ என்று நினைத்தார்.

கம்பௌண்டர் நாயுடுவுக்கு ஆள் அனுப்பிவிட்டு, "யாருடா அது?" என்ற அதட்டலுடன், பாதக்குறடு சரல்கற்களில் கிரீச்சிட, அவர் பிரேதக் கிடங்குக்குச் சென்றார்.

இவரைக் கண்டதும் ஏட்டு கந்தசாமி பிள்ளை போலீஸ் – ஸலாம் செய்து, தமது கேஸ் புஸ்தகத்தை நீட்டிக் கையெழுத்து வாங்கிக்கொண்டு, விலகி நின்றார். "என்ன கந்தசாமி பிள்ளை, பய கதை விடரானே!" என்று சிரித்தார் டாக்டர்.

"பேய் பிசாசு இல்லை என்று சொல்ல முடியுமா?" என்றார் கந்தசாமி பிள்ளை.

"பயந்தான் பேய். ரிப்போர்ட்லெ பேயடிச்சதுன்னு எழுதி வையாதியும், சிரிச்சுத் துப்பப்போரான்!" என்றார் டாக்டர்.

"நீங்கள்தான் முகத்தைப் பாருங்களேன்! அப்பந் தெரியும் – ஏலே வெட்டியான், அந்தச் சாக்கெ விலக்கடா!" என்று உத்தரவு போட்டார் கந்தசாமி பிள்ளை.

டாக்டர், கையில் அரிக்கன் விளக்கை உயர்த்திப் பிடித்துக் கொண்டு, குனிந்து பிரேதத்தைப் பார்த்தார்.

கண் பிதுங்கி வெளியே தள்ளிக்கொண்டிருந்தது. சொல்ல முடியாத பயத்தில் முகத்தை வார்ப்பு எடுத்த மாதிரி அவ்வளவு கோரம்! கிட்டிப்போன பற்களுக்கிடையில் நாக்கு வெளியே தள்ளிக் கிடந்தது. பல் நாக்கில் பதிந்து விறைத்துக்கொண்ட தால் வாயை அகற்றிக்கூட நாக்கை உள்ளே தள்ள முடியாது.

"சாக்கை அப்புறம் எடுத்தெறி!" என்றார் டாக்டர்.

பிரேதம் ஒரு பக்கமாகச் சாய்ந்து கிடந்தது. முதுகில் பலத்த அறை விழுந்ததால் அதைக் தேக்குவதற்காக உடம்பை வளைத்த பாவனையில் வளைந்து விறைப்பேறிக் கிடந்தது. கை விரல்களும் வக்கிரமாக முறுகிக் கிடந்தன.

"சரி, உள்ளே எடுத்துக்கொண்டுபோய் மேஜையிலே கெடத்துங்கடா!" என்று சொல்லி நிமிர்ந்தார் வைத்தியர்.

"உடம்பில் கோறை ஒன்றையும் காணவில்லை. ஆனால் அடிக்குக் குனிந்த மாதிரிக் கிடக்கிறது" என்று ஏட்டைப் பார்த்தபடியே கூறினார்.

அச்சமயம் இருட்டில் ஓர் உருவம் தெரிந்தது. “அதாரது?” என்ற குரலுக்கு, “நான்தான் நாயுடு!” என்று சொல்லிக் கொண்டே கம்பௌண்டர் அருகில் வந்தார்.

“பேயடிச்ச கேஸ்கூட நம்ம ஆஸ்பத்திரிக்கு வருதுவே!” என்று சிரித்தார் டாக்டர் வீரபத்திர பிள்ளை.

“பேயா, அடிச்சா சாகத்தான்! இரண்டு மூன்று நாளாக இந்தப் பக்கம் ஒரு ரத்தக் காட்டேரி தெரிகெட்டுப் போய் அலையிது. அதாத்தானிருக்கும்!” என்றார் நாயுடு.

“நீரும் பேயை நம்புறீரா – உருப்பட்டாப்லேதான்!” என்று சொல்லி, டாக்டர், “ஏலே இன்னுமா – எத்தினி நேரம், சவத்தெ இளுத்துக் கெடத்த?” என்று அதட்டினார்.

“வே, கந்தசாமி பிள்ளை, நம்ம தோட்டி பாத்துக்கிடு வான் – நீங்க வேணும்னா ஆஸ்பத்திரி வெராண்டாவுலே படுத்துக் கிடுங்க – காலையிலே வேலையைச் சுருக்கா முடிச்சுடுவோம்!” என்று சொல்லிக்கொண்டே ஆஸ்பத்திரிக் காம்பவுண்டுக்கு எதிரில் உள்ள தமது வீட்டிற்குப் புறப்பட்டார்.

“ஸார், ஒரு நிமிசம், நான் ஒரு பார்வை பார்த்துப்புட்டு வந்திருதேன்!” என்றுகொண்டே உள்ளே நுழைந்தார் கம்பௌண்டர் நாயுடு.

டாக்டர் சிறிது தூரம் தள்ளிச்சென்று நின்றார்.

உள்ளே சென்ற கம்பௌண்டர் நாயுடு சிறிது நேரத்தில் விறைக்க விறைக்க ஓடிவந்தார்.

“வெட்டியான் சொல்லுரதில் அணுவளவு சந்தேகமில்லெ; ரத்தக் காட்டேரிதான்!” என்றார் நாயுடு.

“உமக்கும் என்ன பைத்தியமா? வேறெ வேலெ இருந்தாப் போய்ப் பாரும்!” என்று அதட்டினார் டாக்டர்.

“இப்பவே வேணும்னா அறுத்துப் பாருங்க! நான் சொல்லுரது சரியா தப்பா என்று தெரியும்” என்றார் நாயுடு.

“பார்க்க வேண்டியது உமது மூளைக்குத்தான் வைத்தியம்!” என்று சொல்லிக்கொண்டே மேல்துண்டை உதறித் தோளில் போட்டுக்கொண்டு, கைகளைத் தோளுக்குமேல் உயர்த்தி சுடக்கு முறித்துக் கொட்டாவி விட்டார் டாக்டர்.

“நீங்க எங்கூட ஷெட்டுக்குள் வாருங்க, காண்பிக்கிறேன்!” என்று தமது கட்சியை நிரூபிக்க அவசரப்பட்டார் கம்பௌண்டர்.

“என்னதான் சொல்லுமே!”

"நீங்க வாருங்க, ஸார்!" என்று ஷெட்டுக்குள் நுழைந்து, பிணத்தின் மீது கிடந்த சாக்கை அகற்றினார் கம்பௌண்டர்.

"டேய் தோட்டி! விளக்கைக் கொஞ்சம் ஓசத்திப் பிடி!" என்று சொல்லி, மடியிலிருந்து சூரிக்கத்தி ஒன்றை எடுத்தார்.

அவர் என்னதான் காட்டப்போகிறார் என்பதைப் பார்க்க ஷெட் வாசலில் நின்றுகொண்டிருந்த டாக்டர், "என்னவே, வேலை!" என்று சொல்லுமுன், பிணத்தின் கையில் கத்தியைக் குத்திக் கிழித்து, மாங்காயைப் பிளந்து காட்டுவதைப்போல், காயத்தை விரித்துப் பிடித்துக் காண்பித்து, "இதில் ஒரு சொட்டு ரத்தம் இருக்கிறதா பாருங்கள்!" என்றார்.

"ரத்தம் இருந்தாலும் பிணமானபின் வடிவதை எங்கே கண்டீர்?" என்றுகொண்டே நெருங்கினார் டாக்டர்.

"ரத்தம் வடியாது, உறைந்தாவது இருக்க வேண்டுமே! எங்கே பாருங்கள்?" என்றார் நாயுடு.

டாக்டர் குனிந்து பரிசோதித்துப் பார்த்தார். ரத்தத்தை வடிகட்டிப் பிழிந்தெடுத்த சதைபோலக் கிடந்தது பிணம்.

டாக்டர் வேறு ஓர் இடத்தில் பரிசோதிக்கும்படி கூறினார். அங்கும் அப்படியே இருந்தது. டாக்டருக்குப் புல்லரித்தது.

"அப்புறம்!" என்றார். அவருடைய நாக்கு மேல்வாயில் ஒட்டிக்கொண்டது.

"வாருங்க, போவோம்!" என்று வெளியே வந்த கம்பௌண்டர், "இவன் ரத்தம் எங்கே இருக்கிறது என்று பார்க்க வேண்டுமா?" என்றார். "கோயிலூர்க் கணியான் செத்துப் போனானே அவனைப் பொதைக்கத்தானே செய்தார் கள்?" என்று கேட்டார் தோட்டியிடம்.

"ஆமாஞ் சாமி! அங்கனெதான் இவனும் மாட்டிக் கிட்டான்!" என்றான் தோட்டி ராக்கன்.

"எப்படா நடந்தது?"

"சாயங்காலம் சாமி!"

"வருகிறீர்களா, போவோம்?" என்றார் கம்பௌண்டர்.

"அவ்வளவு நிச்சயமா உமக்கு? அப்படியானாப் போவோம்!" என்றார் டாக்டர்.

"ஏட்டுப்பிள்ளையையும் கூட்டிக்கொள்ளுவோம்; ஏலே ராக்கா, மம்பட்டியை எடுத்துக்கிட்டு கூட வா!" என்றார் நாயுடு.

"நான் வரமாட்டேன் சாமி; எனக்குப் புள்ளை குட்டி யில்லே!" என்றான் ராக்கன்.

"நாங்க இருக்கரப்ப என்னடா பயம்? சும்மா வா, ஒண்ணும் நடக்காது!" என்று தேற்றினார் கம்பௌண்டர்.

2

இந்தப் பரிசோதனைக் கோஷ்டி கோயிலூர் பள்ளர் சுடுகாட்டை அடையும்போது மணி பன்னிரண்டு.

வானத்திலே துளி மேகங்கூடக் கிடையாது. நிலவொளி யும் இல்லை; வெறும் நட்சத்திரப் பிரகாசம்தான்.

சுடுகாடு ஆற்றங்கரையிலிருந்தது. அது ஒரு வெட்டவெளி. நாலைந்து பர்லாங்குக்கப்புறந்தான் அந்தப் பகுதியில் மரம் என்ற பேருக்கு ஒன்றிரண்டு பனை முளைத்துக் கிடந்தது.

"எங்கடா அவனைப் பொதெச்சாங்க?" என்று அதட்டினார் டாக்டர். தம்மை இழுத்தடிக்கிறானே அந்தக் கம்பௌண்டர் என்று அவருக்கு நினைப்பு.

"அதோ, அந்தக் குத்துக்கல் தெரியுதே அதுதான் சாமி!" என்றான் ராக்கன். அவன் சொல்லி வாய் மூடவில்லை . . .

நாயின் ஊளை போல ஆரம்பித்த ஒரு சப்தம், கணநேரத் துக்கு நேரம் சுருதி கூடி, ஆந்தையின் அலறலாக மாறி, வெறும் பேய்ச் சிரிப்பாக வானமுகட்டைக் கிழித்தது.

கடகடவென்று விக்கிவிக்கிச் சிரிப்பது போன்ற அலறல் ஒருகணம் வானத்தையே நிறைத்தது.

அடுத்த கணம் அமைதி.

அதே பேய் – அமைதி!

நடந்துகொண்டிருந்தவர்கள் யாவரும் தரையுடன் தறை யிட்டது மாதிரி கல்லாய் உறைந்து நின்றனர்.

"சாமி, நான் வரமாட்டேன், பேய்!" என்று ஓட்டம் பிடித்தான் ராக்கன்.

மண்வெட்டி, ஓடிய வேகத்தில், அவன் கைவிட்டு நழுவியது. அதை எடுத்துக்கொள்ள அவன் தாமதிக்கவில்லை.

"நாய் ஊளையிட்ட மாதிரி இருந்துதல்ல!" என்றார் ஏட்டுப்பிள்ளை.

"சுடுகாட்டில் நாய்க்கா பஞ்சம்; அது நாயில்லை!" என்றார் கம்பௌண்டர்.

மூவரும் அந்தக் கணியானைப் புதைத்திருந்த இடத்திற்கு வந்து சேர்ந்தார்கள்.

கம்பௌண்டர் நாயுடு விளக்கை உயர்த்திப் பிடித்துக் கொள்ள, ஏட்டுப்பிள்ளை தைரியமாக வேஷ்டியை வரிந்து கட்டிக்கொண்டு, மண்வெட்டியால் தோண்ட ஆரம்பித்தார்.

ஆற்றருகில் உள்ள இடந்தானே; வேலை சுளுவாக நடந்தது.

"அதோ வெள்ளையா என்னமோ தெரிகிறது!" என்றார் கம்பௌண்டருடன் ஒண்டிக்கொண்டிருந்த டாக்டர்.

ஏட்டுப்பிள்ளை மண்வெட்டியைக் குழிக்கு வெளியில் எறிந்துவிட்டு, கைகளால் மண்ணைப் பரசி எடுக்க ஆரம்பித்தார். கம்பௌண்டரும் கையிலிருந்த விளக்கை டாக்டரிடம் கொடுத்துவிட்டு, உள்ளே இறங்கி, துணியின் முனையைப் பிடித்து இழுத்துத் தூக்கவே, பிரேதம் தென்பட்டது.

டாக்டர் குழிக்குள் விளக்கைப் பிடித்துக்கொண்டு குனிந்து பார்த்தார்.

பிரேதம், கைக் கட்டு, கால்விரல் கட்டு, வாய்க் கட்டு களுடன் மலத்திக் கிடத்தப்பட்டிருந்தது.

புதைத்து நான்கு நாட்களாகியும் நெற்றியிலிருந்த சந்தன மும் குங்குமமும் அழியவில்லை. கழுத்தில் கிடந்த மாலை வாடவில்லை. பிரேதம்போல் கட்டப்பட்டு ஒருவன் படுத்துத் தூங்குவது போலவே தென்பட்டது.

"அவன் எமை ஆடுது!" என்று அலறிக்கொண்டே விளக்கை நழுவவிட்டார் டாக்டர்.

நல்ல காலம், கம்பௌண்டர் அதை ஏந்திக்கொண்டார்.

பிரேதத்தின் வலது இமை ஆடியது. யாவரும் அதையே பார்த்து நின்றார்கள்.

புதுமைப்பித்தன்

பிணம் எழுந்து உட்கார்ந்து பேசும் என்று எதிர்பார்ப்பது போலிருந்தது அவர்கள் பார்வை.

வலது கண் இமைகள் மெதுவாக அசைந்தன. உள்ளிருந்து சிரமப்பட்டு ஒரு கருவண்டு வெளியே வந்தது. வெளிச்சத்தைக் கண்டு திகைத்தது போலத் தள்ளாடியது. பிறகு சிறகை விரித்து உயரப் பறந்து சென்றது.

“வண்டுகளைப் போல அது ரீங்காரமிடவில்லை, பார்த்தீரா?” என்றார் நாயுடு.

வண்டு போனதையே பின்பற்றிய கண்கள் அதை இருளில் இழந்தன.

“இதோ பாருங்கள்!” என்று பிரேதத்தின் வலது கரத்தைக் கத்தியால் கிழித்துக் காயத்தை விரித்துப் பிடித்தார் நாயுடு.

புது ரத்தம் குபுகுபு என்று பொங்கி அவர் விரல்களை நனைத்தது!

❍ ❍ ❍

மூவரும் ஆற்றில் குளித்துக்கொண்டிருந்தார்கள்.

“ரிப்போர்ட் எப்படி எழுத?” என்று கைகளை மணலால் தேய்த்துக்கொண்டே கேட்டார் ஏட்டுப்பிள்ளை. தன் கையில் ரத்தம் பட்டது போல அவ்வளவு பிரமை.

“பயத்தால் மரணம் என்று எளுதிப்புடும்!” என்றார் கம்பௌண்டர்.

“நாயுடு, இது எப்படித் தெரிந்தது?” என்றார் டாக்டர்.

“அவன் ஜாதகத்தைப் பார்த்திருக்கிறேன்; அவனுக்குச் செவ்வாய் தோஷம்; அந்த ஜாதகமெல்லாம் ரத்தக் காட்டேரி தான்!” என்றார் கம்பௌண்டர்.

***சூறாவளி*, 9.7.1939**

மகாமசானம்

சாயந்தரமாகிவிட்டால், நாகரிகம் என்பது இடித்துக்கொண்டும் இடிபட்டுக்கொண்டும் போக வேண்டிய ரஸ்தா என்பதைக் காட்டும்படியாகப் பட்டணம் மாறிவிடுகிறது. அதிலும் தேகத்தின் நரம்பு முடிச்சுப்போல, நாலைந்து பெரிய ரஸ்தாக்களும், டிராம் போகும் ரஸ்தாக்களும் சந்திக்கும் இடமாகிவிட்டாலோ தொந்தரவு சகிக்கவே முடியாது. ஆபீஸிலிருந்து 'எச்சு'ப் போய் வருகிறவர்கள், இருட்டின் கோலாகலத்தை அநுபவிக்கவரும் அலங்கார உடை தரித்தவர்கள், மோட்டாரில் செல்லுவதற்கு இயலாத அவ்வளவு செயலற்ற அலங்கார வேஷ வெளவால்கள் எல்லாம் ஏகமேனியாக, 'எல்லாம் ஒன்றே' என்று காட்டும் தன்மை பெற்றவர்கள்போல் இடித்துத் தள்ளிக்கொண்டு அவரவர் பாதையில் போவார்கள். அன்றும் அம்மாதிரியே போய்க்கொண்டிருந்தார்கள்.

'ஒற்றைவழிப் போக்குவரத்து' என்ற ஸஞ்சார நியதி வந்ததிலிருந்து உயர்ந்த அடுக்குக் கட்டிடங்களின் உச்சியின்மேல் நின்றுகொண்டு பார்த்தால் அங்கே நாகரிகத்தின் சுழிப்புத் தெரியும். கரையைப் பீறிட்டுக் கொண்டு பாயும் வெள்ளத்தை அணைக்கட்டின்மேல் இருந்து கொண்டு பார்த்தால் எப்படியோ, அப்படி இருக்கும்.

நான் சொல்லவந்த இடமும் அதுதான். மவுண்ட் ரோட் ரவுண்டாணா. மலைப்பழ மாம்பழக் கூடைக் காரிகளின் வரிசை. அவர்களுக்குப் பின்புறம் எச்சில் மாங்கொட்டையைக் குதப்பித் துப்பிவிட்டு, சீலையில் கையைத் துடைத்துக்கொள்ளும் 'மெரா ஸ் பறச்சிங்கோ',

புதுமைப்பித்தன்

கைத்தடியோடு 'சிலுமன்' கொடுத்து உலாவிக்கொண்டிருக்கும் காபூலிவாலா, முகம்மதியப் பிச்சைக்காரன், நொண்டிப் பிச்சைக்காரன், குஷ்டரோகப் பிச்சைக்காரன், ராத்திரித் 'தொழிலுக்கு'த் தயாராகும் யுவதி – பாதையின் ஓரத்தில் உட்கார்ந்துகொண்டு, நிம்மதியாகச் சீவிச் சிங்காரித்துக் கொண்டிருக்கிறாள் அவள் – அப்புறம் நானாவித, "என்ன சார் ரொம்ப நாளாச்சே", "பஸ் வந்துட்டுது", "ஏறு" என்கிற பேர்வழிகள் எல்லாம். அவசரம், அவசரம், அவசரம்...

அப்பொழுது அவன் ரஸ்தாவின் ஓரத்தில் உள்ள நடைபாதையில் படுத்துச் சாவகாசமாகச் செத்துக்கொண்டிருந்தான்.

சாவதற்கு நல்ல இடம். சுகமான மர நிழல். வெக்கை தணிந்து அஸ்தமனமாகிவரும் சூரியன். "ஜே ஜே" என்ற ஜன இயக்கம். ராஜ கோலாகலம் என்றுதான் சொல்ல வேண்டும்.

அப்பொழுது அவன் செத்துக்கொண்டிருந்தான்; சாவகாசமாகச் செத்துக்கொண்டிருந்தான்.

ஜனங்கள் அவ்வழியாகப் போய்க்கொண்டிருந்தார்கள்; வந்து கொண்டிருந்தார்கள். அவர்களுக்குத் தெரியாது; சிலர் தெரிந்துகொள்ள விரும்பவில்லை.

அவன் கிழட்டுத் துருக்கப் பிச்சைக்காரன். தாடி மிகவும் நரைத்துவிட்டது. மேலே அழுக்குப் பிடித்த கந்தை; கையையும் காலையும், மூப்பு போஷணையின்மை இரண்டும் சேர்ந்து சூம்பவைத்துவிட்டன. கால், காய்த்துப்போன கால்.

அவன் பக்கத்தில் தலைமாட்டில் இன்னும் ஒரு பிச்சைக்காரன் உட்கார்ந்துகொண்டிருந்தான். தகரக் குவளையில் தண்ணீரை எடுத்துக் கிழவனுடைய தலையைத் தூக்கி ஒரு மிடறு தண்ணீர் கொடுக்க முயன்றும் முடியாமையால் வாயை மட்டிலும் நனைத்தான். தன்னுடைய கைகளைத் தலைக்குக் கீழ்க் கொடுத்துத் தூக்க முயன்றான். படுத்துக் கிடந்த கிழவன், அதாவது செத்துக்கொண்டிருந்த கிழவன், தன் பக்கத்தில் காருண்ய ஸ்தல ஸ்தாபனத்தார் நிறுத்தி வைத்திருந்தார்களே, அந்தத் தகரப் பீப்பாய், அதை, பிடித்தபடியே தலையை நிமிர்த்த முயன்றான். அவன் கண்களில் ஒளி மங்கிவிட்டது. அவன் உதடு நீலம் பூத்துவிட்டது. அவன் கதையெல்லாம் இன்னும் சிறிது நேரத்திற்குள் சம்பூர்ணமாகிவிடும். ஆனாலும் அவன் அந்தத் தகரப் பீப்பாயைப் பிடித்த பிடிப்பை விடவில்லை. பிடிப்பில் ஓர் ஆறுதல் இருந்தது; பலம் இருந்தது. பக்கத்தில் யாரோ தண்ணீர் கொடுக்கிறார்கள் என்ற பிரக்ஞை இருந்ததாக மட்டும் தெரியவில்லை. தண்ணீர் வந்தது; குடிக்க வேண்டும் :

எப்போதும் முடிவிலே இன்பம்

அவ்வளவுதான் அவன் மனசில். அதற்குமேல் நினைக்க விருப்ப மில்லை; தேவையில்லை; திராணி இல்லை.

அப்போது டிராம் வண்டி ஏறுவதற்காக இரண்டு பேர் வந்தார்கள். இரண்டு பேரும் நின்றார்கள். ஆனால் டிராம் வரவில்லை. இருவரில் ஒருவர் தகப்பனார்; முப்பது வயசு. இரண்டாவது நபர், சிறு பெண் குழந்தை. நாலைந்து வயசு இருக்கும். அவரைப் பார்த்தால் தம் குடும்பத் தேவைகளைத் திருப்தி செய்துகொள்வதற்குக் கஷ்டப்படுபவராகத் தெரிய வில்லை. குழந்தை சாதாரணக் குழந்தை; ஆனால், தாய் சிறிதே கவனமுள்ளவள் என்பது தெரியும்படி, சுத்தமாக, படாடோபம் இல்லாமல் அலங்கரித்து விடப்பட்டிருந்தது.

குழந்தையும் தகப்பனாரும் டிராமுக்குக் காத்துக்கொண்டு நின்றார்கள். குழந்தை அவருடைய ஆள்காட்டி விரலைப் பிடித்துக்கொண்டு நின்றது. நின்றுகொண்டிருந்தவர்களுக்கு எதிர்ச் சாரியிலுள்ள கூடைக்காரி வைத்திருந்த மாம்பழம் நல்லதாகத் தெரிந்தது.

"குஞ்சு, நீ இங்கேயே நிக்கணும். அப்பா அந்தப் பக்கமாப் போய் ஒனக்கு மாம்பழம் வாங்கிண்டு வருவாளாம்" என்றார் அவர்.

"ஆகட்டும்" என்றது குழந்தை.

"நீ ரோட்டிலே இறங்கி வரவே படாது, தெரியுமா? வந்தாப் பழமில்லை" என்றார் அவர். 'குழந்தையைத் தனியே விடக்கூடாது' என்று அவர் மனசு குறுகுறுத்தது.

"இங்கியே நிக்கறேன் அப்பா" என்று கையடித்துக் கொடுப்பது போல அவரை அந்தப் பக்கம் போகும்படித் தூண்டியது குழந்தை.

மாம்பழ வேட்கையில் அவர் குழந்தையைத் தனியாக விட்டுவிட்டு ரஸ்தாவைக் குறுக்காகத் தாண்டி எதிர்ப்புற மாகச் சென்றார்.

குழந்தை தைரியமானது, இதற்குமுன் இவ்வாறு நின்று பழகியது என்றுதான் சொல்ல வேண்டும். முதல் பயத்தில் அப்பாவைத் தொடர்ந்த கண்கள் அப்புறம் பராக்குப் பார்ப்ப தில் ஒன்றிவிட்டன.

சிவப்பு மோட்டார் ஒன்று அதன் கண்களைக் கவர, அந்தப் பக்கமாகவே பார்த்துக்கொண்டு நின்றது. அவசரப் பட்ட ஜீவன் ஒன்று குழந்தையைக் கவனிக்காமல் நடந்து போகையில் இடித்துவிட – அதன் மனம் எந்த உலகில்

புதுமைப்பித்தன்

ஓடுகிறதோ – குழந்தை தள்ளாடியது. இடிபடாமல் நிற்பதற்காகச் சிவப்பு மோட்டார் பார்க்கும் ஆசையையும் துறந்து நடைபாதை ஓரத்தில் உள்ள சுவர் அருகில்போய் நின்றுகொண்டது. சுவரில் ஒன்றி நின்று சாய்ந்துகொண்டு தன்னுடைய பைக்குள் கைபோட்டபடி நாலு திசைகளிலும் சுற்றிப் பார்த்தது.

செத்துக்கொண்டிருக்கும் அக்கிழவனும் அவனுடைய சாவுக்கு உதவி செய்துகொண்டிருக்கும் வேறு ஒருவனும் அதன் கண்ணில்பட, 'அதென்ன வேடிக்கை?' என்று பார்க்கத் தயங்கித் தயங்கி அவர்கள் பக்கம் நெருங்கியது.

'பால் குடிக்கமாட்டேன்' என்றால் அம்மா தன்னை மட்டும் வற்புறுத்தி டம்ளரில் வைத்துக்கொண்டு தன்னிடம் மல்லுக்கட்டி அதைப் புகட்டுவதும், அப்பா, 'வேண்டாம்' என்றால் பேசாதிருந்துவிடுவதும் அதற்குத் தெரியும். பெரியவர்களுக்கு 'வேண்டாம்' என்று சொல்ல உரிமையுண்டு; அம்மாவானாலும் அவருக்குப் பயப்படுவாள் என்பது அந்தக் குழந்தையின் சித்தாந்தம். அதற்கு அது வேடிக்கையாக இருந்தது. பெரியவர்களுக்கு டம்ளரில் புகட்டுவதா என்று அதற்கு ஆச்சரியம்.

இந்த வேடிக்கையைப் பார்க்க அந்த இரண்டு அநாதைகளின் அருகில் சென்றது குழந்தை. கிழவனுடைய தலைப் பக்கம் நின்றது.

இளைய பிச்சைக்காரன் மறுமுறையும் கிழவன் தொண்டையை நனைக்க முயன்றுகொண்டிருந்தான். அவனுக்குக் கைப்பழக்கம் போதாது. அவன் ஊற்ற முயன்றபோது, ஒன்று அதிகமாகக் குபுக்கென்று விழுந்து கழுத்தை நனைத்தது; அல்லது டம்ளரிலிருந்து விழவேயில்லை.

கிழவன் தகரப் பீப்பாயைப் பிடித்துக்கொண்டு செத்துக்கொண்டிருந்தான்.

குழந்தை நீரைப் பருகுவதற்கு வாயைக் குவிய வைப்பது போல வைத்துக்கொண்டு, தன்னுடைய கையில் உள்ள கற்பனை டம்ளரைப் பிடித்தபடி, "மெதுவா, மெதுவா" என்றது.

தண்ணீர் வார்த்தவன் ஏறிட்டுப் பார்த்தான். "அம்மா, நீ இங்கே நிக்கப்படாது; அப்படிப் போயிரம்மா" என்றான்.

"ஏன்?" என்றது குழந்தை.

"இவுரு சாவுறாரு" என்றான் பிச்சைக்காரன்.

"அப்படீன்னா?"

“சாவுறாரு அம்மா, செத்துப்போறாரு” என்று தலையைக் கொளக்கென்று போட்டுக் காண்பித்தான்.

அது குழந்தைக்கு நல்ல வேடிக்கையாகத் தோற்றியது.

“இன்னும் ஒருதரம் அப்படிக் காட்டு” என்றது.

‘கூட்டம் கூடிவிடக் கூடாது’ என்ற பயத்தில் பிச்சைக் காரன் வாயைப் பொத்திக்கொண்டு கையை மட்டும் காண்பித் தான்.

கிழவனுடைய தலைமாட்டில் அவனுடைய அந்திமக் கிரியைக்காக என்பதைக் குறிக்க இரண்டு தம்படிகள் போடப் பட்டிருந்தன. அவை குழந்தையின் கண்களில் பட்டன.

“பட்டாணி வாங்கிக் குடேன்” என்று படுத்துக் கிடந்தவரைச் சுட்டிக் காட்டியது.

தனக்குப் பிடித்தது மற்றவர்களுக்கும் பிடித்திருக்க வேண்டும் என்ற நம்பிக்கை அதற்கு.

எங்கே பெரியவர் யாராகிலும் வந்து தன்மீது மோசடிக் குற்றம் சாட்டப்போகிறார்களோ என்ற பயத்தில் நாலு பக்கமும் சுற்றிப் பார்த்துக்கொண்டு, “ஓங்கிட்டே துட்டு இருக்கா?” என்று கேட்டான் பிச்சைக்காரன்.

“இந்தா, ஒரு புதுத் துட்டு” என்று குழந்தை அவன் வசம் நீட்டியது.

அவன், குழந்தை கொடுத்ததைச் சட்டென்று வாங்கிக் கொண்டான். அது ஒரு புதுத் தம்படி. கோடீசுவரர்கள் அன்னதான சமாஜம் கட்டிப் பசிப்பிணியைப் போக்கிவிட முயலுவதுபோல், கடலில் காயம் கரைத்து வாசனையேற்றி விட முயலுவதுபோல், குழந்தையும் தானம் செய்துவிட்டது.

பஞ்சடைந்த கண்ணோடு கிழவன் தகரப் பீப்பாயைப் பிடித்துக்கொண்டு செத்துக்கொண்டிருந்தான். ஜனங்கள் போய்க்கொண்டிருந்தார்கள்; வந்துகொண்டிருந்தார்கள்.

இந்த நிலையில் அவசரமாகப் போய்க்கொண்டிருந்த நபர் ஒருவரின் கையிலிருந்து ஓரணாச் சிதறிக் கீழே விழுந்தது. அதுகூட நினைவில்லாமல் அவரும் நடந்துகொண்டு கூட்டத் தில் மறைந்தார். அவ்வளவு அவசரம். உட்கார்ந்திருந்த பிச்சைக் காரன் அதைக் கவ்வியெடுத்தான். ஒருவரும் பார்க்கவில்லையே யென்று சுற்றுமுற்றும் பார்த்துக்கொண்டான்.

“நீ போம்மா” என்று குழந்தையைப் பார்த்து மீண்டும் ஒருமுறை சொல்லிப் பார்த்தான்.

குழந்தை, "மாட்டேன்" என்று காலைப் பரப்பிக்கொண்டு நின்றது. முகத்தை வலித்து 'அழகு' காட்டியது.

"பாவா, கொஞ்சம் பாலு வாங்கியாறேன்" என்று சொல்லிக்கொண்டு இளம் பிச்சைக்காரன் எழுந்து எதிர்ச்சாரி ஓட்டலை நோக்கி நடந்தான்.

இது கிழவன் காதில் படவில்லை. அவன் தகரப் பீப்பாயைப் பிடித்துக்கொண்டு செத்துக்கொண்டிருந்தான்.

குழந்தைக்கு அவனை நன்றாகப் பார்க்க முடிந்தது. அருகில் போய் நின்றுகொண்டு வேடிக்கை பார்த்தது. இப்பொழுது விரட்டுவதற்குச் 'சின்னப் பூச்சாண்டி' இல்லையல்லவா? தனக்குப் பக்கத்தில் குழந்தை நிற்பது கிழவனுக்குப் பிரக்ஞை இல்லாததால் தெரியவில்லை. அவன் ஓட்டைப் பீப்பாயைப் பிடித்துக்கொண்டிருந்தான். அவனும் ஒரு பெரிய "ஓட்டை ஒடசல்" ஐந்துதானே! குழந்தைக்கு அவனுடைய மூஞ்சி, தாடி, அவன் வாயைத் திறப்பது எல்லாம் புதுமை. அவனுடைய நீலம் பாரித்த உதட்டில் ஓர் ஈ வந்து உட்கார்ந்தது; இரண்டாவது ஈ வந்து உட்கார்ந்தது; அதை ஓட்ட அவன் வாயைத் திறந்து உதட்டைக் கோணுவது குழந்தைக்கு வேடிக்கையாக இருந்தது. என்ன நினைத்ததோ மெதுவாகப் "பாவா" என்று இளம்பிச்சைக்காரனைப் போலக் கூப்பிட்டுப் பார்த்தது. உள்ளுக்குள் பயம், பூச்சாண்டி எழுந்து உட்கார்ந்துகொள்ளுமோ என்று.

படுத்துக் கிடந்தவன் கண்கள் விரியத் திறந்திருந்தன; கண்ணின் மணியின்மேல் ஓர் ஈ வந்து உட்கார்ந்தது . . .

"என்னடி, அங்கே போய் நிக்கறே; ஒன்னை எங்கெயெல்லாம் பார்க்கிறது?" என்ற ஓர் அதட்டல் கேட்டது. பேரம் தர்க்கமாகி, தம் கணக்குக்குக் கூடைக்காரியை ஒப்புக்கொள்ளவைத்து இரண்டு மாம்பழங்களை வாங்கி வந்தவரின் நியாயமான கோபம் அது.

"இல்லேப்பா, அது பாவாப் பூச்சாண்டி; பாத்துண்டிருந்தேன்" என்றது குழந்தை ஓடிவந்துகொண்டே.

சிலர் மட்டும் ஏறிட்டுப் பார்த்தார்கள்.

குழந்தையைத் தூக்கிக்கொண்டார் அவர்; அது பழத்தைத் தூக்க முடியாமல் தூக்கி மோந்து, "வாசனையா இருக்கே!" என்று மூக்கருகில் வைத்துத் தேய்த்துக்கொண்டது.

***கலைமகள்,* டிசம்பர் 1941**

காஞ்சனை

1

அன்று இரவு முழுவதும் எனக்குத் தூக்கம் பிடிக்கவேயில்லை. காரணம் என்னவென்று சொல்ல முடியவில்லை. மனசுக்குக் கஷ்டமும் இல்லை, அளவுக்கு மிஞ்சிய இன்பமும் இல்லை, இந்த மாதிரித் தூக்கம் பிடிக்காமல் இருக்க. எல்லோரையும் போலத்தான் நானும். ஆனால் என்னுடைய தொழில் எல்லோருடையதும் போல் அல்ல. நான் கதை எழுதுகிறேன்; அதாவது, சரடுவிட்டு, அதைச் சகிக்கும் பத்திரிகை ஸ்தாபனங் களிலிருந்து பிழைக்கிறவன்; என்னுடையது அங்கீகரிக்கப் படும் பொய்; அதாவது – கடவுள், தர்மம் என்று பல நாமரூபங்களுடன், உலக 'மெஜாரிட்டி'யின் அங்கீகாரத் தைப் பெறுவது; இதற்குத்தான் சிருஷ்டி, கற்பனாலோக சஞ்சாரம் என்றெல்லாம் சொல்லுவார்கள். இந்த மாதிரி யாகப் பொய் சொல்லுகிறவர்களையே இரண்டாவது பிரம்மா என்பார்கள். இந்த நகல் பிரம்ம பரம்பரையில் நான் கடைக்குட்டி. இதை எல்லாம் நினைக்கப் பெருமை யாகத்தான் இருக்கிறது. நாங்கள் உண்டாக்குவதுபோல், அந்தப் பிரமனின் கைவேலையும் பொய்தானா? நான் பொய்யா? திடீரென்று இந்த வேதாந்த விசாரம் இரவு சுமார் பன்னிரண்டு மணிப் போதுக்கு ஏற்பட்டால், தன்னுடைய ஜீரண சக்தியைப் பற்றி யாருக்குத்தான் சந்தேகம் தோன்றாது? "அட சட்!" என்று சொல்லிக் கொண்டு எழுந்து உட்கார்ந்தேன்.

உட்கார்ந்தபடி எட்டினாற் போல மின்சார விளக்கைப் போடுவதற்கு வாக்காக வீட்டைக் கட்டி வைத்திருந்தான். போட்டேன். வெளிச்சம் கண்களை

உறுத்தியது. பக்கத்துக் கட்டிலில் என் மனைவி தூங்கிக்கொண்டிருந்தாள். தூக்கத்தில் என்ன கனவோ? உதட்டுக் கோணத்தில் புன்சிரிப்பு கண்ணாம்பூச்சி விளையாடியது. வேதாந்த விசாரத்துக்கு மனிதனை இழுத்துக்கொண்டுபோகும் தன்னுடைய நளபாக சாதுர்யத்தைப் பற்றி இவள் மனசு கும்மாளி போடுகிறது போலும்! தூக்கக் கலக்கத்தில் சிணுங்கிக்கொண்டு புரண்டு படுத்தாள். அவள் மூன்று மாசக் கர்ப்பிணி. நமக்குத் தான் தூக்கம் பிடிக்கவில்லை என்றால், அவளையும் ஏன் எழுப்பி உட்கார்த்தி வைத்துக்கொள்ள வேண்டும்?

உடனே விளக்கை அணைத்தேன். எனக்கு எப்போதும் இருட்டில் உட்கார்ந்துகொண்டிருப்பதில் ஒரு நிம்மதி. இருட்டோடு இருட்டாய், நாமும் இருட்டும் ஐக்கியமாய், பிறர் பார்வையில் விழாமல் இருந்துவிடலாம் அல்லவா? நாமும் நம் இருட்டுக் கோட்டைக்குள் இருந்துகொண்டு நம் இஷ்டம்போல் மனசு என்ற கட்டை வண்டியை ஓட்டிக் கொண்டு போகலாம் அல்லவா? சாதாரணமாக எல்லோரும் மனசை நினைத்த இடத்துக்கு நினைத்த மாத்திரத்தில் போகும் ரதம் என்று சொல்லுவார்கள். மனித வித்து அநாதி காலந் தொட்டு இன்றுவரையில் நினைத்து நினைத்துத் தேய்ந்து தடமாகிவிட்ட பாதையில்தான் இந்தக் கட்டை வண்டி செல்லுகிறது. சக்கரம் உருண்டு உருண்டு பள்ளமாக்கிய பொடிமண் பாதையும் நடுமத்தியில் கால்கள் அவ்வளவாகப் பாவாத திரடுந்தான் உண்டு; ஒவ்வொரு சமயங்களில் சக்கரங்கள் தடம்புரண்டு திரடு ஏறி 'டொடக்' என்று உள்ளே இருக்கிறவர்களுக்கு அதிர்ச்சி கொடுக்கிறதும் உண்டு; மற்றப்படி சாதுவான, ஆபத்தில்லாத மயிலைக்காளைப் பாதை. நினைவுச் சுகத்தில் இருட்டில் சிறிது அதிகமாகச் சுண்ணாம்பு தடவிவிட்டேன் போலும்! நாக்கு, சுருக்கென்று பொத்துக்கொண்டது. நான் அதைப் பொருட்படுத்துவதில்லை. இருட்டில் வெற்றிலை போடுவது என்றால், அதிலும் மனசை, கயிற்றை முதுகில் போட்டுவிட்டுத் தானே போகும்படி விட்டுவிடுவது என்றால், இந்த விபத்துக்களையெல்லாம் பொருட்படுத்தலாமா? உள்ளங் கையில் கொட்டி வைத்திருந்த புகையிலையைப் பவித்திரமாக வாயில் போட்டுக்கொண்டேன்.

சீ! என்ன நாற்றம்! ஒரேயடியாகப் பிணவாடை அல்லவா அடிக்கிறது? குமட்டல் எடுக்க, புகையிலையின் கோளாறோ என்று ஜன்னல் பக்கமாகச் சென்று அப்படியே உமிழ்ந்து, வாயை உரசிக் கொப்புளித்துவிட்டுவந்து படுக்கையின்மீது உட்கார்ந்தேன்.

துர்நாற்றம் தாங்க முடியவில்லை, உடல் அழுகி, நாற்றம் எடுத்துப்போன பிணம்போல; என்னால் சகிக்க முடியவில்லை. எனக்குப் புரியவில்லை. ஜன்னல் வழியாக நாற்றம் வருகிறதோ? ஊசிக் காற்றுக்கூட இழையவில்லையே! கட்டிலை விட்டு எழுந்திருந்து ஜன்னலின் பக்கம் நடந்தேன். இரண்டடி எடுத்து வைக்கவில்லை; நாற்றம் அடியோடு மறைந்துவிட்டது. என்ன அதிசயம்! திரும்பவும் கட்டிலுக்கு வந்தேன். மறுபடியும் நாற்றம். அதே துர்க்கந்தம். கட்டிலின் அடியில் ஏதேனும் செத்துக் கிடக்கிறதோ? விளக்கை ஏற்றினேன். கட்டிலடியில் தூசிதான் தும்மலை வருவித்தது. எழுந்து உடம்பைத் தட்டிக்கொண்டு நின்றேன்.

தும்மல் என் மனைவியை எழுப்பிவிட்டது. "என்ன, இன்னுமா உங்களுக்கு உறக்கம் வரவில்லை? மணி என்ன?" என்று கொட்டாவிவிட்டாள்.

மணி சரியாகப் பன்னிரண்டு அடித்து ஒரு நிமிஷம் ஆயிற்று.

என்ன அதிசயம்! நாற்றம் இப்பொழுது ஒருவித வாசனை யாக மாறியது. ஊதுவத்தி வாசனை; அதுவும் மிகவும் மட்ட மான ஊதுவத்தி; பிணத்துக்குப் பக்கத்தில் ஏற்றி வைப்பது.

"உனக்கு இங்கே ஒரு மாதிரி வாசனை தெரியுதா?" என்று கேட்டேன்.

"ஒண்ணும் இல்லியே" என்றாள்.

சற்று நேரம் மோந்து பார்த்துவிட்டு, "ஏதோ லேசா ஊதுவத்தி மாதிரி வாசனை வருது; எங்காவது ஏற்றி வைத்திருப் பார்கள்; எனக்கு உறக்கம் வருது; விளக்கை அணைத்துவிட்டுப் படுங்கள்" என்றாள்.

விளக்கை அணைத்தேன். லேசாக வாசனை இருந்து கொண்டுதான் இருந்தது. ஜன்னலருகில் சென்று எட்டிப் பார்த்தேன். நட்சத்திர வெளிச்சந்தான்.

லேசாக வீட்டிலிருந்த ஜன்னல், வாசல், கதவுகள் எல்லாம் படபடவென்று அடித்துக்கொண்டன. ஒரு வினாடிதான். அப்புறம் நிச்சப்தம். பூகம்பமோ? நட்சத்திர வெளிச்சத்தில் பழந்தின்னி வௌவால் ஒன்று தன் அகன்ற தோல் சிறகுகளை விரித்துக்கொண்டு பறந்து சென்று எதிரில் உள்ள சோலை களுக்கு அப்பால் மறைந்தது.

துர்நாற்றமும் வாசனையும் அடியோடு மறைந்தன. நான் திரும்பி வந்து படுத்துக்கொண்டேன்.

2

நான் மறுநாள் விடியற்காலம் தூக்கம் கலைந்து எழுந்திருக்கும்போது காலை முற்பகலாகிவிட்டது. ஜன்னல் வழியாக விழுந்து கிடந்த தினசரிப் பத்திரிகையை எடுத்துக்கொண்டு வீட்டின் வெளி முற்றத்துக்கு வந்து பிரம்பு நாற்காலியில் உட்கார்ந்தேன். கிரீச்சிட்டு ஆட்சேபித்துவிட்டு அது என்னைச் சுமந்தது.

"ராத்திரி பூராவும் தூங்காமே இவ்வளவு நேரம் கழித்து எழுந்ததும் அல்லாமல் இப்படி வந்து உட்கார்ந்துகொண்டால் காப்பி என்னத்துக்கு ஆகும்?" என்று என் சகதர்மிணி பின் பக்கமாக வந்து நின்று உருக்கினாள். 'ஐக்கிய நாடுகளின் ஜரூர் மிகுந்த எதிர் தாக்குதல்கள் தங்குதடையில்லாமல் முன்னேறி வருவதில்' அகப்பட்டுக்கொண்ட ஜனநாயகத்திலும் உலக சமாதானத்திலும் உறுதி பிறழாத நம்பிக்கை கொண்ட எனக்குச் சற்றுச் சிரமமாகத்தான் இருந்தது.

"அது உன் சமையல் விமரிசையால் வந்த வினை" என்று ஒரு பாரிசத் தாக்குதல் நடத்திவிட்டு எழுந்தேன்.

"உங்களுக்குப் பொழுதுபோகாமே என்மேலே குத்தம் கண்டுபிடிக்கணும்னு தோணிட்டா, வேறே என்னத்தைப் பேசப் போறிய? எல்லாம் நீங்கள் எளுதுகிற கதையைவிடக் குறைச்சல் இல்லை!" என்று சொல்லிக்கொண்டே அடுப்பங்கரைக்குள் புகுந்தாள்.

நானும் குடும்ப நியதிகளுக்குக் கட்டுப்பட்டு, பல்லைத் துலக்கிவிட்டு, கொதிக்கும் காப்பித் தம்ளரைத் துண்டில் ஏந்தியபடி பத்திரிகைப் பத்திகளை நோக்கினேன்.

அப்போது ஒரு பிச்சைக்காரி, அதிலும் வாலிபப் பிச்சைக்காரி, ஏதோ பாட்டுப் பாடியபடி, "அம்மா, தாயே!" என்று சொல்லிக்கொண்டு வாசற்படியண்டை வந்து நின்றாள்.

நான் ஏறிட்டுப் பார்த்துவிட்டு இந்தப் பிச்சைக்காரர்களுடன் மல்லாட முடியாதென்று நினைத்துக்கொண்டு பத்திரிகையை உயர்த்தி வேலி கட்டிக்கொண்டேன்.

"உனக்கு என்ன உடம்பிலே தெம்பா இல்லை? நாலு வீடு வேலை செஞ்சு பொளெச்சா என்ன?" என்று அதட்டிக்கொண்டே நடைவாசலில் வந்து நின்றாள் என் மனைவி.

"வேலை கெடச்சாச் செய்யமாட்டேனா? கும்பி கொதிக்குது தாயே! இந்தத் தெருவிலே இதுவரையில் பிடியரிசிகூடக் கிடைக்கவில்லை; மானத்தை மறைக்க முழத்துணி குடம்மா" என்று பிச்சைக்கார அஸ்திரங்களைப் பிரயோகிக்க ஆரம்பித்தாள்.

"நான் வேலை தாரேன்; வீட்டோடவே இருக்கியா? வயத்துக்குச் சோறு போடுவேன்; மானத்துக்குத் துணி தருவேன்; என்ன சொல்லுதே!" என்றாள்.

"அது போதாதா அம்மா? இந்தக் காலத்திலே அதுதான் யார் கொடுக்கிறா?" என்று சொல்லிக்கொண்டே என் மனைவியைப் பார்த்துச் சிரித்து நின்றாள்.

"என்ன, நான் இவளை வீட்டோடே ரெண்டு நாள் வெச்சு எப்படி இருக்கான்னுதான் பாக்கட்டுமா? எனக்குந்தான் அடிக்கடி இளைப்பு இளைப்பா வருதே" என்றாள் என் மனைவி.

"சீ! உனக்கு என்ன பைத்தியமா? எங்கேயோ கெடந்த பிச்சைக்காரக் கழுதையை வீட்டுக்குள் ஏத்த வேண்டும் என்கிறாயே! பூலோகத்திலே உனக்கு வேறே ஆளே ஆம்பிடலியா?" என்றேன்.

வெளியில் நின்ற பிச்சைக்காரி 'களுக்' என்று சிரித்தாள். சிரிப்பிலே ஒரு பயங்கரமான கவர்ச்சி இருந்தது. என் மனைவி வைத்த கண் மாறாமல் அவளையே பார்த்துக்கொண்டிருந்தாள். மனசு முழுவதும் அந்த அநாமத்திடமே ஐக்கியமாகி விட்டதுபோல் இருந்தது.

"முகத்தைப் பார்த்தா ஆள் எப்படி என்று சொல்ல முடியாதா? நீ இப்படி உள்ளே வாம்மா" என்று மேலுத்தரவு போட்டுக்கொண்டு அவளை அழைத்துச் சென்றாள்.

உள்ளுக்குள்ளே பூரிப்புடன் அந்த மாய்மாலப் பிச்சைக்காரி பின்தொடர்ந்தாள். என்ன! நான் கண்களைத் துடைத்துக்கொண்டு அவள் பாதங்களையே பார்த்தேன். அவை தரைக்கு மேல் ஒரு குன்றிமணி உயரத்துக்கு அந்தரத்தில் நடமாடின. உடம்பெல்லாம் எனக்குப் புல்லரித்தது. மனப் பிரமையா? மறுபடியும் பார்க்கும்போது, பிச்சைக்காரி என்னைப் புன்சிரிப்புடன் திரும்பிப் பார்த்தாள். ஐயோ, அது புன்சிரிப்பா! எலும்பின் செங்குருத்துக்குள் ஐஸ் ஈட்டியைச் செருகியது மாதிரி என்னைக் கொன்று புரட்டியது அது!

என் மனைவியைக் கூப்பிட்டேன். அவள் வீட்டுக்குள் வருவது நல்லதற்கல்ல என்று சொன்னேன். இந்த அபூர்வத்தை வேலைக்காரியாக வைத்துக்கொள்ளத்தான் வேண்டும் என்று ஒரேயடியாகப் பிடிவாதம் செய்தாள். மசக்கை விபரீதங்களுக்கு ஓர் எல்லை இல்லையா? என்னவோ படுஆபத்து என்றுதான் என் மனசு படக்குப் படக்கு என்று அடித்துக்கொண்டது. மறுபடியும் எட்டி அவள் பாதங்களைப் பார்த்தேன். எல்லோரை

யும்போல் அவள் கால்களும் தரையில்தான் பாவி நடமாடின. இது என்ன மாயப் பிரமை!

தென்னாலிராமன் கறுப்பு நாயை வெள்ளை நாயாக்க முடியாது என்பதை நிரூபித்தான். ஆனால் என் மனைவி பிச்சைக்காரிகளையும் நம்மைப் போன்ற மனிதர்களாக்க முடியும் என்பதை நிரூபித்தாள். குளித்து முழுகி, பழசானாலும் சுத்தமான ஆடையை உடுத்துக்கொண்டால் யாரானாலும் அருகில் உட்காரவைத்துப் பேசிக் கொண்டிருக்க முடியும் என்பது தெரிந்தது. வந்திருந்த பிச்சைக்காரி சிரிப்பு முட்டும் படிப் பேசுவதில் கெட்டிக்காரி போலும்! அடிக்கடி 'களுக்' 'களுக்' என்ற சப்தம் கேட்டது. என் மனைவிக்கு அவள் விழுந்து விழுந்து பணிவிடை செய்வதைக் கண்டு நானே பிரமித்துவிட்டேன். என்னையே கேலிசெய்துகொள்ளும்படியாக இருந்தது, சற்றுமுன் எனக்குத் தோற்றிய பயம்.

சாயந்தரம் இருக்கும்; கருக்கல் நேரம். என் மனைவியும் அந்த வேலைக்காரியும் உட்கார்ந்து சிரித்துப் பேசியபடி கதை சொல்லிக்கொண்டிருந்தார்கள். நான் முன்கூடத்தில் விளக்கேற்றிவிட்டு ஒரு புஸ்தகத்தை வியாஜமாகக்கொண்டு அவளைக் கவனித்தவண்ணம் இருந்தேன். நான் இருந்த ஹாலுக்கும் அவர்கள் இருந்த இடத்துக்கும் இடையில் நடுக்கட்டு ஒன்று உண்டு. அதிலே நான் ஒரு நிலைக் கண்ணாடியைத் தொங்க விட்டு வைத்திருந்தேன். அவர்களுடைய பிம்பங்கள் அதிலே நன்றாகத் தெரிந்தன.

"நீ எங்கெல்லாமோ சுத்தி அலஞ்சு வந்திருக்கியே; ஒரு கதை சொல்லு" என்றாள் என் மனைவி.

"ஆமாம். நான் காசி அரித்துவாரம் எல்லா எடத்துக்கும் போயிருக்கிறேன். அங்கே, காசியிலே ஒரு கதையைக் கேட்டேன்; உனக்குச் சொல்லட்டா?" என்றாள்.

"சொல்லேன்; என்ன கதை?" என்று கேட்டாள் என் மனைவி.

"அஞ்சுநூறு வருசமாச்சாம். காசியிலே ஒரு ராசாவுக்கு ஒத்தைக்கொரு மக இருந்தா. பூலோகத்திலே அவளெப்போல அளகு தேடிப் புடிச்சாலும் கெடைக்காதாம். அவளெ ராசாவும் எல்லாப் படிப்பும் படிப்பிச்சாரு. அவளுக்குக் குருவா வந்தவன் மகாப் பெரிய சூனியக்காரன். எந்திரம், தந்திரம், மந்திரம் எல்லாம் தெரியும். அவனுக்கு இவமேலே ஒரு கண்ணு. ஆனா இந்தப் பொண்ணுக்கு மந்திரி மவனெக் கட்டிக்கிடணும்னு ஆசை.

"இது அவனுக்குத் தெரிஞ்சுபோச்சு; யாருக்குத் தெரிஞ்சு போச்சு? அந்தக் குருவுக்கு . . ."

என்ன அதிசயம்! நான் அவள் சொல்லிக்கொண்டிருக்கும் கதையைக் கேட்டுக்கொண்டிருக்கிறேனா அல்லது கையில் உள்ள புஸ்தகத்தை வாசித்துக்கொண்டிருக்கிறேனா? கையிலிருப்பது 'சரித்திர சாசனங்கள்' என்ற இங்கிலீஷ் புஸ்தகம். அதிலே வாராணசி மகாராஜன் மகளின் கதை என் கண்ணுக்கெதிரே அச்செழுத்துக்களில் விறைத்துப் பார்த்துக்கொண்டிருந்தது. கையில் விரித்துவைத்த பக்கத்தில் கடைசி வாக்கியம், 'அந்த மந்திரவாதிக்கு அது தெரிந்துவிட்டது' என்ற சொற்றொடரின் இங்கிலீஷ் மொழிபெயர்ப்பு. மூளை சுழன்றது. நெற்றியில் வியர்வை அரும்பியது. என்ன, எனக்குப் பைத்தியம் பிடித்துவிட்டதா! பிரித்துப் பிடித்து வைத்திருந்த பக்கத்திலேயே கண்களைச் செருகியிருந்தேன். எழுத்துக்கள் மங்க ஆரம்பித்தன.

திடீரென்று ஒரு பேய்ச்சிரிப்பு! வெடிபடும் அதிர்ச்சியோடு என் மனசை அப்படியே கவ்வி உறிஞ்சியது. அதிர்ச்சியில் தலையை நிமிர்த்தினேன். எனது பார்வை நிலைக் கண்ணாடியில் விழுந்தது. அதனுள், ஒரு கோர உருவம் பல்லைத் திறந்து உன்மத்த வெறியில் சிரித்துக்கொண்டிருந்தது. எத்தனையோ மாதிரியான கோர உருவங்களைக் கனவிலும், சிற்பிகளின் செதுக்கிவைத்த கற்பனைகளிலும் பார்த்திருக்கிறேன். ஆனால் இந்த மாதிரி ஒரு கோரத்தைக் கண்டதே இல்லை. குரூபமெல்லாம் பற்களிலும் கண்களிலுமே தெறித்தது. முகத்தில் மட்டும் மோக லாகிரியை எழுப்பும் அற்புதமான அமைதி. கண்களிலே ரத்தப் பசி! பற்களிலே சதையைப் பிய்த்துத் தின்னும் ஆவல். இந்த மங்கலான பிம்பத்துக்குப் பின்னால் அடுப்பு நெருப்பின் தீ நாக்குகள். வசமிழந்து அதையே பார்த்துக்கொண்டிருந்தேன். தோற்றம் கணத்தில் மறைந்தது; அடுத்த நிமிஷம் அந்தப் பிச்சைக்காரியின் முகமே தெரிந்தது.

"உன் பெயர் என்ன என்று கேட்க மறந்தே போயிட்டுதே" என்று மனைவி கேட்பது எனது செவிப்புலனுக்கு எட்டியது.

"காஞ்சனைன்னுதான் கூப்பிடுங்களேன். கதேலெ வர்ற காஞ்சனை மாதிரி. எப்படிக் கூப்பிட்டா என்ன! ஏதோ ஒரு பேரு" என்றாள் பிச்சைக்காரி.

என் மனைவியைத் தனியாக அங்கு விட்டிருக்க மனம் ஒப்பவில்லை. என்ன நேரக்கூடுமோ? பயம் மனசைக் கவ்விக் கொண்டால் வெடவெடப்புக்கு வரம்பு உண்டா?

நான் உள்ளே போனேன். இருவரும் குசாலாகவே பேசிக் கொண்டிருந்தனர்.

வலுக்கட்டாயத்தின் பேரில் சிரிப்பை வருவித்துக்கொண்டு நுழைந்த என்னை, "பொம்பளைகள் வேலை செய்கிற எடத்தில் என்ன உங்களுக்காம்?" என்ற பாணம் எதிரேற்றது.

காஞ்சனை என்று சொல்லிக்கொண்டவள் குனிந்து எதையோ நறுக்கிக்கொண்டிருந்தாள். விஷமம் துளும்பும் சிரிப்பு அவளது உதட்டின் கோணத்தில் துள்ளாடியது. நான் வேறு ஒன்றும் சொல்ல முடியாமல் புஸ்தக வேலியின் மறைவில் நிற்கும் பாராக்காரன் ஆனேன். மனைவியோ கர்ப்பிணி. அவள் மனசிலேயா பயத்தைக் குடியேற்றுவது? அவளை எப்படிக் காப்பாற்றுவது?

சாப்பிட்டோம். தூங்கச் சென்றோம். நாங்கள் இருவரும் மாடியில் படுத்துக்கொண்டோம். காஞ்சனை என்பவள் கீழே முன்கூடத்தில் படுத்துக்கொண்டாள்.

நான் படுக்கையில் படுத்துத்தான் கிடந்தேன். இமை மூட முடியவில்லை. எப்படி முடியும்? எவ்வளவு நேரம் இப்படிக் கிடந்தேனோ? இன்று மறுபடியும் அந்த வாசனை வரப் போகிறதா என்று மனம் படக்கு படக்கென்று எதிர்பார்த்தது.

எங்கோ ஒரு கடிகாரம் பன்னிரண்டு மணி அடிக்கும் வேலையை ஆரம்பித்தது.

பதினோராவது ரீங்காரம் ஓயவில்லை.

எங்கோ கதவு கிரீச்சிட்டது.

திடீரென்று எனது கைமேல் கூரிய நகங்கள் விழுந்து பிறாண்டிக்கொண்டு நழுவின.

நான் உதறியடித்துக்கொண்டு எழுந்தேன். நல்ல காலம்; வாய் உளறவில்லை.

என் மனைவியின் கைதான் அசப்பில் விழுந்து கிடந்தது.

அவளுடையதுதானா?

எழுந்து குனிந்து கவனித்தேன். நிதானமாகச் சுவாசம் விட்டுக்கொண்டு தூங்கினாள்.

கீழே சென்று பார்க்க ஆவல்; ஆனால் பயம்!

போனேன். மெதுவாகக் கால் ஓசைப்படாமல் இறங்கினேன்.

எப்போதும் முடிவிலே இன்பம்

ஒரு யுகம் கழிந்த மாதிரி இருந்தது.

மெதுவாக முன்கூடத்தை எட்டிப் பார்த்தேன். வெளிவாசல் சார்த்திக் கிடந்தது. அருகிலிருந்த ஜன்னல் வழியாக விழுந்த நிலா வெளிச்சம் காலியாகக் கிடக்கும் பாயையும் தலையணையையும் சுட்டிக் காட்டியது.

கால்கள் எனக்குத் தரிக்கவில்லை. வெடவெடவென்று நடுங்கின.

திரும்பாமலே பின்னுக்குக் காலடி வைத்து நடந்து மாடிப் படியருகில் வந்தேன். உயரச் சென்றுவிட்டாளோ?

விடுவிடு என்று மாடிக்குச் சென்றேன்.

அங்கே அமைதி.

பழைய அமைதி.

மனம் தெளியவில்லை.

மாடி ஜன்னலருகில் நின்று நிலா வெளிச்சத்தை நோக்கினேன்.

மனித நடமாட்டம் இல்லை.

எங்கோ ஒரு நாய் மட்டும் அழுது பிலாக்கணம் தொடுத்து ஒடுங்கியது.

பிரம்மாண்டமான வௌவால் ஒன்று வானத்தின் எதிர் கோணத்திலிருந்து எங்கள் வீடு நோக்கிப் பறந்து வந்தது.

வெளியே பார்க்கப் பார்க்கப் பயம் தெளிய ஆரம்பித்தது. என்னுடைய மனப்பிரமை அது என்று நிதானத்துக்கு வந்தேன்.

ஆனால் கீழே!

மறுபடியும் பார்க்க வேண்டும் என்ற ஆவல்.

கீழே இறங்கினேன்.

தைரியமாகச் செல்ல முடியவில்லை.

அதோ! காஞ்சனை பாயில் உட்கார்ந்துதான் இருக்கிறாள். என்னைப் பார்த்துச் சிரித்தாள். விஷச் சிரிப்பு. உள்ளமே உறைந்தது. நிதானமாக இருப்பதைப் போலப் பாசாங்கு செய்து கொண்டு, "என்ன, தூக்கம் வரவில்லையா?" என்று முணுமுணுத்துக்கொண்டே மாடிப் படிகளில் ஏறினேன்.

அப்பொழுது சாம்பிராணி வாசனை வந்ததா? வந்தது போலத்தான் ஞாபகம்.

நான் எழுந்திருக்கும்போது நெடுநேரமாகிவிட்டது.

"என்ன, வரவரத்தான், இப்படித் தூங்கித் தொலைக்கிறக; காப்பி ஆறுது!" என்று என் மனைவி எழுப்பினாள்.

3

இருட்டுக்கும் பயத்துக்கும் ஒளிவிடம் இல்லாத பகலிலே எல்லாம் வேறு மாதிரியாகத்தான் தோற்றுகிறது. ஆனால், மனசின் ஆழத்திலே அந்தப் பயம் வேரூன்றிவிட்டது. இந்த ஆபத்தை எப்படிப் போக்குவது?

தன் மனைவி சோரம் போகிறாள் என்ற மனக்கஷ்டத்தை, தன்னைத் தேற்றிக்கொள்வதற்காக வேறு யாரிடமும் சொல்லிக் கொள்ள முடியுமா? அதே மாதிரிதான் இதுவும். என்னைப் போன்ற ஒருவன், ஜன சமுதாயத்துக்காக இலக்கிய சேவை செய்கிறேன் என்று தம்பட்டம் அடித்துக்கொண்டு மனப்பால் குடித்துக்கொண்டிருக்கும் ஒருவன், "ஸார், எங்கள் வீட்டில் புதுசாக ஒரு பேய் குடிவந்துவிட்டது. அது என் மனைவியை என்ன செய்யுமோ என்று பயமாக இருக்கிறது; ஆபத்தைப் போக்க உங்களுக்கு ஏதாவது வழி தெரியுமா?" என்று கேட்டால், நான் நையாண்டி செய்கிறேனா அல்லது எனக்குப் பைத்தியம் பிடித்துவிட்டதா என்றுதான் சந்தேகிப்பான். யாரிடம் இந்த விவகாரத்தைச் சொல்லி வழி தேடுவது? எத்தனை நாட்கள் நான் பாராக் கொடுத்துக்கொண்டிருக்க முடியும்?

இது எந்த விபரீதத்தில் கொண்டுபோய் விடுமோ? சொல்லவும் முடியாமல் மெல்லவும் முடியாமல் திண்டாடிக்கொண்டிருந்தேன். என் மனைவிக்கு அந்தப் புதிய வேலைக்காரி என்ன சொக்குப்பொடி போட்டுவிட்டாளோ? அவர்கள் இருவரும் மனசில் துளிக்கூடப் பாரமில்லாமல் கழித்துவிட்டார்கள்.

இன்றைப் பார்த்துப் பகலும் இராத்திரியை விரட்டிக் கொண்டு ஓடிவந்தது. இவ்வளவு வேகமாகப் பொழுது கழிந்ததை நான் ஒரு நாளும் அநுபவித்ததில்லை.

இரவு படுக்கப் போகும்போது என் மனைவி, "காஞ்சனை, இன்றைக்கு மாடியிலேயே நமக்கு அடுத்த அறையில் படுத்துக் கொள்ளப் போகிறாள்" என்று கூறிவிட்டாள். எனக்கு மடியில் நெருப்பைக் கட்டியது போல ஆயிற்று.

இது என்ன சூழ்ச்சி!

இன்று தூங்குவதே இல்லை. இரவு முழுவதும் உட்கார்ந்தே கழிப்பது என்று தீர்மானித்தேன்.

"என்ன படுக்கலியா?" என்றாள் என் மனைவி.

"எனக்கு உறக்கம் வரவில்லை" என்றேன். மனசுக்குள் வல் ஈட்டிகளாகப் பயம் குத்தித் தைத்து வாங்கியது.

"உங்கள் இஷ்டம்" என்று திரும்பிப் படுத்தாள். அவ்வளவு தான். நல்ல தூக்கம்; அது வெறும் உறக்கமா?

நானும் உட்கார்ந்து உட்கார்ந்து அலுத்துப் போனேன்.

சற்றுப் படுக்கலாம் என்று உடம்பைச் சாய்த்தேன்.

பன்னிரண்டு மணி அடிக்க ஆரம்பித்தது.

இதென்ன வாசனை!

பக்கத்தில் படுத்திருந்தவள் அமானுஷ்யக் குரலில் வீரிட்டுக் கத்தினாள். வார்த்தைகள் ரூபத்தில் வரும் உருவற்ற குரல்களுக்கு இடையே காஞ்சனை என்ற வார்த்தை ஒன்றுதான் புரிந்தது.

சட்டென்று விளக்கைப் போட்டுவிட்டு அவளை எழுப்பி எழுப்பி உருட்டினேன்.

பிரக்ஞை வரவே, தள்ளாடிக்கொண்டு எழுந்து உட்கார்ந்தாள், "ஏதோ ஒன்று என் கழுத்தைக் கடித்து ரத்தத்தை உறிஞ்சின மாதிரி இருந்தது" என்றாள் கண்களைத் துடைத்துக்கொண்டு.

கழுத்தைக் கவனித்தேன். குரல்வளையில் குண்டூசி நுனி மாதிரி ரத்தத்துளி இருந்தது. அவள் உடம்பெல்லாம் நடுங்கியது.

"பயப்படாதே; எதையாவது நினைத்துக்கொண்டு படுத்திருப்பாய்" என்று மனமறிந்து பொய் சொன்னேன்.

அவள் உடம்பு நடுநடுங்கிக்கொண்டிருந்தது. மயங்கிப் படுக்கையில் சரிந்தாள்.

அதே சமயத்தில் வெளியில் சேமக்கலச் சப்தம் கேட்டது.

கர்ணகடூரமான குரலில் ஏதோ ஒரு பாட்டு.

அதிகாரத் தோரணையிலே, "காஞ்சனை! காஞ்சனை!" என்ற குரல்.

என் வீடே கிடுகிடாய்த்துப் போகும்படியான ஓர் அலறல்! கதவுகள் படபடவென்று அடித்துக்கொண்டன.

அப்புறம் ஓர் அமைதி. ஒரு சுடுகாட்டு அமைதி.

நான் எழுந்து வெளிவாசலின் பக்கம் எட்டிப் பார்த்தேன்.

நடுத்தெருவில் ஒருவன் நின்றிருந்தான். அவனுக்கு என்ன மிடுக்கு!

"இங்கே வா" என்று சமிக்ஞை செய்தான்.

நான் செயலற்ற பாவை போலக் கீழே இறங்கிச் சென்றேன்.

போகும்போது காஞ்சனை இருந்த அறையைப் பார்க்காமல் இருக்க முடியவில்லை. நான் எதிர்பார்த்தபடியேதான் இருந்தது. அவள் இல்லை.

தெருவிற்குப் போனேன்.

"அம்மா நெத்தியிலே இதைப் பூசு. காஞ்சனை இனிமேல் வரமாட்டாள். போய் உடனே பூசு. அம்மாவை எளுப்பாதே" என்றான்.

விபூதி சுட்டது.

நான் அதைக் கொண்டுவந்து பூசினேன், அவள் நெற்றியில். அது வெறும் விபூதிதானா! எனக்குச் சந்தேகமாகவே இருக்கிறது. அவன் கையில் சேமக்கலம் இல்லை என்பதும் ஞாபகம் இருக்கிறதே!

மூன்று நாட்கள் கழிந்துவிட்டன.

காலையில் காப்பி கொடுக்கும்போது, "இந்த ஆம்பிளைகளே இப்படித்தான்!" என்றாள் என் மனைவி. இதற்கு என்ன பதில் சொல்ல?

கலைமகள், ஜனவரி 1943

செல்லம்மாள்

1

செல்லம்மாளுக்கு அப்பொழுதுதான் மூச்சு ஒடுங்கியது; நாடியும் அடங்கியது. செல்லம்மாள் பெயரற்ற வெற்றுடம்பு ஆனாள். அதாவது பதியின் முன்னிலையிலே, உற்றார் உறவினருக்கு ஐந்நூறு அறுநூறு மைல் தூரத்திலே, பட்டணத்துத் தனிமையிலே மாண்டு போனாள்.

நெற்றியில் வியர்வை ஆறாகப் பொழிந்துகொண்டிருந்த பிரமநாயகம் பிள்ளை, கையிலிருந்த தவிட்டு முடிப்பைச் சற்று எட்ட வைத்துவிட்டு, செல்லம்மாளாக இருந்த அந்த உடம்பைப் பார்த்துக்கொண்டிருந்தார்.

சற்று அரைக்கண் போட்டபடி திறந்திருந்த இமைகளை மூடினார். அங்கொன்றும் இங்கொன்றுமாக வசமிழந்து கிடந்த கைகளை எடுத்து நெஞ்சின்மேல் மடித்து வைத்தார். இடது கால் சற்று ஒருபுறமாக மடிந்து கோணியிருந்தது. அதை நிமிர்த்தி, இரண்டு கால்களையும் சேர்த்துவைத்துக் கிடத்தினார். வாயிதழ் சற்றுத் திறந்திருந்தது. அதையும் மூடினார். செல்லம்மாள் இறந்துவிட்டாள் என்று உள்மன உணர்ச்சி இருந்ததே ஒழிய, ஸ்பரிசத்தில் அவருக்குப் புலப்படவில்லை. அப்பொழுதுதான் மூச்சு அடங்கியது.

ஒரு பெரும்பளுவை இறக்கிக் கழுத்துக்கு ஆசுவாசம் கொடுப்பது போலவே, அவரது மனசிலிருந்தும் பெரும் பளு இறங்கியது. மனசிலே, மரணப் பிரிவினால் துன்பப் பிரவாகம் மதகுடைத்துக்கொண்டு பெருகி அவரை நிலைகுலையச் செய்யவில்லை. சகதர்மிணியாக இருந்த ஒரு ஜன்மத்துக்குத் துன்பச் சுமை குறைந்துவிட்டது என்பதிலே அவருடைய மனசுக்கு ஒரு நிம்மதி.

பிரமநாயகம் பிள்ளைக்கு மனப்பக்குவம் ஏற்பட்டுவிட்டது. சாவின் சாயையிலே அவரது மனம் நிலைகுலையவில்லை. அதனால் பிரமநாயகம் பிள்ளையைப் பந்தவினையறுத்த யோகி என நினைத்துவிடக் கூடாது; அல்லது, அவரது மனசுக்கு வேலி போட்டுப் பாதுகாத்து வளர்த்து, 'போதி' மரம்வரையில் கொண்டுவிடும் ஞான மிகுந்த சுத்தோதனப் பெருந்தகையல்ல அவரது பிதா. வறுமை, நோய், சாக்காடு மூன்றையும் நேரில் அநுபவித்தவரே.

பிரமநாயகம் பிள்ளை வாழ்வின் மேடுபள்ளங்களைப் பார்த்திருக்கிறார் என்றால், அவர் ஏறிய சிறுசிறு மேடுகள் யாவும் படிப்படியாக இறங்கிக்கொண்டே போகும் பள்ளத்தின் கோளாறுகளேயாகும். வாழ்வு என்ற ஓர் அநுபவம் அவருக்கு ஏற்படும்போது அவர் மேட்டிலிருந்துதான் புறப்பட்டார்.

குடும்பத்தின் சகல செலவுகளுக்கும் வருஷந்தோறும் வருமானம் அளிக்கும் நிலபுலன்களைப் பங்கிட்டால், பட்டினி கிடக்காமல் பார்த்துக்கொள்ளக்கூடிய அளவு துண்டுகளாகப் பாகப் படுத்துவதை அவசியமாக்கும் அளவுக்கு வம்ச விருத்தி உடையவர் பிரமநாயகம் பிள்ளையின் பிதா.

பிரமநாயகம் பிள்ளை நான்காவது குழந்தை. சிறு வயசில் படிப்பில் சற்றுச் சூடிகையாக இருந்ததால், மற்றவர்களுக்குக் கையெழுத்து வாசிக்கும்வரையில் கைகாட்டிவிட்டு அவரைப் படிப்பித்தார் அவர் தகப்பனார். அவருக்கு இருந்த பொருள் வசதி, மகன் ஊரைவிட்டு ஐந்நூறு அறுநூறு மைல் எட்டி வந்தும், பட்டினி கிடக்காமல் மட்டும் பார்த்துக்கொள்ளக் கூடிய அளவுக்கே கல்வி வசதி அளித்தது. உற்ற பருவத்தில் பிரமநாயகம் பிள்ளைக்குச் செல்லம்மாள் கையைப் பிடித்து, அம்மி மிதித்து அருந்ததி பார்க்க வைக்கும் பாக்கியம் கிடைத்தது.

பிரமநாயகம் பிள்ளையின் தகப்பனார் காலமானார். சொத்து பாகமாயிற்று. குடும்பக் கடன் விவகாரம் வியாச்சிய எல்லையை எட்டாதபடி மூத்தவர் இருந்து சமாளிக்க, பிரமநாயகம் பிள்ளை ஜீவனோபாயத்துக்காகச் செல்லம்மாளைக் கைப்பிடித்து அழைத்துக்கொண்டு சென்னைக்கு வந்து தஞ்சம் புகுந்தார்.

சென்னை அவருக்கு நிம்மதியற்ற வாழ்வைக் கொடுத்து அக்கினிப் பரீட்சை செய்தது. செல்லம்மாள் வீட்டிலே அவருக்கு நிம்மதியற்ற வாழ்வைக் கொடுத்துச் சோதித்தாள்; குணத்தினால் அல்ல, உடம்பினால். அவளுக்கு உடம்பு நைந்துவிட்டது. பிள்ளைக்கு வெளியில் சதா தொல்லை. வீட்டிலே உள்ளூர அரிக்கும் ரணம்.

பிரமநாயகம் பிள்ளை ஒரு ஜவுளிக் கடையில் வேலை பார்க்கிறார். ஜவுளிக்கடை முதலாளி, ஒரு ஜோடி ஜீவன்கள் உடலைக் கீழே போட்டுவிடாமல் இருக்கவேண்டிய அளவு ஊதியம் தருகிறார். செல்லம்மாளின் வியாதி அதில் பாதியைத் தின்றுவிடுவதுடன் கடன் என்ற பெயரில் வெளியிலும் படருகிறது.

பிரமநாயகம் பிள்ளைக்கு மனசில் எழும் தொல்லைகள், முதலில் ரணம் காட்டி, பிறகு ஆறி மரத்துப்போன வடுவாகி விட்டன. சம்பளத் தேதி என்று ஒன்று இல்லை. தேவையான போது வாங்கிக்கொள்ள வேண்டும் என்பது சம்பிரதாயம். அதாவது தேவையை முன்கூட்டி எதிர்பார்த்து, அதற்காக முதலாளியின் மனசைப் பக்குவமடையச் செய்து, பிறகு தினசரி இடைவிடாமல் கேட்டுக்கேட்டு, வழக்கம்போல இன்றும் கிடைக்காது என்ற மன ஓய்ச்சலுடன் கேட்கும்போது, நிதானத் தைக் குலைக்கும்படியாக அவர் கொடுத்து விடுவதைப் பெற்றுக் கொண்டு வீடு திரும்புவதே அவர் வேலை பார்க்கும் ஸ்தாபனத் தின் வளமுறை. இப்படியாக, மாதம் முழுவதும் தவணை வாரியாகத் தேவைகளைப் பிரித்து, ஒரு காரியத்துக்காக எதிர் பார்த்த தொகையை அத்தியாவசியமாக முளைத்த வேறு ஒன்றுக்காகச் செலவழித்துவிட்டு, பாம்பு தன் வாலைத் தானே விழுங்க முயலும் சாதுர்யத்துடன் பிரமநாயகம் பிள்ளை தமது வாழ்வின் ஜீவனோபாய வசதிகளைத் தேவை என்ற எல்லை காணமுடியாத பாலைவனத்தைப் பாசனம் செய்ய, தவணை என்ற வடிகால்களை உபயோகிக்கிறார்.

செல்லம்மாளுக்கு உடம்பு இற்றுப் போயிற்று. இடைவிடாத மன உளைச்சலும் பட்டினியும் சேர்ந்து நோய் அவளைக் கிடத்திவிடும். காலையில் கண்ட ஆரோக்கியம் மாலையில் அஸ்தமித்துவிடும். இதை முன்னிட்டும் சிக்கனத்தை உத்தேசித் தும் பிரமநாயகம் பிள்ளை நகரின் எல்லை கடந்து, சற்றுக் கலகலப்புக் குறைவாக உள்ள, மின்சார வசதி இல்லாத இடத்தில் வசித்து வந்தார். அதிகாலையில் பசியை ஆற்றிக் கொண்டு கைப்பொட்டணத்துடன் கால்நடையாகவே புறப் பட்டுத் தமது வயிற்றுப் பிழைப்பின் நிலைக்களத்துக்கு வந்துவிடுவார். பிறகு அங்கிருந்து நன்றாக இருட்டி, செயலுள்ள வர்கள் சாப்பிட்டுக் களைப்பாறும் தருணத்தில் வீட்டு நடையை மிதிப்பார். செல்லம்மாள் அன்றைப் பொழுதைக் கழித்த நிலைதான் அவரது சாப்பாட்டுக்கு மூலாதார வசதி. வரும் போது வீடு இருட்டி, வெளிவாசல் கதவு தாழிடாமல் சாத்திக் கிடந்தது என்றால் அவர் உள்ளே சென்று கால் முகம் கழுவி அநுட்டானாதிகளை முடித்துக்கொண்ட பிற்பாடு அடுப்பு மூட்டினால்தான் இரு ஜீவன்கள் பசியாறுவதற்கு மார்க்கம்

உண்டு. அவர் வீடு அடையும் தருணத்தில் அந்தப் பிராந்தியத்துக் கடைகள் யாவும் மூடிக் கிடக்குமாகையால் வீட்டில் உள்ளதை வைத்துத்தான் கழிக்க வேண்டும். சில சமயங்களில் வீட்டில் உள்ளது என்பது காலியான பாத்திரங்கள் என்ற பொருட் பொலிவுக்குள் பந்தப்பட்டுக் கிடக்கும். அச்சமயங்களிலும் பிள்ளையவர்களின் நிதானம் குலைந்துவிடாது. வெந்நீர் வைத்தாவது மனைவிக்குக் கொடுப்பார்.

இப்படியாக, பிரமநாயகம் பிள்ளை சென்னையில் பத்து வருஷங்களையும் கழித்துவிட்டார். அவருக்கு ஒவ்வொரு சமயங்களில் ஊருக்குப் போய்விடுவோமா என்ற துணிச்சலான நினைவு தோன்றுவதும் உண்டு. ஆனால் அடுத்த நிமிஷம், சக்தியின்மை மனசில் ஆழ்ந்த ஏமாற்றத்தை, கைப்பை, தரை யிட்டுவிடும். மேலும் அங்கு எப்படியெல்லாம் இருக்குமோ என்ற பயம் அவருடைய மனசை வெருட்டியது.

சங்கடங்களை நிவர்த்தித்துக்கொள்ளும் மார்க்கங்களைப் பற்றி அவர், அதோ கிடத்தி இருக்கிறதே அந்தச் சடலத்துடன், அதில் மூச்சு ஓடிக்கொண்டு பேசாத சில சமயங்களில், உல்லாசமாக ஊருக்குப் போய்விடுவதில் உள்ள சுகங்களைப் பற்றிப் பேசியதும் உண்டு. செல்லம்மாள், வறண்ட உதடுகளில் சில சமயம் உற்சாக மிகுதியால் களுக்கென்று சிரித்து வெடிப்பு உண்டுபண்ணிக் கொள்வாள். ஊர்ப் பேச்சு, தற்சமயப் பிரச்னை களை மறப்பதற்குச் சௌகரியமாக, போதை தரும் கஞ்சா மருந்தாகவே அந்தத் தம்பதிகளுக்கு உபயோகப்பட்டு வந்தது.

2

அன்று பிரமநாயகம் பிள்ளை அதிகாலையில் பழஞ் சோற்று மூட்டையுடன் நடைப்படியைத் தாண்டும்பொழுது செல்லம்மாளுக்கு எழுந்து நடமாட முடிந்தது. இரவு அவர் திரும்பும்போது திருப்தியுடன் சாப்பிட, அவருக்குப் பிரிய மான காணத்துவையலும் ஒரு புளியிட்ட கறியும் வைக்கப் போவதாகச் சொல்லிவிட்டு, கையில் உமிக் கரிச் சாம்பலுடன் புழைக்கடைக்குச் சென்றாள்.

“இண்ணைக்கித்தான் சித்தெ தலெ தூக்கி நடமாடுதெ. வீணா உடம்பெ அலெட்டிக்கிடாதே” என்று நடைப்படியைத் தாண்டிய திரு. பிள்ளை திரும்பி நின்று மனைவியை எச்சரித்து விட்டு, வெளிப்புறமாகக் கதவை இழுத்துச் சாத்தி, ஒரு கையால் அதைச் சற்றுப் பிடித்துச் சமன் செய்து, நிலைக்கும் கதவுக்கும் இருந்த இடைவெளியில் விரலை விட்டு உள் தாழ்ப்பாளைச் சமத்காரமாகப் போட்டார். பிறகு தாழ்ப்பாள்

கொண்டியில் விழுந்துவிட்டதா என்பதைக் கதவைத் தள்ளிப் பார்த்துவிட்டு, தெருவில் இறங்கி நடந்தார்.

அன்று வழி நெடுக அவரது மனசு கடைக்காரப் பிள்ளை யின் மனப் பக்குவத்தையும் செல்லம்மாளின் அபிலாஷைகளை யுமே சுற்றிச் சுற்றி வட்டமிட்டு வந்தது.

செல்லம்மாள், பேச்சின் போக்கில், அதாவது முந்திய நாள் இரவு, நெஞ்சு வலிக்கு ஒற்றடமிட்டுக்கொண்டிருக்கும் போது, "வருகிற பொங்கலுக்கு வீட்டு அரிசி சாப்பிடவேணும். ஊருக்கு ஒருக்க போய்ப்போட்டு வரலாம்; வரும்போது நெல்லிக் காய் அடையும், ஒரு படி முருக்க வத்தலும் எடுத்துக்கிட்டு வரணும்" என்று சொல்லிவிட்டாள்.

பேச்சிலே வார்த்தைகள் மேன்மையாகத்தான் இருந்தன. அதைவிட அவள் புலிப் பால் கொண்டுவரும்படி கேட்டிருக்க லாம்; பிரம்ம வித்தை கற்று வரும்படி சொல்லியிருக்கலாம். அவை அவருக்கு எட்டாக் கனவாகப் பட்டிரா.

"அதற்கு என்ன, பார்த்துக்கொள்ளுவோமே! இன்னம் புரட்டாசி களியலியே; அதற்கப்புறமல்லவா பொங்கலைப் பற்றி நினைக்கணும்?" என்றார்.

"அது சதிதான்; இப்பமே சொன்னாத்தானே, அவுக ஒரு வளி பண்ணுவாக!" என்று அவகாச அவசியத்தை விளக்கி னாள் செல்லம்மாள். 'அவுக' என்றது கடை முதலாளிப் பிள்ளையைத்தான்.

"தீபாவளிக்கு ஒங்க பாடு கவலையில்லே; கடையிலேயிருந்து வரும்; இந்த வருசம் எனக்கு என்னவாம்?" என்று கேட்டாள்.

"எதுவும் உனக்குப் பிடித்தமானதாப் பாத்து எடுத்துப் போட்டாப் போச்சு. மொதல்லெ நீ எளுந்து தலையைத் தூக்கி உக்காரு" என்று சிரித்தார் பிரமநாயகம்.

வழி நெடுக, 'அவளுக்கு என்னத்தைப் பற்றுக் கணக்கில் எழுதிவிட்டு எடுத்துக்கொண்டு வருவது? பழைய பாக்கியே தீரவில்லையே! நாம் மேலும் மேலும் கணக்கேற்றிக்கொண்டே போனால் அநுமதிப்பார்களா?' என்றெல்லாம் எண்ணமிட்டுக் கொண்டே நடந்தார். கடைக்குள் நுழைந்து சோற்றுப் பொட்டணத்தையும் மேல்வேட்டியையும் அவருடைய மூலை யில் வைத்தார்.

"என்னடே பெரமநாயகம், ஏன் இத்தினி நாளிய? யாரு வந்து கடையெத் தெறப்பான்னு நெனச்சுக்கிட்டே? வீட்டிலே

எப்படி இருக்கு? சதி, சதி, மேலே போயி அரைப் பீசு 703 எடுத்துக்கிட்டு வா; கையோட வடக்கு மூலைலே, பனியன் கட்டு இருக்கு பாரு, அதையும் அப்படியே தூக்கியா" என்ற முதலாளி ஆக்ஞை அவரை ஸ்தாபன இயக்கத்தில் இணைத்து விட்டது. ஒரு கஜம், அரைக் கஜம், பட்டு, பழுக்கா, சேலம், கொள்ளேகாலம், பாப்லின், டுவில் – என்றெல்லாம் பம்பர மாக வயிற்றுக் கடவுளுக்கு லக்ஷார்ச்சனை செய்துகொண்டிருந் தார் பிரமநாயகம் பிள்ளை.

மாலை ஒன்பது மணிக்கு முதலாளிப் பிள்ளையவர் களிடம் தயங்கித் தயங்கித் தமது தேவையை எடுத்துச் சொல்லி, மாதிரி காட்டுவதற்காக மூன்று சேலைகளைப் பதிவு செய்து விட்டு, மேல் வேட்டியில் முடிந்தவராக வீடு நோக்கி நடந்தார்.

3

நடைப்படியருகில், பிரமநாயகம் பிள்ளை வந்து மூட்டையை இறக்கிவைத்துவிட்டு, கதவுச் சந்துக்கிடையில் வழக்கம்போல விரல்களை விட்டு உள்தாழை நெகிழ்த்தினார். தெருவில், இருள் விழுங்கிய நாய் ஒன்று உறக்கக் கலக்கத் துடன் ஊளையிட்டு அழுதது. அதன் ஏக்கக் குரல் அலைமேல் அலையாக மேலோங்கி எழுந்து மங்கியது.

பிரமநாயகம் பிள்ளை கதவைத் தள்ளித் திறந்துகொண்டு உள்ளே நுழைந்தார்.

வீட்டில் விளக்கில்லை. 'உறங்கி இருப்பாள். நாளியாகலே . . .' என நினைத்துக்கொண்டே நிலைமாடத்தில் இருந்த நெருப்புப் பெட்டியை எடுத்து அருகிலிருந்த சிமினி விளக்கை ஏற்றினார். அந்த மினுக்கட்டான் பூச்சி இருளைத் திரட்டித் திரட்டிக் காட்டியது. அதன் மங்கலான வெளிச்சம் அவரது ஆகிருதியைப் பூதாகாரமாகச் சுவரில் நடமாட வைத்தது.

முதல் கட்டைத் தாண்டி உள்ளே நுழைந்தார். செல்லம்மாள் புடைவைத் துணியை விரித்து, கொடுங்கை வைத்து இடது புறமாக ஒருக்களித்துக் கிடந்தாள். வலதுகை பின்புறமாக விழுந்து தொய்ந்து கிடந்தது. அவள் கிடந்த நிலை, தூக்கமல்ல என்பதை உணர்த்தியது. பிரமநாயகம் பிள்ளை குனிந்து முகத்துக்கு நேரே விளக்கைப் பிடித்துப் பார்த்தார். கண் ஏறச் செருகியிருந்தது. நெஞ்சில் மட்டும் சிறிது துடிப்பு; சுவாசம் மெல்லிய இழைபோல் ஓடிக்கொண்டிருந்தது.

நிமிர்ந்து பின்புறமாகப் புழைக்கடைக்குச் சென்றார். போகும்போது அவரது பார்வை சமையற் கட்டில் விழுந்தது.

உணவெல்லாம் தயாரித்து வரிசையாக எடுத்து அடுக்கி இருந்தது. அடுப்பில் வெந்நீர் கொதித்துக்கொண்டிருந்தது.

சாவகாசமாக, கிணற்றில் ஜலம் மொண்டு கால் கைகளைச் சுத்தம் செய்துகொண்டார். திரும்ப உள் நுழைந்து அடுப்படியிலிருந்த அகல் விளக்குத் திரியை நிமிண்டித் திருத்தி ஏற்றினார். பக்கத்திலிருந்த மாடத்திலிருந்து ஒரு சுக்குத் துண்டையும் நெருப்புப் பெட்டியையும் எடுத்துக்கொண்டு உள்கட்டுக்குத் திரும்பி வந்தார்.

சுவரின் பக்கத்திலிருந்த குத்துவிளக்கை ஏற்றிவைத்து விட்டு, செல்லம்மாளருகில் வந்து உட்கார்ந்தார். கையும் காலும் ஜில்லிட்டிருந்தன. கற்பூரத் தைலத்தை உள்ளங்கையில் ஊற்றி, சூடு ஏறும்படித் தேய்த்துவிட்டு, கமறலான அதன் நெடியை மூக்கருகில் பிடித்தார். பிரயோஜனம் இல்லை. எண்ணெயை ஊற்றிச் சற்றுப் பதற்றத்துடன் மூக்கின் மேலும் கபோலத்திலும் தடவினார். பிறகு எழுந்து சென்று கொதிக்கும் நீரை ஒரு பாத்திரத்தில் எடுத்துக் கொண்டுவந்து, கையிலும் காலிலும் நெஞ்சிலுமாக ஒற்றடமிட்டார். அதிலும் பிரயோஜனம் இல்லை. சுக்குத் துண்டை விளக்கில் கரித்துப் புகையை மூக்கருகில் பிடித்தார்.

முகம் ஒரு புறமாகச் சாய்ந்திருந்ததனால் வாக்காக இல்லை. மெதுவாக அவளைப் புரட்டி மலர்த்திப் படுக்க வைத்தார். மறுபடியும் சுக்குப் புகையைப் பிரயோகித்தார்.

இரண்டு முறை ஊதியதும் செல்லம்மாள், புகையைத் தவிர்க்கச் சிறிது தலையை அசைக்க ஆரம்பித்தாள். உடலையே அதிர வைக்கும் ஒரு பெரிய தும்மல். மறுபடியும் மயக்கம். மறுபடியும் புகையை ஊத, முனகி, சிறு குழந்தை மாதிரி அழுதுகொண்டே, “தண்ணி . . .” என்று கேட்டாள் செல்லம்மாள்.

“இந்தா, கொஞ்சம் வாயை இப்படித் திறந்துக்கோ” என்று சிறு தம்ளரில் வெந்நீரை எடுத்து வாயை நனைக்க முயன்றார். அதற்குள் மறுபடியும் பல் கிட்டிவிட்டது; மயக்கம்.

பிரமநாயகம் பிள்ளை, தாம் அநுபவபூர்வமாகக் கண்ட சிகிச்சையை மீண்டும் பிரயோகித்தார்.

செல்லம்மாள் சிணுங்கிக்கொண்டே ஏறிட்டு விழித்தாள். எங்கிருக்கிறோம் என்பது அவளுக்குப் புரியாததுபோல அவள் பார்வை கேள்விகளைச் சொரிந்தது.

“நீங்க எப்ப வந்திய? அம்மெயெ எங்கே? உங்களுக்காகச் சமைச்சு வச்சிக்கிட்டு எத்தனை நேரமாக் காத்துக்கிட்டு இருப்பா?” என்றாள்.

பிரமநாயகம் பிள்ளை இம்மாதிரியான கேள்விக்குப் பதில் சொல்லி, இதமாக, புரண்டு கிடந்த பிரக்ஞையைத் தெளிவிப்பதில் நிபுணர். கேள்விகளுக்குச் சரியான பதில் சொல்ல வேண்டும் என்பதில்லை; கேட்டதற்கு உரிய பதில் சொன்னால் போதும்.

திடீரென்று செல்லம்மாள் அவரது கையை எட்டிப் பிடித்துக்கொண்டு, “அம்மா, அம்மா, ஊருக்குப் போயிடுவோம். அந்தத் துரோகி வந்தா புடிச்சுக் கட்டிப் போட்டு விடுவான்... துரோகி! துரோகி! துரோகி...” என்று உச்ச ஸ்தாயியில் கத்திக்கொண்டு போனாள். குரல் கிரீச்சிட்டது. பிரமநாயகம் பிள்ளை இடது கையால் ஒரு துணியைக் குளிர்ந்த ஜலத்தில் நனைத்து நெற்றியில் இட்டார்.

செல்லம்மாள் மறுபடியும் பிதற்ற ஆரம்பித்தாள். எதிரிலிருப்பது யார் என்பது அவளுக்குப் புலப்படவில்லை. “அம்மா, அம்மா ... நீ எப்போ வந்தே?... தந்தி கொடுத்தாங்களா ..?” என்றாள்.

“ஆமாம். இப்பந்தான் வந்தேன். தந்தி வந்தது. உடம்புக்கு எப்படி இருக்கிறது?” என்று பிரமநாயகம் பிள்ளை தாயாக நடித்தார். செல்லம்மாளின் தாய் இறந்து ஐந்து வருஷங்கள் ஆகின்றன. இவளுக்கு இம்மாதிரிப் பிதற்றல் வரும்போதெல்லாம் தாய் உயிருடன் இருப்பதாக ஒரு பிரமை தொடர்ந்து ஏற்படும்.

“அம்மா, எனக்குக் கொஞ்சம் தண்ணி தா ... இவுங்க இப்படித்தாம்மா ... என்னைப் போட்டுட்டுப் போட்டுட்டுக் கடைக்குப் போயிடுதாக ... எப்ப ஊருக்குப் போகலாம்? ... யாரு எங்காலையும் கையையும் கட்டிப் போட்டுப் போட்டா? ... இனிமே நான் பொடவெயே கேக்கலே ... என்னைக் கட்டிப் போடாதிய ... மெதுவா நகந்து நகந்தே ஊருக்குப் போயிடுதேன். ஐயோ! என்னெ விட்டுடிங்கன்னா! நான் உங்களை என்ன செஞ்சேன்?... கொஞ்சம் அவுத்துவிட மாட்டியளா?... நான் எங்கம்மையைப் பாத்துப்போட்டு வந்திடுதேன்... அப்புறம் என்னைக் கட்டிப் போட்டுக்கிடுங்க.”

மறுபடியும் செல்லம்மாளுக்கு நினைவு தப்பியது.

வைத்தியரைப் போய் அழைத்து வரலாமா என்று நினைத்தார் பிரமநாயகம் பிள்ளை. ‘இவளை இப்படியே தனியாக விட்டுவிட்டு எப்படிப் போவது? கொஞ்ச தூரமா?’

மறுபடியும் சுக்குப் பிரயோகம் செய்தார்.

நாடி மெதுவாக ஓடிக்கொண்டிருந்தது.

செல்லம்மாள் செத்துப் போவாளோ என்ற பயம் பிரம நாயகம் பிள்ளையின் மனசில் லேசாக ஊசலாடியது.

அந்தப் பயத்திலே மனஉளைச்சலோ சொல்லை மீறும் துக்கத்தின் வலியோ இல்லை. வியாதியஸ்தனின் நாக்கு உணரும் ஒரு கைப்பும், அதற்குச் சற்று ஆழமாக ஒரு நிம்மதியும் இருந்தன. எவ்வளவு கஷ்டப்பட்டும் என்ன பலன் என்ற ஒரு மலைப்பு.

செல்லம்மாள் சிணுங்கிக்கொண்டே ஒருபுறமாகச் சரிந்து படுத்தாள்.

என்ன சொல்லுகிறாள் என்பது பிடிபடாமல், காலுக்கு ஒற்றடமிட்டுச் சூடு உண்டாக்கிக் கொண்டிருந்த பிரமநாயகம் பிள்ளை, "என்ன வேண்டும்?" என்று கேட்டுக்கொண்டு அவளது தலைப்புறமாகத் திரும்புமுன், சுவாசம் சரியாக ஓட ஆரம்பித்தது. செல்லம்மாள் மயக்கத்திலிருந்து விடுபட்டுத் தூங்க ஆரம்பித்தாள். முகத்தில் வெறிச்சோடிக்கிடந்த நோய்க் களை மங்கி அகன்றது.

பத்து நிமிஷம் கழியவில்லை; செல்லம்மாள் விழித்துக் கொண்டாள். மேலெல்லாம் ஏன் நனைந்திருக்கிறது என்று தடவிப் பார்த்துக்கொண்டு சிதறிக் கிடந்த ஞாபகத்தைக் கோவை செய்ய முயன்றாள்.

"தலையை வலிக்கிறது" என்றாள் சிணுங்கிக்கொண்டே.

"மேலெல்லாம் பூட்டுப் பூட்டாக வலிக்குது" என்று சொல்லிவிட்டுக் கண்களை மெதுவாக மூடினாள்.

"மனசை அலட்டிக்கொள்ளாமல் நிம்மதியாகத் தூங்கு; காலையில் சரியாகப் போய்விடும்" என்றார்.

"உம்" என்றுகொண்டு கண்களை மூடியவள், "நாக்கை வறட்டுது; தண்ணி" என்றாள், எழுந்து உட்கார்ந்துகொண்டு.

"ஏந்திரியாதே; விளப்போறே" என்றுகொண்டே முதுகைத் தாங்கியபடி வெந்நீரை ஒரு தம்ளரில் கொடுத்தார். அதைத் தொட்டுப் பார்த்துவிட்டு, "அது வாண்டாம். பச்சைத் தண்ணி கொடுங்க. நாக்கை வறட்டுது" என்றாள்.

"பச்சைத் தண்ணி குடிக்கப்படாது; வெந்நிதான் உடம்புக்கு நல்லது" என்று சொல்லிப் பார்த்தார்; தர்க்கம் பண்ணி அவளை அலட்டுவதைவிடக் குளிர்ந்த ஜலத்தைக் கொடுத்துவிடுவதே

நல்லது என்று ஊற்றிக் கொடுத்துவிட்டு மெதுவாகப் படுக்க வைத்தார்.

கண்ணை மூடிச் சில விநாடிகள் கழித்ததும், "உங்களைத் தானே; எப்ப வந்திய? சாப்பிட்டியளா?" என்றாள்.

"நான் சாப்பிட்டாச்சு. நீ படுத்துத் தூங்கு; சும்மா ஒண்ணை மாத்தி ஒண்ணை நெனச்சுக்காதே" என்றார் பிரமநாயகம் பிள்ளை. பதில் அவள் செவியில் விழுந்தது; பிரக்ஞையில் பதியவில்லை. செல்லம் தூங்கிவிட்டாள்.

பிரமநாயகம் பிள்ளை கோரைப் பாயை எடுத்து வாசல் கதவுப்புறமாக விரித்துக்கொண்டு, "முருகா" என்று கொட்டாவி யுடன் உட்காரும்பொழுது, ஒரு கோழி கூவியது. உலகம் துயிலகன்றது. பிள்ளையவர்களுக்குச் சற்று உடம்பைச் சரிக்க இடம் கொடுக்கவில்லை. முழங்காலைக் கட்டிக்கொண்டே உட்கார்ந்துகொண்டிருந்தார். மனம் மட்டும் தொடர்பற்ற பல பழைய நிகழ்ச்சிகளைத் தொட்டுத் தொட்டுத் தாவிக் கொண்டிருந்தது.

பொழுதும் புலர ஆரம்பித்தது. கறிகாய் விற்பனைக்காகத் தலையில் சுமடு எடுத்துச்செல்லும் பெண்கள், வர்த்தகத்தில் சற்றுச் செயலிருந்ததால் கை வண்டியில் காய்கறி ஏற்றி நரவாகன சவாரி செய்யும் பெண்களின் குரல் பிள்ளையவர்களை நினைவுக் கோயிலிலிருந்து விரட்டியது. உள்ளே சென்று குனிந்து கவனித்தார். கொடுங்கையாக மடித்து, கன்னத்துக்கு அண்டை கொடுத்து, உதடுகள் ஒருபுறம் சுழிக்க, அவள் ஆழ்ந்த நித்திரையில் இருந்தாள்.

எழுந்திருந்ததும் வயிற்றிற்கு ஏதாவது சுடச்சுடக் கொடுத் தால் நலம் என்று நினைத்தவராய் உள்கட்டுக்குச் சென்று அடுப்பைப் பற்ற வைத்துவிட்டு, புழைக்கடைப்புறம் சென்றார்.

அவர் திரும்பிவந்து "முருகா" என்று விபூதியை நெற்றி யில் இட்டுக்கொண்டிருக்கையில், செல்லம்மாள் விழித்து எழுந்திருந்து படுக்கையில் உட்கார்ந்து தலையை உதறிக் கோதிக் கட்டிக்கொண்டு சிணுங்கியவண்ணம் உள்ளே ஏறிட்டுப் பார்த்தாள்.

"இப்பொ எப்படி இருக்கு? நல்லாத் தூங்கினெ போல இருக்கே" என்றார் பிரமநாயகம் பிள்ளை.

"மேலெல்லாம் அடிச்சுப் போட்டாப்பலே பெலகீனமா இருக்கு. பசிக்கிது . . . சுடச்சுட ஏதாவது இருந்தாத் தேவலை"

என்று செல்லம்மாள், தலையைச் சற்று இறக்கி, உச்சியைச் சொறிந்தபடி, புருவத்தை நெறித்துக்கொண்டு சொன்னாள்.

“அடுப்பிலே கருப்பட்டிக் காப்பிப் போட்டிருக்கேன்; பல்லைத் தேச்சுப்பிட்டுச் சாப்பிட்டாப் போகுது; பல் தேய்க்க வெந்நி எடுத்துத் தரட்டுமா?” என்றார்.

“வெந்நியெ எடுத்துப் பொறவாசல்லெ வச்சிருங்க. நான் போய்த் தேச்சுக்கிடுதேன்” என்றாள் செல்லம்மாள்.

“நல்ல கதையாத்தான் இருக்கு; நேத்துக் கெடந்த கெடப்பெ மறந்துபோனியா? நடமாடப்படாது.”

“ஒங்களுக்குத்தான் என்ன, வரவர அசிங்கம் கிசிங்கம் இல்லாமெப் போகுது” என்று சொல்லிக்கொண்டே சுருட்டி வாரிக் கட்டிக்கொண்டு எழுந்தாள். கால் தள்ளாடியது.

மூசுமூசென்று இரைத்துக்கொண்டு சுவரில் கைகளை ஊன்றிக்கொண்டாள். பிரமநாயகம் பிள்ளை சட்டென்று பாய்ந்து அவளது தோள்பட்டையைப் பிடித்துக்கொண்டார்.

“பைய என்னைப் பொறவாசலுக்குக் கொண்டு விட்டிருங்க. பல்லைத் தேக்கட்டும். நிக்க முடியல்லே” என்றாள்.

அவளுடைய விதண்டாவாதத்துக்குப் போக்குக் கொடுத்து, கைத்தாங்கலாகப் புழைக்கடையில் கொண்டுபோய் அவளை உட்கார வைத்தார்.

பல்லைத் தேய்த்துவிட்டு, “அப்பாடா” “அம்மாடா” என்ற அங்கலாய்ப்புக்களுடன் செல்லம்மாள் மீண்டும் படுக்கையில் வந்து படுப்பதற்குள் உடல் தளர்ந்துவிட்டது. படுத்தவுடன் தளர்ச்சியாகக் கண்களை மூடினாள்.

பிள்ளையவர்கள் காப்பி எடுத்துவந்து ஆற்றிக்கொண்டு, “பதமாக இருக்கு, குடி; ஆறிப்போச்சுன்னு சொல்லாதே” என்றார். அதற்கு அவளால் பதில் சொல்ல முடியவில்லை. கையமர்த்தினாள். சில நிமிஷங்கள் கழித்து மெதுவாகக் கண்களைத் திறந்தாள். சிரமத்துடன் கைகளை ஊன்றிக் கொண்டு எழுந்து உட்கார்ந்தாள். தம்ளரிலிருந்த காப்பியைத் தொட்டுப் பார்த்துவிட்டு, “சூடே இல்லையே! அடுப்பிலே கங்கு கெடக்கா? கொஞ்சம் வச்சு எடுத்து வாருங்க” என்றாள்.

“அதெ அப்பிடியே வச்சிரு; வேறெ சூடா இருக்கு; தாரேன்” என்று வேறு ஒரு பாத்திரத்தில் இன்னும் கொஞ்சம் எடுத்துவந்து தந்தார்.

காப்பியை எடுத்து நெஞ்சுக்கு இதமாக ஒற்றடமிட்டுக் கொண்டு, சாவகாசமாக ஒவ்வொரு மிடறாகக் குடித்துக் கொண்டிருந்த செல்லம்மாள், "நீங்க என்ன சாப்பிட்டிய?" என்றாள்.

"பழையது இருந்தது. ஓர் உருண்டை சாப்பிட்டேன். நீ காப்பியைச் சீக்கிரம் குடி. நேரமாகுது. வைத்தியனைப் போய்ப் பார்த்துக்கிட்டு வாரேன்" என்றார்.

"வைத்தியனும் வேண்டாம்; ஒண்ணும் வேண்டாம். எனக்கு என்ன இப்ப? வீணாக் காசெக் கரியாக்காதிக. புளிப்பா எதுவும் தின்னாத் தேவலை. புளிச்ச தோசைமாவு இருந்துதே, அதெ என்ன பண்ணிய?" என்றாள்.

"புளிப்பாவது கத்திரிக்காயாவது! காப்பியைக் குடிச்சுப் பிட்டுப் படுத்திரு. நான் வைத்தியனைக் கூட்டிக்கிட்டு வாரேன்; நேத்துக் கெடந்த கெடப்பு மறந்து போச்சுப் போலே!" என்று எழுந்தார்.

"அந்தக் காப்பியை ஏன் வீணாக்கிறிய? நீங்க சாப்பிடுங் களேன்" என்றாள் செல்லம்மாள்.

வைத்தியனைத் தேடிச் சென்ற பிரமநாயகம் பிள்ளை, பஞ்சத்தில் அடிபட்டவன் போன்ற சித்த வைத்திய சிகாமணி ஒருவனைத் தேடிப் பிடித்து அழைத்துக்கொண்டு வந்தார். இருவரும் உள்ளே நுழைந்தபோது படுக்கையில் செல்லம்மாளைக் காணவில்லை.

அடுப்பங்கரையில் 'சுர்' 'சுர்' என்று தோசை சுடும் சப்தம் கேட்டது. வைத்தியரைப் பாயை விரித்து உட்கார வைத்துவிட்டு, "என்னத்தைச் சொன்னாலும் காதுலே ஏற மாட்டேன்கிறதே; இன்னம் என்ன சிறுபிள்ளையா?" என்று குரல் கொடுத்துக்கொண்டு உள்ளே நுழைந்தார் பிள்ளை.

வேர்க்க விறுவிறுக்க, செல்லம்மாள் தன் சக்திக்கு மீறிய காரியத்தில் ஈடுபட்டிருந்தாள். கை நடுக்கத்தால் தோசை மாவு சிந்திக் கிடந்தது. தட்டத்தில் ஒரு தோசை கரிந்து கிடந்தது. அடுத்தது வாக்காக வரும் என்று எண்ணெய் மிளகாய்ப் பொடி முதலிய உபகரணங்களுடன் தோசைக் கல்லைப் பார்த்துக் கொண்டிருந்தாள் செல்லம்மாள். அவரை ஏறிட்டுப் பார்த்துச் சிரித்தாள்.

"போதும் போதும். சிரிக்காதே; வைத்தியர் வந்திருக்கிறார். ஏந்திரி" என்று அவளைக் கையைப் பிடித்துத் தூக்கினார்.

"இதெக் கல்லை விட்டு எடுத்துப் போட்டு வருகிறேன்."

"நீ ஏந்திரி" என்று சொல்லிக்கொண்டே வெந்துகொண்டிருந்த தோசையுடன் கல்லைச் சட்டுவத்தால் ஏந்தி எடுத்து அகற்றினார்.

"நீங்க போங்க. நானே வர்ருதேன்" என்று குலைந்த உடையைச் சீர்திருத்திக்கொண்டு, தள்ளாடிப் பின்தொடர்ந்து வந்து பாயில் உட்கார்ந்தாள்.

வைத்தியன் நாடியைப் பரீட்சித்தான். நாக்கை நீட்டச் சொல்லிக் கவனித்தான்.

"அம்மா, இப்படி இருக்கிறபோது நீங்க எழுந்திரிச்சு நடக்கவே கூடாது. உடம்பு இத்துப்போச்சு. தெகன சக்தியே இல்லியே! இன்னும் மூணு நாளைக்கு வெறும் பால் கஞ்சிதான் ஆகாரம். உடம்புக்கு வலு கொஞ்சம் வந்ததும் மருந்து கொடுக்கலாம். காப்பியைக் கொஞ்ச நாளைக்கி நிறுத்தி வையிங்க. காலையிலும் ராத்திரியிலும் பால். மத்தியான்னமாக் கஞ்சி. படுக்கையெ விட்டு எந்திரிக்கவே கூடாது, ஐயா. மயக்கம் வந்தா இந்தச் செந்தூரத்தைத் தேனில் குழப்பி நாக்கிலெ தடவுங்க. இந்தத் தைலத்தை மூக்குத் தண்டிலும் பொட்டிலும் தடவுங்க; நான் மூணு நாள் கழிஞ்சு வருகிறேன்" என்று மருந்துக்குக் கையில் ஒரு ரூபாய் வாங்கிக்கொண்டு வெளியேறினான்.

"பாத்துப் பாத்து, நல்ல வைத்தியனைத் தேடிப் புடிச்சாந்திய; பால் கஞ்சிச் சாப்பிடணுமாம்; ஆய்! நான் என்ன காச்சக்காரியா? ஒடம்பிலே பெலகீனம் இருக்கிறதெக் கண்டுபிடிக்க வைத்தியனா வரணும்? மனுசான்னா மயக்கம் வாறதில்லையா! வந்தா, வந்த வளியாப் போகுது" என்றாள் செல்லம்மாள்.

இந்தச் சமயத்தில் வெளியில், "ஐயா, ஐயா!" என்று ஒரு குரல் கேட்டது.

"என்ன, முனிசாமியா! உள்ளே வா. ஏன் வரலேன்னு கேட்டு விட்டாகளாக்கும். வீட்டிலே அம்மாவுக்கு உடம்பு குணமில்லை; நேத்துத் தப்பினது மறு பிழைப்பு; நாளைக்கு முடிஞ்சா வருகிறேன் என்று சொல்லு. முனிசாமி, நீ எனக்கு ஒரு காரியம் செய்வாயா? அந்த எதிர்ச் சரகத்திலே ஒரு மாட்டுத் தொழுவம் இருக்குது பாரு; அங்கே பால்கார நாயுடு இருப்பார். நான் கொஞ்சம் கூப்பிட்டேன் என்று கூட்டிக்கொண்டு வா" என்று அனுப்பினார்.

"என் பேரிலே பளியெப் போட்டுக் கடைக்குப் போகாமே இருக்க வேண்டாம். போய்ச் சம்பளப் பணத்தெ வாங்கிக்கிட்டு வாருங்க" என்றாள் செல்லம்மாள்.

“அடெடே! மறந்தே போயிட்டேன். நேத்துப் பொடவை எடுத்தாந்து வச்சேன்; உனக்கு எது புடிச்சிருக்கு பாரு. வேண்டாததெக் குடுத்து அனுப்பிடலாம்” என்று மூட்டையை எடுத்துவந்து வைத்தார் பிரமநாயகம் பிள்ளை.

“விடியன்னையே மூட்டையைப் பாத்தேன்; கேக்கணும்னு நெனச்சேன்; மறந்தே போச்சு” என்று கூறிக்கொண்டே மூட்டையிலிருந்த மூன்று புடைவைகளையும் புரட்டிப் புரட்டிப் பார்த்தாள்.

“எனக்கு இந்தப் பச்சைதான் புடிச்சுருக்கு; என்ன வெலையாம்?” என்றாள்.

“அதெப்பத்தி ஒனக்கென்ன? புடிச்சதெ எடுத்துக்கோ” என்று பச்சைப் புடைவையை எடுத்து அலமாரியில் வைத்து விட்டு, மற்ற இரண்டையும் மூட்டையாகக் கட்டிச் சுவரோரத்தில் வைத்தார்.

“கண்டமானிக்குக் காசெச் செலவு பண்ணிப்புட்டு, பின்னாலே கண்ணைத் தள்ளிக்கிட்டு நிக்காதிய. நான் இப்பவே சொல்லிப்பிட்டேன்” என்று கண்டிப்புப் பண்ணினாள் செல்லம்மாள்.

வந்த பால்கார நாயுடுவிடம் மூன்று தினங்களுக்குச் சுத்தமான பசும்பாலுக்கு ஏற்பாடு செய்துவிட்டு, கடை முதலாளியிடம் தாம் கேட்டதாக ரூ. 15 வாங்கி வரும்படியும், சேலை மூட்டையைச் சேர்ப்பித்து விடும்படியும் முனிசாமியிடம் சொல்லியனுப்பினார்.

4

அன்று பாயில் தலைசாய்க்க ஆரம்பித்ததிலிருந்து செல்லம்மாளுக்கு உடம்பு மோசமாகிக்கொண்டே போயிற்று. க்ஷீணம் அதிகமாயிற்று. மத்தியான்னம் அவளைக் கவனித்துச் சுச்ருஷை செய்ததன் பயனாக, அடுப்பில் கிடந்த பால் கஞ்சி, பசை மாதிரிக் குளுகுளு என்றாகிவிட, பிரமநாயகம் பிள்ளை அதில் வெந்நீரை விட்டுக் கலக்கி அவளுக்குக் கொடுக்க முயன்றார். பலவீனத்தினால் அரோசிகம் அதிகமாகிவிடவே உடனே வாந்தி எடுத்துவிட்டது. ஆனால் குமட்டல் நிற்கவில்லை. செல்லம்மாள் நினைத்து நினைத்து வாயிலெடுக்க ஆரம்பித்தாள். உடல் தளர்ச்சி மிகுந்துவிட, மறுபடியும் பழைய கோளாறுகள் தலைதூக்க ஆரம்பித்தன.

அருகில் இருந்துகொண்டு காலையும் கையையும் பிடித்துப் பிடித்துக் கை ஓய்ந்ததுதான் மிச்சம். பகல் மூன்று

மணிக்கெல்லாம் சோர்வு மேலீட்டால் செல்லம்மாள் மயங்கிக் கிடந்தாள். செத்துப் போய்விடுவோமோ என்ற பயம் அவளுக்கு ஏற்பட்டது. ஒவ்வொரு சமயங்களில் மூக்கும் கையும் குரக்கு வலித்து இழுத்து வாங்க ஆரம்பித்தன.

“எனக்கு என்னவோ ஒரு மாதிரியாக வருது. வேறொரு வைத்தியனைப் பார்த்தால் தேவலை” என்றாள் செல்லம்மாள்.

“உடம்பு தளர்ந்திருப்பதால் இப்படி இருக்கிறது. சொல்லுகிற படி, ஆடாமெ அசங்காமெ படுத்துக் கிடந்தாத்தானே! பயப்பட வேண்டாம்; எல்லாம் சரியாகப் போயிடும்” என்றார் பிரமநாயகம் பிள்ளை.

அவருக்கும் உள்ளுக்குள் சற்று விபரீதமாகப் பட்டது. “கொஞ்ச நேரத்தில் பால்காரன் வருவான். பாலை வாங்கி வைத்துவிட்டு டாக்டரைக் கூப்பிட்டுக்கொண்டு வருகிறேன். குன்னத்தூர் அத்தையெ வரச்சொல்லிக் காயிதம் எழுதட்டா?” என்றார்.

“எளுதி என்னத்துக்கு? அவளாலே இந்தத் தூரா தொலைக்குத் தன்னந்தனியா வந்துக்கிட முடியுமா? கொஞ்சம் கருப்பட்டிக் காப்பி சுடச்சுடப் போட்டுத் தர்ரியளா? இந்த வாந்தியாவது செத்தெ நிக்கும்” என்று சொல்லிவிட்டுச் சற்றுக் கண்ணை மூடினாள்.

“இந்த மாங்கொட்டைத் துண்டெக் கொஞ்சம் வாயிலே ஒதுக்கிக்கோ; நான் காப்பி போட்டுத் தாரேன்” என்று அடுப்பங்கரைக்குச் சென்றார்.

அவர் அடுப்பைப் பிரித்துவிட்டு அனலில் சற்று வெந்நீர் இடலாம் என்று தவலைத் தண்ணீரை அடுப்பேற்றும்போது பால்காரனும் வந்தான்.

கருப்பட்டிக் காப்பியைச் செல்லம்மாள் அருகில் வைத்து விட்டுப் பாலைக் காய்ச்சி ஒரு பாத்திரத்தில் ஊற்றி வைத்து விட்டு, “நான் போய் டாக்டரைக் கூட்டிக்கொண்டு வருகிறேன்” என்று வெளியே புறப்பட்டார்.

“சுருக்க வந்து சேருங்க; எனக்கு ஒருபடியா வருது” என்று மூடிய கண்களைத் திறக்காதபடி சொன்னாள் செல்லம்மாள். அவ்வளவு தளர்ச்சி. வெளிக்கதவு கிறீச்சிட்டு, பிரமநாயகம் பிள்ளை புறப்பட்டுவிட்டதை அறிவித்தது.

அவர் திரும்பி வரும்போது பொழுது கருக்கிவிட்டது. எவரோ ஓர் ஒன்றரையணா எல்.எம்.பி.யின் வீட்டு வாசலில்

அவரது வருகைக்காகக் காத்துக் காத்து நின்றார். அவரும் வருவதாகக் காணவில்லை. கவலை, கற்பனையால் பல மடங்கு பெருகித் தோற்ற, நிலைமையும் விலாசமும் தெரிவித்து, உடனே வரும்படி கெஞ்சிக் கடுதாசி எழுதிவைத்துவிட்டு வீட்டுக்குத் திரும்பி வந்தார்.

கதவைத் திறந்துகொண்டு உள்ளே நுழைந்ததும் அவர் கண்ட காட்சி திடுக்கிட வைத்தது. செல்லம்மாள் முற்றத்தில் மயங்கிக் கிடந்தாள். சற்று முன் குடித்த காப்பி வாந்தியெடுத்துச் சிதறிக் கிடந்தது.

அவசர அவசரமாக விளக்கை ஏற்றினார். வெந்நீரை எடுத்து வந்து அவள் மேல் சிதறிக் கிடந்த குமட்டல்களைக் கழுவி, அவளைத் தூக்கிவந்து படுக்கையில் கிடத்தினார்.

வைத்தியன் கொடுத்துவிட்டுச் சென்ற செந்தூரத்தைத் தேனில் குழப்பி நாக்கில் தடவினார். மூக்கிலும், கால் கைகளிலும் தைலத்தைத் தடவினார். பிரக்ஞை வரவில்லை. மூச்சு இழையோடிக்கொண்டிருந்தது. மீண்டும் தைலத்தைச் சற்றுத் தாராளமாகவிட்டு உடலில் தேய்த்து மயக்கம் தெளிவிக்க முயன்றுகொண்டிருந்தார்.

அச்சமயம் வெளியே ஒரு ரிக்ஷா வந்து நின்றது. “ஸார்! உள்ளே யார் இருக்கிறது?” என்று குரல் கொடுத்துக்கொண்டே கைப்பெட்டியும் வறுமையுமாக டாக்டர் உள்ளே வந்தார்.

“நல்ல சமயத்திலே வந்தீர்களையா!” என்று சொல்லிக் கொண்டே அவரை வரவேற்றார் பிரமநாயகம் பிள்ளை.

“இப்போ என்ன?” என்றபடியே அருகில் வந்து உட்கார்ந்து கையைப் பிடித்துப் பார்த்தார். வாயைத் திறக்க முயன்றார். பல் கிட்டிவிட்டிருந்தது.

“ஒரு நெருப்புப் பெட்டி இருந்தாக் கொண்டு வாருங்க; ஊசி குத்தணும்” என்றார்.

பிரமநாயகம் பிள்ளை அருகில் மாடத்தில் இருக்கும் நெருப்புப் பெட்டியை மறந்துவிட்டு அடுப்பங்கரைக்கு ஓடினார். அவரது வருகைக்காகக் காத்திருப்பதற்காக மோட்டுவளையைப் பார்க்க முயன்ற டாக்டரின் கண்களுக்கு மாடத்து நெருப்புப் பெட்டி தெரிந்தது. எடுத்து ‘ஸ்பிரிட்’ விளக்கை ஏற்றி மருந்து குத்தும் ஊசியை நெருப்பில் சுடவைத்துச் சுத்தப்படுத்தினார். கையில் நெருப்புப் பெட்டியுடன் அசடு வழிய வேர்வை வழிய நின்றுகொண்டிருந்த பிரமநாயகம் பிள்ளையிடம், இடது கையைச் சற்று விளக்கருகில் தூக்கிப் பிடித்துக்

கொள்ளும்படி சொல்லிவிட்டு, மருந்தைக் குத்தி ஏற்றினார். இரண்டொரு விநாடிகள் இருவரும் அவளையே பார்த்துக் கொண்டிருந்தார்கள்.

செல்லம்மாள் சிணுங்க ஆரம்பித்தாள்.

டாக்டர் மெதுவாகத் தம்முடைய கருவிகளை எடுத்துப் பெட்டியில் வைத்தார். "கொஞ்சம் சீயக்காய்ப் பொடி இருந்தால் கொடுங்கோ" என்று கேட்டார். பிரமநாயகம் பிள்ளை வேட்டி துவைக்கும் வெள்ளைச் சவுக்காரக் கட்டியைக் கொடுக்க, மௌனமாகக் கை கழுவிவிட்டு, "தூங்குகிறாப் போலிருக்கிறது. எழுப்ப வேண்டாம். எழுந்தால் பால் மட்டும் கொடுங்கள்; இம்மாதிரிக் கேஸ்கள் வீட்டில் வைத்திருப்பது சவுகரியக் குறைச்சல் ஐயா; ஆஸ்பத்திரிதான் நல்லது" என்று கூறிக் கொண்டே பெட்டியைத் தூக்கிக்கொண்டு எழுந்து நடந்தார்.

முன் தொடர்ந்த பிள்ளை, "எப்படி இருக்கிறது?" என்று விநயமாகக் கேட்க, "இப்பொழுது ஒன்றும் சொல்லுவதற்கில்லை. எதற்கும் நாளை காலை வந்து என்னிடம் எப்படி இருக்கிறது என்று சொல்லுங்கள்; பிறகு பார்ப்போம்; இந்த ரிக்ஷாக்காரனுக்கு ஒரு நாலணா கொடுங்கள்" என்று சொல்லிக் கொண்டே வண்டியில் ஏறிக்கொண்டார். மடியிலிருந்த சில்லறை மனித மாட்டின் மடிக்கு மாறியது. ரிக்ஷா செல்லுவதைப் பார்த்து நின்றுவிட்டு உள்ளே திரும்பினார்.

செல்லம்மாள் தூங்கிக்கொண்டிருந்தாள்.

பிரமநாயகம் பிள்ளை ஓசைப்படாமல் அருகில் வந்து உட்கார்ந்து அவளையே பார்த்துக்கொண்டிருந்தார். தொட்டால் விழித்துவிடுவாளோ என்ற அச்சம்.

அவளுடைய நெஞ்சின்மேல் ஓர் ஈ வந்து உட்கார்ந்தது. மென்மையான துணியின்மேல் அதற்கு உட்கார்ந்திருக்கப் பிரியம் இல்லை. மறுபடியும் பறந்து வட்டமிட்டு, அவளது உள்ளங்கையில் உட்கார்ந்தது. மறுபடியும் பறந்து, எங்கு அமர்வது என்று பிடிபடாதது போல வட்டமிட்டுப் பறந்தது. கடைசியாக அவளுடைய உதட்டின்மேல் உட்கார்ந்தது.

"தூ தூ" என்ற துப்பிக்கொண்டு உதட்டைப் புறங்கையால் தேய்த்தபடி செல்லம்மாள் விழித்துக்கொண்டாள்.

சற்று நேரம் அவரையே உற்றுப் பார்த்துக்கொண்டிருந்தாள்.

"உங்களுக்குக் கொஞ்சங்கூட இரக்கமே இல்லை. என்னை இப்படிப் போட்டுட்டுப் போயிட்டியளே" என்று கடிந்து கொண்டாள்.

"நான் இல்லாமலிருக்கப்போ நீ ஏந்திரிச்சு நடமாட லாமா?" என்று சொல்லிக்கொண்டே அவள் கன்னத்தைத் தடவிக்கொடுத்தார்.

"நான் செத்துத்தான் போவேன் போலிருக்கு; வீணாத் தடபுடல் பண்ணாதிய" என்று சொல்லிவிட்டுக் கண்ணை மூடினாள்.

"உடம்பில் தளர்ச்சியாக இருக்கிறதால்தான் அப்படித் தோணுது; காலைப் பிடிக்கட்டா?" என்று மெதுவாகத் தடவிக் கொடுத்தார்.

"அப்பாடா! மேலெல்லாம் வலிக்குது. உள்ளுக்குள்ளே ஜில்லுன்னு வருது. என் கையைப் புடிச்சுக்கிட்டுப் பக்கத்தி லேயே இருங்க" என்று அவர் கையைச் செல்லம்மாள் தன் இரண்டு கைகளாலும் பிடித்துக்கொண்டு கண்களை மூடிக் கொண்டாள்.

சற்று நேரம் பேசாமல் இருந்துவிட்டு, "அம்மையெப் பாக்கணும் போல இருக்கு" என்று கண்களைத் திறக்காமலே சொன்னாள்.

"நாளைக்கு உடனே வரும்படி தந்தி கொடுத்தாப் போகுது; அதுக்கென்ன பிரமாதம்?" என்றார் பிள்ளை. அவருக்குப் பயம் தட்டியது. பிரக்ஞை தடம் புரண்டுவிட்டதா?

"ஊம், துட்டெ வீணாக்க வேண்டாம். கடுதாசி போட்டால் போதும். அவ எங்கெ வரப்போறா? நாளைக்காவது நீங்க கடைக்குப் போங்க" என்றாள் செல்லம்மாள்.

"நீ கொஞ்சம் மனசெ அலட்டிக்காமே படுத்துக்கோ" என்று சொல்லிக்கொண்டே அவள் கைப்பிடிப்பிலிருந்து வலது கையை விடுவித்துக்கொண்டு நெற்றியைத் தடவிக்கொடுத்தார்.

"வலிக்குது. தாகமாக இருக்கு, கொஞ்சம் வெந்நி" என்றாள்.

"வெந்நி வயத்தைப் பெரட்டும்; இப்பந்தானே வாந்தி யெடுத்தது?" என்றார். மெதுவாக அவள் கைகள் இரண்டை யும் பிடித்துக்கொண்டு முகத்தையே பார்த்துக்கொண்டிருந் தார். செல்லம்மாளுக்குக் காலையிலிருந்த முகப்பொலிவு மங்கிவிட்டது. உதடுகள் சற்று நீலம் பாரித்துவிட்டன. அடிக்கடி வறட்சியைத் தவிர்க்க உதட்டை நக்கிக்கொண்டாள்.

"நெஞ்சில் என்னமாவோ படபடவென்று அடிக்குது" என்றாள் மறுபடியும்.

"எல்லாம் தளர்ச்சியின் கோளாறுதான்; பயப்படாதே" என்று நெஞ்சைத் தடவிக்கொடுத்தார்.

ஒரு விநாடி கழித்து, "பசிக்குது; பாலைத் தாருங்க. நான் தூங்குதேன்" என்றாள் செல்லம்மாள்.

"இதோ எடுத்து வாரேன்" என்று உள்ளே ஓடிச் சென்றார் பிரமநாயகம் பிள்ளை. பால் திறைந்து போயிருந்தது. அவருக்குத் திக்கென்றது. மாடத்திலே உலர்ந்துபோன எலுமிச்சம்பழம் இருந்தது. அதை எடுத்து வெந்நீரில் பிழிந்து சர்க்கரையிட்டு அவளருகில் கொண்டுவந்து வைத்துக்கொண்டு உட்கார்ந்தார். சற்று நேரம் சூடான பானகத்தைக் குடிக்கும் பக்குவத்துக்கு ஆற்றினார்.

"செல்லம்மா!" என்று மெதுவாகக் கூப்பிட்டார்.

பதில் இல்லை. மூச்சு நிதானமாக வந்துகொண்டிருந்தது.

"செல்லம்மா, பால் தெரைஞ்சு போச்சு; பானகம் தாரேன். குடிச்சுப்புட்டுத் தூங்கு" என்றார்.

"ஆகட்டும்" என்பது போல அவள் மெதுவாக அசைத்தாள்.

சிறு தம்ளரில் ஊற்றி மெதுவாக வாயில் ஊற்றினார். இரண்டு மடக்குக் குடித்துவிட்டுத் தலையை அசைத்துவிட்டாள்.

"ஏன், வெளக்கை . . ." – விக்கலுடன் உடல் குலுங்கியது. நெஞ்சு விம்மி அமர்ந்தது. காலும் கையும் வெட்டி வாங்கின.

அதிர்ச்சி ஓய்ந்ததும் பிள்ளை பானகத்தைக் கொடுத்தார். அது இருபுறமும் வழிந்துவிட்டது.

பாத்திரத்தை மெதுவாக வைத்துவிட்டுத் தொட்டுப் பார்த்தார்.

உடல்தான் இருந்தது.

வைத்த கையை மாற்றாமல் பூதாகாரமாகச் சுவரில் விழுந்த தமது சாயையைப் பார்த்தார். அதன் கைகள் செல்லம்மாள் நெஞ்சைத் தோண்டி உயிரைப் பிடுங்குவன போல் இருந்தன.

சித்த வைத்தியன் கொடுத்த மருந்தில் மிஞ்சிக் கிடந்த வற்றை உடம்பில் பிரயோகித்துப் பார்த்தார். "இனிமேல் ஆவது ஒன்றுமில்லை" என்பது தெரிந்தும் தவிட்டு ஒற்றடம் கொடுத்துப்பார்த்தார்.

அவரது நெற்றியின் வியர்வை அந்த உடலின் கண் இமையில் சொட்டியது.

அரைக்கண் போட்டிருந்த அதை நன்றாக மூடினார். குரக்குவலி இழுத்த காலை நிமிர்த்திக் கிடத்தினார். கைகளை நெஞ்சில் மடித்து வைத்தார்.

அருகில் உட்கார்ந்திருந்தவர் பிரக்ஞையில் தளதளவென்று கொதிக்கும் வெந்நீரின் அழைப்புக் கேட்டது.

உள்ளே சென்று செல்லம்மாள் எப்போதும் குளிக்கும் பருவத்துக்குப் பக்குவப்படுத்தினார்.

உடலை எடுத்து வந்தார். "செல்லம்மாள் இவ்வளவு கனமில்லையே; என்னமாக் கனக்கிறது!" என்று எண்ணமிட்டார்.

தலை வசப்படாமல் சரிந்து சரிந்து விழுந்தது.

கீழே உட்காரவைத்து, நின்று தமது முழங்காலில் சாய்த்து வைத்துத் தவலைத் தண்ணீர் முழுவதையும் விட்டுக் குளிப்பாட்டினார். மஞ்சள் இருக்குமிடம் தெரியாததனால் அதற்கு வசதி இல்லாமற் போய்விட்டது. மேல்துணியை வைத்து உடலைத் துவட்டினார்.

மீண்டும் எடுத்துக்கொண்டு வந்து படுக்கையில் கிடத்தினார். அவளுக்கு என வாங்கிய பச்சைப் புடைவை அந்த உடலில் சுற்றிக் கட்டப்பட்டது. நெற்றியில் விபூதியும் குங்குமமும் இட்டார். தலைமாட்டினருகில் குத்துவிளக்கை ஏற்றி வைத்தார். எப்பொழுதோ ஒரு சரஸ்வதி பூஜைக்கு வாங்கின சாம்பிராணி ஞாபகம் வந்தது. கனல் எடுத்து வந்து வைத்துப் பொடியைத் தூவினார். நிறை நாழி வைத்தார்.

செல்லம்மாள் உடம்புக்குச் செய்யவேண்டிய பவித்திரமான பணிவிடைகளைச் செய்து முடித்துவிட்டு அதையே பார்த்து நின்றார்.

கூடத்தில் மூச்சுத் திணறுவது போல் இருந்தது. வெளி வாசலுக்கு வந்து தெருவில் இறங்கி நின்றார்.

ஊசிக் காற்று அவர் உடம்பை வருடியது.

வானத்திலே தெறிகெட்டுச் சிதறிக் கிடந்த நட்சத்திரங்களில் திரிசங்குக் கிரகமண்டலம் அவர் கண்ணில் பட்டது. அவருக்கு வான சாஸ்திரம் தெரியாது. சங்கு மண்டலத்தின் கால், தூரத்தில் தெரிந்த கறுப்பு ஊசிக் கோபுரத்தில் மாட்டிக் கொண்டு அஸ்தமிக்கவோ உதயமாகவோ முடியாமல் தவித்தது.

எப்போதும் முடிவிலே இன்பம்

அருகில், "ஐயா!" என்றான் முனிசாமி.

"முதலாளி குடுத்தாங்க" என்று நோட்டுகளை நீட்டினான்; "அம்மாவுக்கு எப்படி இருக்கு?" என்றான்.

"அம்மா தவறிப் போயிட்டாங்க. நீ இந்த நோட்டை வச்சுக்க; ஒரு தந்தி எளுதித் தாரேன். அதெக் குடுத்துப்புட்டு, முதலாளி ஐயா வீட்டிலே சொல்லு. வரும்போது அம்பட்ட னுக்கும் சொல்லிவிட்டு வா" என்றார்.

நிதானமாகவே பேசினார்; குரலில் உளைச்சல் தொனிக்க வில்லை.

பிரமித்துப்போன முனிசாமி தந்தி கொடுக்க ஓடினான்.

பிரமநாயகம் பிள்ளை உள்ளே திரும்பி வந்து உட்கார்ந்தார். கனலில் மீண்டும் கொஞ்சம் சாம்பிராணியைத் தூவினார்.

அந்த ஈ மறுபடியும் அந்த உடலின் முகத்தில் வட்டமிட்டு உட்கார்ந்தது.

பிரமநாயகம் பிள்ளை அதை உட்காரவிடாமல் விரட்டு வதற்கு விசிறியால் மெதுவாக வீசிக்கொண்டே இருந்தார்.

அதிகாலையில், மனசில் வருத்தமில்லாமல், பிலாக்கணம் தொடுக்கும் ஒரு பெண்ணின் அழுகையில் வெளிப்பட்ட வேஷத்தை மறைப்பதற்கு வெளியில் இரட்டைச் சங்கு பிலாக்கணம் தொடுத்தது.

***கலைமகள்*, மார்ச் 1943**

சாப விமோசனம்

ராமாயண பரிசயமுள்ளவர்களுக்கு இந்தக் கதை பிடிபடாமல் (பிடிக்காமல்கூட) இருக்கலாம். அதை நான் பொருட்படுத்தவில்லை.

1

சாலையிலே ஒரு கற்சிலை. தளர்ந்து நொடிந்து போன தசைக் கூட்டத்திலும் வீரியத்தைத் துள்ளவைக்கும் மோகன வடிவம்; ஓர் அபூர்வ சிற்பி பூலோகத்தில் இதற்காகவென்றே பிறந்து தன் கனவையெல்லாம் கல்லில் வடித்துவைத்தானோ என்று தோன்றும் அவ்வளவு லாகிரியை ஊட்டுவது. ஆனால் அந்தப் பதுமையின் கண்களிலே ஒரு சோகம் – சொல்லில் அடைபடாத சோகம் – மிதந்து, பார்க்கிறவர்களின் வெறும் தசை ஆசையான காமத்தைக் கொன்று அவர்களையும் சோகத்தில் ஆழ்த்தியது. அது சிற்பியின் அபூர்வக் கனவு அன்று. சாபத்தின் விளைவு. அவள்தான் அகலிகை.

அந்தக் காட்டுப் பாதையில் கல்லில் அடித்துவைத்த சோகமாக, அவளது சோகத்தைப் பேதமற்ற கண்கொண்டு பார்க்கும் துறவி போன்ற இயற்கையின் மடியிலே கிடக்கிறாள். சூரியன் காய்கிறது. பனி பெய்கிறது. மழை கொழிக்கிறது. தூசும் தும்பும் குருவியும் கோட்டானும் குந்துகின்றன; பறக்கின்றன. தன் நினைவற்ற தபஸ்வி யாக – கல்லாக – கிடக்கிறாள்.

சற்றுத் தூரத்திலே ஒரு கறையான் புற்று. நிஷ்டை யில் ஆழ்ந்து தன் நினைவகற்றித் தன் சோகத்தை மறந்து தவம் கிடக்கிறான் கோதமன். இயற்கை, அவனையும் அபேதமாகத்தான் போஷிக்கிறது.

இன்னும் சற்றுத் தூரத்திலே இந்தத் தம்பதிகளின் குடும்பக்கூடு கம்பமற்று வீழ்ந்ததுபோல, இவர்களுக்கு நிழல்கொடுத்த கூரையும் தம்பம் இற்று வீழ்ந்து பொடியாகிக் காற்றோடு கலந்துவிட்டது. சுவரும் கரைந்தது. மிஞ்சியது திரடுதான். இவர்கள் மனசில் ஏறிய துன்பத்தின் வடுப் போலத் தென்பட்டது அது.

தூரத்திலே கங்கையின் சலசலப்பு. அன்னை கங்கை, இவர்களது எல்லையற்ற சோகத்தை அறிவாளோ என்னவோ!

இப்படியாக ஊழி பல கடந்தன, தம்பதிகளுக்கு.

ஒரு நாள் . . .

முற்பகல் சூரிய ஒளி சற்றுக் கடுமைதான். என்றாலும் கொடிகளின் பசுமையும் நிழலும், இழைந்துவரும் காற்றும், உலகின் துன்பத்தை மறைக்க முயன்று நம்பிக்கையையும் வலுவையும் தரும் சமய தத்துவம் போல, இழைந்து மனசில் ஒரு குளுமையைக் கொடுத்தன.

ஆண் சிங்கம்போல், மிடுக்கு நடை நடந்து, எடுத்த கருமம் முற்றியதால் உண்ட மகிழ்ச்சியை மனசில் ‘அசை போட்டுக்கொண்டு’ நடந்து வருகிறான் விசுவாமித்திரன். மாரீசனும் சுவாகுவும் போன இடம் தெரியவில்லை. தாடகை என்ற கிழட்டுக் கொடுமை நசித்துவிட்டது. நிஷ்டையில் ஆழ்ந்தும், எரியோம்பியும் தர்ம விசாரத்தில் ஈடுபட்டிருப்பவர் களுக்கு நிம்மதியைத் தரும் சாதனமாகத் தன்னை ஆக்கிக் கொண்டதில் ஒரு திருப்தி.

அடிக்கடி திரும்பித் திரும்பிப் பார்த்துக்கொள்கிறான். பார்வையில் என்ன பரிவு! இரண்டு குழந்தைகள் ஓடிப் பிடித்து விளையாடி வருகின்றன. அவர்கள் வேறு யாருமல்ல; அவதார சிசுக்களான ராம லக்ஷ்மணர்களே. அரக்கர் நசிவை ஆரம்பித்துவைத்துவிட்டு, அதன் பொறுப்புத் தெரியாமல் ஓடிப் பிடித்து வருகிறார்கள்.

ஓட்டம் புழுதியைக் கிளப்புகிறது. முன்னால் ஓடி வருகிறான் லக்ஷ்மணன்; துரத்தி வருபவன் ராமன். புழுதிப் படலம் சிலையின் மீது படிகிறது . . .

என்ன உத்ஸாகமோ என்று உள்ளக் குதூகலிப்புடன் திரும்பிப் பார்க்கிறார் விசுவாமித்திரர். பார்த்தபடியே நிற்கிறார்.

புழுதிப் படலம் சிலையின்மீது படிகிறது.

எப்போதோ ஒரு நாள் நின்று கல்லான இதயம் சிலையுள் துடிக்கிறது. போன போன இடத்தில் நின்று இறுகிப்போன ரத்தம் ஓட ஆரம்பிக்கிறது. கல்லில் ஜீவ உஷ்ணம் பரவி உயிருள்ள தசைக் கோளமாகிறது. பிரக்ஞை வருகிறது.

கண்களை மூடித் திறக்கிறாள் அகலிகை. பிரக்ஞை தெரிகிறது. சாப விமோசனம்! சாப விமோசனம்!

தெய்வமே! மாசுபட்ட இந்தத் தசைக்கூட்டம் பவித்திரம் அடைந்தது.

தனக்கு மறுபடியும் புதிய வாழ்வைக் கொடுக்கவந்த தெய்விக புருஷன் எவன்? அந்தக் குழந்தையா?

அவன் காலில் விழுந்து நமஸ்கரிக்கிறாள். ராமன் ஆச்சர்யத்தால் ரிஷியைப் பார்க்கிறான்.

விசுவாமித்திரருக்குப் புரிந்துவிட்டது. இவள் அகலிகை. அன்று இந்திரனுடைய மாய வேஷத்துக்கு ஏமாறிய பேதை. கணவன் மீதிருந்த அளவுக்குள் அடங்காத பாசத்தின் விளைவாக, தன் உடம்பை, மாய வேஷத்தால் ஏமாறி, மாசுபடுத்திக் கொண்டவள்; கோதமனின் மனைவி. அவ்வளவையும் ராமனிடம் சொல்லுகிறார். அதோ நிற்கும் புற்று இருக்கிறதே; அதில் வலை முட்டையில் மோனத் தவங்கிடக்கும் பட்டுப் பூச்சி போலத் தன்னை மறந்து நிஷ்டையில் ஆழ்ந்து இருக்கி றான். அதோ அவனே எழுந்துவிட்டானே!

நிஷ்டை துறந்த கண்கள் சாணை தீட்டிய கத்திபோல் சுருள்கின்றன. உடலிலே, காயகற்பம் செய்ததுபோல் வலு பின்னிப் பாய்கிறது. மிடுக்காக, பெண்ணின் கேவலத்திலிருந்து விடுவித்துக்கொள்ள முடியாதவனைப் போலத் தயங்கித் தயங்கி வருகிறான்.

மறுபடியும் இந்தத் துன்ப வலையா? சாப விமோசனத் துக்குப் பிறகு வாழ்வு எப்படி என்பதை மனசு அப்பொழுது நினைக்கவில்லை. இப்பொழுதோ அது பிரம்மாண்டமான மதிலாக அவனது வாழ்வைச் சுற்றியே மண்டலிக்கிறது. அவள் மனமும் மிரளுகிறது.

ராமனுடைய கல்வி, தர்மக்கண்கொண்டு பார்த்தது. தெளிவின் ஒளி பூண்டது. ஆனால் அநுபவச் சாணையில் பட்டை பிடிக்காதது; வாழ்வின் சிக்கலின் ஒவ்வொரு நூலை யும் பின்னலோடு பின்னல் ஓடியாமல் பார்த்த வசிஷ்டனுடைய

போதனை. ஆனால் சிறுமையை அறியாதது. புது வழியில் துணிந்துபோக அறிவுக்குத் தெம்பு கொடுப்பது.

உலகத்தின் தன்மை என்ன, இப்படி விபரீதமாக முறுக் கேறி உறுத்துகிறது! மனசுக்கும் கரணசக்தியின் நிதானத்துக்கும் கட்டுப்படாமல் நிகழ்ந்த ஒரு காரியத்துக்கா பாத்திரத்தின்மீது தண்டனை? "அம்மா!" என்று சொல்லி அவள் காலில் விழுந்து வணங்குகிறான் ராமன்.

இரண்டு ரிஷிகளும் (ஒருவன் துணிச்சலையே அறிவாகக் கொண்டவன்; மற்றவன் பாசத்தையே தர்மத்தின் அடித்தல மாகக் கண்டவன்) சிறுவனுடைய நினைவுக்கோணத்தில் எழுந்த கருத்துக்களைக் கண்டு குதூகலிக்கிறார்கள். எவ்வளவு லேசான, அன்புமயமான, துணிச்சலான உண்மை!

"நெஞ்சினால் பிழை செய்யாதவளை நீ ஏற்றுக்கொள்ளுவது தான் பொருந்தும்" என்கிறான் விசுவாமித்திரன் மெதுவாக.

குளுமை பூண்ட காற்றில் அவனது வாதக் கரகரப்பு ரஸபேதம் காட்டுகிறது.

கோதமனும் அவன் பத்தினியும், அந்தத் தம்பமற்றுத் திரடேறிப் போன மேடும் அவ்விடத்தை விட்டு அகலவில்லை. முன்பு உயிரற்றிருந்த இடத்தில் ஜீவகளை துவள நிலைத்தது.

சாட்டையின் சொடுக்கைப் போலப் போக்கை மாற்றி யமைக்க வந்த சக்திகள் அவ்விடம் விட்டுப் பெயர்ந்துவிட்டன. மிதிலைக்குப் பொழுது சாயும்பொழுதாவது போக வேண்டாமா? மணவினை, இரு கைகளை நீட்டி அழைக்கிறதே.

கோதமனுக்கு அவளிடம் முன்போல் மனக் களங்கமின்றிப் பேச நாவெழவில்லை. அவளை அன்று விலைமகள் என்று சுட்டது, தன் நாக்கையே பொக்க வைத்துவிட்டது போல இருக்கிறது. என்ன பேசுவது? என்ன பேசுவது?

"என்ன வேண்டும்?" என்றான் கோதமன். அறிவுத் திறம் எல்லாம் அந்த உணர்ச்சிச் சுழிப்பிலே அகன்று பொருளற்ற வார்த்தையை உந்தித் தள்ளியது.

"பசிக்கிறது" என்றாள் அகலிகை, குழந்தை போல.

அருகிலிருந்த பழனத்தில் சென்று கனிவர்க்கங்களைச் சேகரித்து வந்தான் கோதமன். அன்று, முதல்முதல் மணவினை நிகழ்ந்த புதிதில் அவனுடைய செயல்களில் துவண்ட ஆசையும் பரிவும் விரல்களின் இயக்கத்தில் தேக்கத்தில் காட்டின.

‘அந்த மணவினை உள்ளப் பரிவு பிறந்த பின்னர்ப் பூத்திருந்தாலும் ஏமாற்றின் அடிப்படையில் பிறந்ததுதானே! பசுவை வலம் வந்து பறித்து வந்ததுதானே!’ என்று கோதமனுடைய மனசு, திசைமாறித் தாவித் தன்னையே சுட்டுக்கொண்டது.

அகலிகை பசி தீர்ந்தாள்.

அவர்களது மனசில் பூர்ணமான கனிவு இருந்தது. ஆனால் இருவரும் இருவிதமான மனக்கோட்டைகளுக்குள் இருந்து தவித்தார்கள்.

கோதமனுக்குத் தான் ஏற்றவளா என்பதே அகலிகையின் கவலை.

அகலிகைக்குத் தான் ஏற்றவனா என்பதே கோதமனின் கவலை.

சாலையோரத்தில் பூத்திருந்த மலர்கள் அவர்களைப் பார்த்துச் சிரித்தன.

2

அகலிகையின் விருப்பப்படி, ஆசைப்படி அயோத்தி வெளி மதில்களுக்குச் சற்று ஒதுங்கி, மனுஷ பரம்பரையின் நெடி படராத தூரத்தில், சரயு நதிக்கரையிலே ஒரு குடிசை கட்டிக்கொண்டு தர்மவிசாரம் செய்துகொண்டிருந்தான் கோதமன். இப்பொழுது கோதமனுக்கு அகலிகைமீது பரிபூர்ண நம்பிக்கை. இந்திரன் மடிமீது அவள் கிடந்தால்கூட அவன் சந்தேகிக்க மாட்டான். அவ்வளவு பரிசுத்தவதியாக நம்பினான் அவன். அவளது சிற்றுதவி இல்லாவிடின் தனது தர்மவிசாரமே தவிடுபொடியாகிவிடும் என்ற நிலை அவனுக்கு ஏற்பட்டது.

அகலிகை அவனை உள்ளத்தினால் அளக்க முடியாத ஓர் அன்பால் தழைக்க வைத்தாள். அவனை நினைத்துவிட்டால் அவள் மனமும் அங்கங்களும் புது மணப்பெண்ணுடையன போலக் கனிந்துவிடும். ஆனால், அவள் மனசில் ஏறிய கல் அகலவில்லை. தன்னைப் பிறர் சந்தேகிக்காதபடி, விசேஷமாகக் கூர்ந்து பார்க்கக்கூட இடங்கொடாதபடி நடக்க விரும்பினாள். அதனால் அவள் நடையில் இயற்கையின் தன்மை மறைந்து இயல்பு மாறியது. தன்னைச் சூழ நிற்பவர்கள் யாவருமே இந்திரர்களாகத் தென்பட்டார்கள்; அகலிகைக்குப் பயம் நெஞ்சில் உறையேறிவிட்டது. அந்தக் காலத்திலிருந்த பேச்சும் விளையாட்டும் குடியோடிப் போயின. ஆயிரம் தடவை

மனசுக்குள் திருப்பித் திருப்பிச் சொல்லிப் பாடம் பண்ணிக் கொண்டு, அந்த வார்த்தை சரிதானா என்பதை நாலு கோணத்திலிருந்தும் ஆராய்ந்து பார்த்துவிட்டுத்தான் எதையும் சொல்லுவாள். கோதமன் சாதாரணமாகச் சொல்லும் வார்த்தை களுக்குக்கூட உள்ளர்த்தம் உண்டோ என்று பதைப்பாள்.

வாழ்வே அவளுக்கு நரக வாதனையாயிற்று.

அன்று மரீசி வந்தார். முன்னொரு நாள் ததீசி வந்தார். மதங்கரும் வாரணாசி செல்லும்போது கோதமனைக் குசலம் விசாரிக்க எட்டிப் பார்த்தார். அவர்கள் மனசில் கனிவும் பரிவும் இருந்தபோதிலும் அகலிகையின் உடம்பு குன்றிக் கிடந்தது. மனசும் கூம்பிக் கிடந்தது. அதிதி உபசாரங்கூட வழுவிவிடும்போல் இருந்தது. ஏறிட்டுச் சாதாரணமாகப் பார்க்கிறவர்களையும் களங்கமற்ற கண்கொண்டு பார்க்கக் கூசியது. குடிசையில் ஒளிந்துகொண்டாள்.

கோதமனுடைய சித்தாந்தமோ இப்பொழுது புதுவித விசாரணையில் திரும்பியது. தர்மத்தின் வேலிகள் யாவும் மனமறிந்து செய்பவர்களுக்கே. சுயப்பிரக்ஞை இல்லாமல் வழு ஏற்பட்டு, அதனால் மனுஷ வித்து முழுவதுமே நசித்து விடும் என்றாலும் அது பாபம் அல்ல; மன லயிப்பும், சுயப் பிரக்ஞையுடன் கூடிய செயலீடு பாடுமே கறைப்படுத்துபவை. தனது இடிந்துபோன குடிசையில் மறுபடியும் பிறர் கூட்டி வைத்த ஒரு தன்மையில் இருந்துகொண்டு புதிய கோணத்தில் தன் சிந்தனையைத் திருப்பிவிட்டான் கோதமன். அவனுடைய மனசில் அகலிகை மாசு அற்றவளாகவே உலாவினாள்; தனக்கே அருகதை இல்லை; சாபத் தீயை எழுப்பிய கோபமே தன்னை மாசுபடுத்திவிட்டது என்று கருதினான்.

சீதையும் ராமனும் உல்லாசமாகச் சமயாசமயங்களில் அந்தத் திசையில் ரதமூர்ந்து வருவார்கள். அவதாரக் குழந்தை, கோதமனின் மனசில் லக்ஷ்ய வாலிபனாக உருவாகித் தோன்றி னான். அவனது சிரிப்பும் விளையாட்டுமே தர்மசாஸ்திரத்தின் தூண்டாவிளக்குகளாகச் சாயனம் (வியாக்கியானம்) பண்ணின. அந்த இளம் தம்பதிகளின் பந்தந்தான் என்ன? அது கோதம னுக்குத் தனது அந்தக் காலத்து வாழ்வை ஞாபகப்படுத்தும்.

அகலிகையின் மனப் பாரத்தை நீக்கவந்த மாடப்புறா சீதை. அவளது பேச்சும் சிரிப்பும் தன்மீதுள்ள கறையைத் தேய்த்துக் கழுவுவன போல் இருந்தன அகலிகைக்கு. அவள் வந்த போதுதான் அகலிகையின் அதரங்கள் புன்சிரிப்பால் நெளியும். கண்களில் உல்லாசம் உதயவொளி காட்டும்.

வசிஷ்டரின் கண்பார்வையிலே வளரும் ராஜ்ய லக்ஷியங்கள் அல்லவா? சரயு நதியின் ஓரத்தில் ஒதுங்கி இரு தனி வேறு உலகங்களில் சஞ்சரிக்கும் ஜீவன்களிடையே பழைய கலகலப்பைத் தழைக்கவைத்து வந்தார்கள்.

அகலிகைக்கு வெளியே நடமாடி நாலு இடம் போவதற்குப் பிடிப்பற்று இருந்தது. சீதையின் நெருக்கமே அவளது மனச் சுமையை நீக்கிச் சற்றுத் தெம்பை அளித்தது.

பட்டாபிஷேக வைபவத்தின்போது அயோத்திக்கு வருவதாக ஒப்புக்கொண்டிருந்தாள். ஆனால் அரண்மனைக்குள் ஏற்பட்ட உணர்ச்சிச் சுழிப்புக்குத்தான் என்ன வலிமை! ஒரே மூச்சில் தசரதன் உயிரை வாங்கி, ராமனைக் காட்டுக்கு விரட்டி, பரதனைக் கண்ணீரும் கம்பலையுமாக நந்திக்கிராமத்தில் குடியேற்றிவிட்டது.

மனுஷ அளவைகளுக்குள் எல்லாம் அடைபடாத அதீத சக்தி, ஏதோ உன்மத்த வேகத்தில் காயுருட்டிச் சொக்கட்டான் ஆடியது போல், நடந்து முடிந்துவிட்டது.

வசிஷ்டர்தான் என்ன, சர்வ ஜாக்கிரதையோடு மனுஷ தர்மத்தின் வெற்றியாக ஒரு ராஜ்யத்தை ஸ்தாபிக்கக் கண்ணில் எண்ணெயூற்றி வளர்த்தார். அவருடைய கணக்குகள் யாவும் தவிடுபொடியாகி, நந்திக்கிராமத்தில் நின்றெரியும் மினுக்கு வெளிச்சமாயிற்று.

சரயு நதிக் குடிசை மறுபடியும் தம்பமற்று விழுந்தது என்று சொல்ல வேண்டும். கோதமன் தர்மவிசாரமெல்லாம் இந்தப் பேய்க் காற்றில் சூறை போயிற்று. மனசில் நம்பிக்கை வறண்டு சூன்யமாயிற்று.

அகலிகைக்கோ? அவளது துன்பத்தை அளந்தால் வார்த்தைக்குள் அடைபடாது. அவளுக்குப் புரியவில்லை. நைந்து ஓய்ந்துவிட்டாள். ராமன் காட்டுக்குப் போனான். அவன் தம்பியும் தொடர்ந்தான்; சீதையும் போய்விட்டாள். முன்பு கற்சிலையாகிக் கிடந்தபோது மனசு இருண்டு கிடந்த மாதிரி ஆகிவிட்டது. ஆனால் மனப்பாரத்தின் பிரக்ஞை மட்டும் தாங்க முடியவில்லை.

கருக்கலில் கோதமர் ஜபதபங்களை முடித்துக்கொண்டு கரையேறிக் குடிசைக்குள் நுழைந்தார்.

அவர் பாதங்களைக் கழுவுவதற்காகச் செம்பில் ஜலத்தை ஏந்தி நின்ற அகலிகையின் உதடு அசைந்தது.

"எனக்கு இங்கு இருப்புக் கொள்ளவில்லை. மிதிலைக்குப் போய்விடுவோமே."

"சரி, புறப்படு; சதானந்தனையும் பார்த்து வெகு நாட்களாயின" என்று வெளியே இறங்கினார் கோதமர்.

இருவரும் மிதிலை நோக்கி நடந்தார்கள். இருவர் மனசிலும் பளு குடியேறி அமர்ந்திருந்தது. கோதமர் சற்று நின்றார்.

பின்தொடர்ந்து நடந்துவந்த அகலிகையினுடைய கையை எட்டிப் பிடித்துக்கொண்டார்; நடந்தார்; "பயப்படாதே" என்றார்.

இருவரும் மிதிலை நோக்கி நடந்தார்கள்.

3

பொழுது புலர்ந்துவிட்டது. கங்கைக் கரைமேல் இருவரும் சென்றுகொண்டிருக்கிறார்கள்.

யாரோ ஆற்றுக்குள் நின்று கணீரென்ற குரலில் காயத்திரியைச் சொல்லிக்கொண்டிருந்தார்கள்.

ஜபம் முடியுமட்டும் தம்பதிகள் கரையில் எட்டிக் காத்து நின்றார்கள்.

"சதானந்தா!" என்று கூப்பிட்டார் கோதமர்.

"அப்பா... அம்மா!" என்று உள்ளத்தின் மலர்ச்சியைக் கொட்டிக் காலில் விழுந்து நமஸ்கரித்தான் சதானந்தர்.

அகலிகை அவனை மனசால் தழுவினாள். குழந்தை சதானந்தன் எவ்வளவு அன்னியனாகிவிட்டான், தாடியும் மீசையும் வைத்துக்கொண்டு ரிஷி மாதிரி!

கோதமருக்கு மகனது தேஜஸ் மனசைக் குளுமையூட்டியது.

சதானந்தன் இருவரையும் தன் குடிசைக்கு அழைத்துச் சென்றான்.

சிரமபரிகாரம் செய்துகொள்ளுவதற்கு வசதி செய்துவைத்துவிட்டு, ஜனகனது தத்துவ விசார மண்டபத்துக்குப் புறப்படலானான்.

கோதமரும் உடன் வருவதாகப் புறப்பட்டார். மகனுக்கு அவரை அழைத்துச் செல்லுவதில் பிரியந்தான். நெடுந்தூரத்துப் பிரயாணமாச்சே என்று ரத்த பந்தத்தின் பரிவால் நினைத்தான். ஊழிகாலம் நிஷ்டையில் கழித்தும் வாடாத தசைக்

கூட்டமா, இந்த நடைக்குத் தளர்ந்துவிடப் போகிறது? அவனுக்குப் பின் புறப்பட்டார். அவருடைய தத்துவ விசாரணையின் புதிய போக்கை நுகர ஆசைப்பட்டான் மகன்.

மிதிலையின் தெருக்கள் வழியாகச் செல்லும்போது அயோத்தியில் பிறந்த மனத்தொய்வும் சோகமும் இங்கும் படர்ந்திருப்பதாகப் புலப்பட்டன கோதமருக்கு. அடக்கிவிட்ட பெருமூச்சு காற்றினூடே கலந்து இழைந்தது.

ஜனங்கள் போகிறார்கள், வருகிறார்கள்; காரியங்களைக் கவனிக்கிறார்கள்; நிஷ்காம்ய சேவைபோல எல்லாம் நடக்கிறது; பிடிப்பு இல்லை; லயிப்பு இல்லை.

திருமஞ்சனக் குடம் ஏந்திச் செல்லும் அந்த யானையின் நடையில் விறுவிறுப்பு இல்லை; உடன் செல்லும் அர்ச்சகன் முகத்தில் அருளின் குதுகலிப்பு இல்லை.

இருவரும் அரசனுடைய பட்டிமண்டபத்துக்குள் நுழைந்தார்கள். சத்சங்கம் சேனா சமுத்திரமாக நிறைந்திருந்தது. இந்த அங்காடியில் ஆராய்ச்சி எப்படி நுழையும் என்று பிரமித்தார் கோதமர். அவர் நினைத்தது தவறுதான்.

ஜனகன் கண்களில் இவர்கள் உடனே தென்பட்டார்கள்.

அவன் ஓடோடியும் வந்து முனிவருக்கு அர்க்கியம் முதலிய உபசாரங்கள் செய்வித்து அழைத்துச்சென்று அவரைத் தன் பக்கத்தில் உட்கார வைத்துக்கொண்டான்.

ஜனகனுடைய முகத்தில் சோகத்தின் சோபை இருந்தது. ஆனால் அவன் பேச்சில் தழுதழுப்பு இல்லை; அவனுடைய சித்தம் நிதானம் இழக்கவில்லை என்பதைக் காட்டியது.

என்னத்தைப் பேசுவது என்று கோதமர் சற்றுத் தயங்கினார்.

"வசிட்டன் தான் கட்டிய ராஜ்யத்தில் உணர்ச்சிக்கு மதகு அமைக்கவில்லை" என்றான் ஜனகன், மெதுவாகத் தாடியை நெருடிக்கொண்டு.

ஜனகனின் வாக்கு, வர்மத்தைத் தொட்டுவிட்டது.

"உணர்ச்சியின் சுழிப்பிலேதானே உண்மை பிறக்கும்" என்றார் கோதமர்.

"துன்பமும் பிறக்கும், உணர்ச்சியைப் பயன்படுத்திக் கொள்ளத் தெரியாது போனால். ராஜ்யத்தைக் கட்ட ஆசைப்

படும்போது அதற்கும் இடம் போட்டு வைக்க வேண்டும்; இல்லாவிட்டால் ராஜ்யம் இருக்காது" என்றான் ஜனகன்.

"தங்களதோ?" என்று சந்தேகத்தை எழுப்பினார் கோதமர்.

"நான் ஆளவில்லை; ஆட்சியைப் புரிந்துகொள்ள முயலு கிறேன்" என்றான் ஜனகன்.

இருவரும் சற்று நேரம் மௌனமாக இருந்தார்கள்.

"தங்களது தர்மவிசாரணை எந்த மாதிரியிலோ?" என்று விநயமாகக் கேட்டான் ஜனகன்.

"இன்னும் ஆரம்பிக்கவே இல்லை; இனிமேல்தான் புரிந்துகொள்ள முயலவேண்டும்; புதிர்கள் பல புலன்களை யெல்லாம் கண்ணியிட்டுக் கட்டுகின்றன" என்று சொல்லிக் கொண்டே எழுந்தார் கோதமர்.

மறுநாள் முதல் அவர் ஜனகன் மண்டபத்துக்குப் போக வில்லை. புத்தியிலே பல புதிர்கள் ஹிமாசலத்தைப் போல ஓங்கி நின்றன. தனிமையை விரும்பினார். ஆனால் நாடிச் செல்லவில்லை. அகலிகை மனசு ஒடிந்துவிடக் கூடாதே!

மறுநாள் ஜனகன், "முனீசுவரர் எங்கே?" என்று ஆவலுடன் கேட்டான்.

"அவர் எங்கள் குடிசைக்கு எதிரே நிற்கும் அசோக மரத்தடியில்தான் பொழுதைக் கழிக்கிறார்" என்றார் சதானந்தர்.

"நிஷ்டையிலா?"

"இல்லை; யோசனையில்."

"அலை அடங்கவில்லை" என்று தனக்குள்ளே மெதுவாகச் சொல்லிக்கொண்டான் ஜனகன்.

○ ○ ○

அகலிகைக்கு நீராடுவதில் அபார மோகம். இங்கே கங்கைக் கரையருகே நிம்மதி இருக்கும் என்று தனியாக உதய காலத்திலேயே குடமெடுத்துச் சென்றுவிடுவாள்.

இரண்டொரு நாட்கள் தனியாக, நிம்மதியாகத் தனது மனசின் கொழுந்துகளைத் தன்னிச்சையோடு படரும்படி விட்டு, அதனால் சுமை நீங்கியதாக ஒரு திருப்தியுடன் குளித்து முழுகி விளையாடிவிட்டு நீர் மொண்டு வருவாள்.

இது நீடிக்கவில்லை.

குளித்துவிட்டுத் திரும்பிக் குனிந்த நோக்குடன், மனசை இழைய விட்டுக்கொண்டு நடந்துவந்துகொண்டிருந்தாள்.

எதிரே மெட்டிச் சப்தம் கேட்டது. ரிஷி பத்தினிகள் யாரோ! அவர்களும் நீராடத்தான் வந்துகொண்டிருந்தார்கள். அவளைக் கண்டதும் பறைச்சியைக் கண்டதுபோல ஓடி விலகி, அவளை விறைத்துப் பார்த்துவிட்டுச் சென்றார்கள்.

"அவள்தான் அகலிகை" என்பது தூரத்தில் கேட்டது. கோதமனுக்கு அன்று அடிவயிற்றில் பற்றிக்கொண்டு பிறந்த சாபத் தீயைவிட அதிகமாகச் சுட்டன அவ்வார்த்தைகள்.

அவள் மனசு ஒரேயடியாகச் சுடுகாடு மாதிரி வெந்து தகித்தது. சிந்தனை திரிந்தது. "தெய்வமே! சாப விமோசனம் கண்டாலும் பாப விமோசனம் கிடையாதா?" என்று தேம்பினாள்.

யந்திரப் பாவை போல அன்று கோதமருக்கும் சதானந்தருக்கும் உணவு பரிமாறினாள். 'மகனும் அன்னியனாகிவிட்டான்; அன்னியரும் விரோதிகளாகிவிட்டார்கள்; இங்கென்ன இருப்பு?' என்பதே அகலிகையின் மனசு அடித்துக்கொண்ட பல்லவி.

கோதமர் இடையிடையே பிரக்ஞை பெற்றவர்போல் ஒரு கவளத்தை வாயிலிட்டு நினைவில் தோய்ந்திருந்தார்.

இவர்களது மன அவசத்தால் ஏற்பட்ட பளு சதானந்தனையும் மூச்சுத் திணற வைத்தது.

பளுவைக் குறைப்பதற்காக, "அத்திரி முனிவர் ஜனகனைப் பார்க்க வந்திருந்தார். அகத்தியரைப் பார்த்துவிட்டு வருகிறார். மேருவுக்குப் பிரயாணம். ராமனும் சீதையும் அகத்தியரைத் தரிசித்தார்களாம். அவர்கள் இருவரையும், 'நல்ல இடம் பஞ்சவடி. அங்கே தங்குங்கள்' என்று அகத்தியர் சொன்னாராம். அங்கே இருப்பதாகத்தான் தெரிகிறது" என்றான் சதானந்தன்.

"நாமும் தீர்த்த யாத்திரை செய்தால் என்ன?" என்று அகலிகை மெதுவாகக் கேட்டாள்.

"புறப்படுவோமா?" என்று கைகளை உதறிக்கொண்டு எழுந்தார் கோதமர்.

"இப்பொழுதேயா?" என்றான் சதானந்தன்.

"எப்பொழுதானால் என்ன?" என்று கூறிக்கொண்டே மூலையிலிருந்த தண்டு கமண்டலங்களை எடுத்துக்கொண்டு வாசலை நோக்கினார் கோதமர்.

அகலிகை பின்தொடர்ந்தாள்.

சதானந்தன் மனம் தகித்தது.

4

பொழுது சாய்ந்து, ரேகை மங்கிவிட்டது. இருவர் சரயு நதிக்கரையோரமாக அயோத்தியை நோக்கி வந்துகொண்டிருக்கிறார்கள்.

பதினான்கு வருஷங்கள் ஓடிக் காலவெள்ளத்தில் ஐக்கிய மாகிவிட்டன. அவர்கள் பார்க்காத முனிபுங்கவர் இல்லை; தரிசிக்காத க்ஷேத்திரம் இல்லை. ஆனால் மனநிம்மதி மட்டிலும் அவர்களுக்கு இல்லை.

வலுவற்றவனின் புத்திக்கு எட்டாது நிமிர்ந்து நிற்கும் சங்கரனுடைய சிந்தனைக் கோயில் போல, திடமற்றவர்களின் கால்களுக்குள் அடைபடாத கைலயங்கிரியைப் பனிச் சிகரங்களின்மேல் நின்று தரிசித்தார்கள்.

தமது துன்பச் சுமையான நம்பிக்கை வறட்சியை உருவகப்படுத்தின பாலையைத் தாண்டினார்கள்.

தம் உள்ளம் போலக் கொழுந்துவிட்டுப் புகைமண்டிச் சாம்பலையும் புழுதியையும் கக்கும் எரிமலைகளை வலம் வந்து கடந்தார்கள்.

தமது மனம் போல ஓயாது அலைமோதிக்கொண்டு கிடக்கும் சமுத்திரத்தின் கரையை எட்டிப் பின்னிட்டுத் திரும்பினார்கள்.

தம் வாழ்வின் பாதைபோன்ற மேடு பள்ளங்களைக் கடந்து வந்துவிட்டார்கள்.

'இன்னும் சில தினங்களில் ராமன் திரும்பிவிடுவான்; இனிமேலாவது வாழ்வின் உதயகாலம் பிறக்கும்' என்ற ஆசை தான் அவர்களை இழுத்து வந்தது.

பதினான்கு வருஷங்களுக்குமுன் தாம் கட்டிய குடிசை இற்றுக் கிடந்த இடத்தை அடைந்தார்கள்.

இரவோடு இரவாக, குடியிருக்க வசதியாகக் கோதமர் அதைச் செப்பனிட்டார். வேலை முடியும்போது உதய வெள்ளி சிரித்தது.

• 166 • புதுமைப்பித்தன்

இருவரும் சரயுவில் நீராடித் திரும்பினார்கள்.

கணவனாருக்குப் பணிவிடை செய்வதில் முனைந்தாள் அகலிகை. இருவரது மனசும் ராமனும் சீதையும் வரும் நாளை முன்னோடி வரவேற்றது. இருந்தாலும் காலக்களத்தின் நியதியை மனசைக் கொண்டு தவிர, மற்றப்படித் தாண்டிவிட முடியுமா?

ஒருநாள் அதிகாலையில் அகலிகை நீராடச் சென்றிருந்தாள்.

அவளுக்கு முன், யாரோ ஒருத்தி விதவை குளித்துவிட்டுத் திரும்பி வந்துகொண்டிருந்தாள்; யார் என்று அடையாளம் கண்டுகொள்ள முடியவில்லை; ஆனால் எதிரே வந்தவள் அடையாளம் கண்டுகொண்டுவிட்டாள். ஓடோடியும் வந்து அகலிகையின் காலில் சர்வாங்கமும் தரையில் பட விழுந்து நமஸ்கரித்தாள்.

தேவி கைகேயி! தன்னந்தனியளாக, பரிசனங்களும் பரிவாரமும் இல்லாமல், துறவியாகிவிட்டாளே!

குடத்தை இறக்கிவைத்துவிட்டு அவளை இரு கைகளாலும் தூக்கி நிறுத்தினாள். அவளுக்குக் கைகேயியின் செயல் புரியவில்லை.

"தர்ம ஆவேசத்திலே பரதன் தன்னுடைய மனசில் எனக்கு இடம் கொடுக்க மறந்துவிட்டான்" என்றாள் கைகேயி.

குரலில் கோபம் தெறிக்கவில்லை; மூர்த்தண்யம் துள்ளவில்லை. தான் நினைத்த கைகேயி வேறு; பார்த்த கைகேயி வேறு. படர்வதற்குக் கொழுகொம்பற்றுத் தவிக்கும் மனசைத் தான் பார்த்தாள் அகலிகை.

இருவரும் தழுவிய கை மாறாமல், சரயுவை நோக்கி நடந்தார்கள்.

"பரதனுடைய தர்ம வைராக்கியத்துக்கு யார் காரணம்?" என்றாள் அகலிகை. அவளுடைய உதட்டின் கோணத்தில் அநுதாபம் கனிந்த புன்சிரிப்பு நெளிந்து மறைந்தது.

"குழந்தை வைத்த நெருப்பு ஊரைச் சுட்டுவிட்டால் குழந்தையைக் கொன்றுவிடுவதா?" என்றாள் கைகேயி.

குழந்தைக்கும் நெருப்புக்கும் இடையில் வேலி போடுவது அவசியந்தான் என்று எண்ணினாள் அகலிகை. "ஆனால் எரிந்தது எரிந்ததுதானே?" என்று கேட்டாள்.

"எரிந்த இடத்தைச் சுத்தப்படுத்தாமல் சாம்பலை அப்படியே குவித்து வைத்துக்கொண்டு சுற்றி உட்கார்ந்திருந்தால் மட்டும் போதுமா ?" என்றாள் கைகேயி.

"சாம்பலை அகற்றுகிறவன் இரண்டொரு நாட்களில் வந்துவிடுவானே" என்றாள் அகலிகை.

"ஆமாம்" என்றாள் கைகேயி. அவள் குரலில் பரம நிம்மதி தொனித்தது. ராமனை எதிர்பார்த்திருப்பது பரதனல்ல; கைகேயி.

மறுநாள் அவள் அகலிகையைச் சந்தித்தபொழுது முகம் வெறிச்சோடியிருந்தது; மனசு நொடிந்து கிடந்தது.

"ஒற்றர்களை நாலு திசைகளிலும் விட்டு அனுப்பிப் பார்த்தாகிவிட்டது. ராமனைப் பற்றி ஒரு புலனும் தெரிய வில்லை. இன்னும் நாற்பது நாழிகை நேரத்துக்குள் எப்படி வந்துவிடப் போகிறார்கள்? பரதன் பிராயோபவேசம் செய்யப் போகிறானாம். அக்கினி குண்டம் அமைக்க ஏற்பாடு செய்து வருகிறான்" என்றாள் கைகேயி.

பரதன் எரியில் தன்னை அவித்துக்கொள்ளுவது தன்மீது சுமத்தப்பட்ட ராஜ்ய மோகத்துக்குத் தக்க பிராயச்சித்தம் என்று அவள் கருதுவது போல இருந்தது பேச்சு.

சற்று நிதானித்து, "நானும் எரியில் விழுந்துவிடுவேன்; ஆனால் தனியாக, அந்தரங்கமாக" என்றாள் கைகேயி. அவள் மனசு வைராக்கியத்தைத் தெறித்தது.

பதினான்கு வருஷங்கள் கழித்து மறுபடியும் அதே உணர்ச்சிச் சுழிப்பு. அயோத்திக்கு ஏற்பட்ட சாபத்தீடு நீங்க வில்லையா ?

அகலிகையின் மனசு அக்குத்தொக்கு இல்லாமல் ஓடியது. தனது காலின் பாபச் சாயை என்றே சந்தேகித்தாள்.

"வசிட்டரைக் கொண்டாவது அவனைத் தடைசெய்யக் கூடாதோ ?" என்றாள் அகலிகை.

"பரதன் தர்மத்துக்குத்தான் கட்டுப்படுவான்; வசிட்டருக்குக் கட்டுப்படமாட்டான்" என்றாள் கைகேயி.

"மனிதருக்குக் கட்டுப்படாத தர்மம், மனித வம்சத்துக்குச் சத்துரு" என்று கொதித்தாள் அகலிகை.

தன்னுடைய கணவர் பேச்சுக்குப் பரதன் ஒரு வேளை கட்டுப்படக் கூடாதோ என்ற நைப்பாசை. மறுபடியும் அயோத்தி

புதுமைப்பித்தன்

யில் துன்பச் சக்கரம் சுழல ஆரம்பித்துவிடக் கூடாதே என்ற பீதி.

கோதமன் இணங்கினான். ஆனால் பேச்சில் பலன் கூட வில்லை.

பரதனை உண்டு பலிகொள்ள அக்கினி தேவன் விரும்ப வில்லை. அனுமன் வந்தான்; நெருப்பு அவிந்தது. திசைகளின் சோகம், கரை உடைந்த குதுகல வெறியாயிற்று. தர்மம் தலை சுற்றியாடியது.

வசிட்டனுக்கும் பதினான்கு வருஷங்கள் கழித்த பிறகாவது கனவு பலிக்கும் என்று மீசை மறைவில் சிரிப்புத் துள்ளாடியது.

இன்ப வெறியில் அங்கே நமக்கு என்ன வேலை என்று திரும்பிவிட்டான் கோதமன்.

சீதையும் ராமனும் தன்னைப் பார்க்க வருவார்கள் என்று அகலிகை உள்ளம் பூரித்தாள். வரவேற்பு ஆரவாரம் ஒடுங்கி யதும் அவர்கள் இருவரும் பரிவாரம் இன்றி வந்தார்கள்.

ரதத்தைவிட்டு இறங்கிய ராமனது நெற்றியில் அநுபவம் வாய்க்கால் வெட்டியிருந்தது. சீதையின் பொலிவு அநுபவத் தால் பூத்திருந்தது. இருவர் சிரிப்பின் லயமும் மோக்ஷ லாகிரியை ஊட்டியது.

ராமனை அழைத்துக்கொண்டு கோதமன் வெளியே உலாவச் சென்றுவிட்டான்.

தன் கருப்பையில் கிடந்து வளர்ந்த குழந்தையால் சுரக்கும் ஒரு பரிவுடன் அகலிகை அவளை உள்ளே அழைத்துச் சென்றாள். இருவரும் புன்சிரிப்புடன் உட்கார்ந்திருந்தார்கள்.

ராவணன் தூக்கிச் சென்றது, துன்பம், மீட்பு எல்லா வற்றையும் துன்பக்கறை படியாமல் சொன்னாள் சீதை. ராமனுடன் சேர்ந்துவிட்ட பிறகு துன்பத்துக்கு அவளிடம் இடம் ஏது?

அக்கினிப் பிரவேசத்தைச் சொன்னாள். அகலிகை துடித்துவிட்டாள்.

“அவர் கேட்டாரா? நீ ஏன் செய்தாய்?” என்று கேட்டாள்.

“அவர் கேட்டார்; நான் செய்தேன்” என்றாள் சீதை, அமைதியாக.

"அவன் கேட்டானா?" என்று கத்தினாள் அகலிகை; அவள் மனசில் கண்ணகி வெறி தாண்டவமாடியது.

அகலிகைக்கு ஒரு நீதி, அவனுக்கு ஒரு நீதியா?

ஏமாற்றா? கோதமன் சாபம் குடலோடு பிறந்த நியாயமா?

இருவரும் வெகு நேரம் மௌனமாக இருந்தனர்.

"உலகத்துக்கு நிரூபிக்க வேண்டாமா?" என்று கூறி, மெதுவாகச் சிரித்தாள் சீதை.

"உள்ளத்துக்குத் தெரிந்தால் போதாதா? உண்மையை உலகுக்கு நிரூபிக்க முடியுமா?" என்றாள் அகலிகை. வார்த்தை வறண்டது.

"நிரூபித்துவிட்டால் மட்டும் அது உண்மையாகிவிடப் போகிறதா; உள்ளத்தைத் தொடவில்லையானால்? நிற்கட்டும்; உலகம் எது?" என்றாள் அகலிகை.

வெளியிலே பேச்சுக் குரல் கேட்டது. அவர்கள் திரும்பி விட்டார்கள்.

சீதை அரண்மனைக்குப் போவதற்காக வெளியே வந்தாள். அகலிகை வரவில்லை.

ராமன் மனசைச் சுட்டது; காலில் படிந்த தூசி அவனைச் சுட்டது.

ரதம் உருண்டது; உருளைகளின் சப்தமும் ஓய்ந்தது.

கோதமன் நின்றபடியே யோசனையில் ஆழ்ந்தான். நிலை காணாது தவிக்கும் திரிசங்கு மண்டலம் அவன் கண்ணில் பட்டது.

புதிய யோசனை ஒன்று மனக்குகையில் மின்வெட்டிப் பாய்ந்து மடிந்தது. மனச்சுமையை நீக்கிப் பழைய பந்தத்தை வருவிக்க, குழந்தை ஒன்றை வரித்தால் என்ன? அதன் பசலை விரல்கள் அவள் மனசின் சுமையை இறக்கிவிடாவா?

உள்ளே நுழைந்தான்.

அகலிகைக்கு பிரக்ஞை மருண்ட நிலை. மறுபடியும் இந்திர நாடகம், மறக்கவேண்டிய இந்திர நாடகம், மனத் திரையில் நடந்துகொண்டிருந்தது.

கோதமன் அவளைத் தழுவினான்.

கோதமன் உருவில் வந்த இந்திர வேடமாகப் பட்டது அவளுக்கு. அவள் நெஞ்சு கல்லாய் இறுகியது. என்ன நிம்மதி!

கோதமன் கைக்குள் சிக்கிக் கிடந்தது ஒரு கற்சிலை.

அகலிகை மீண்டும் கல்லானாள்.

மனச் சுமை மடிந்தது.

O

கைலயங்கிரியை நாடி ஒற்றை மனித உருவம் பனிப் பாலைவனத்தின் வழியாக விரைந்துகொண்டிருந்தது. அதன் குதிகாலில் விரக்தி வைரம் பாய்ந்து கிடந்தது.

அவன்தான் கோதமன்.

அவன் துறவியானான்.

கலைமகள், மே 1943

கடவுளும் கந்தசாமிப் பிள்ளையும்

மேலகரம் மே.க. ராமசாமிப் பிள்ளை அவர்களின் ஏகபுத்திரனும் செல்லப்பா என்பவருமான மேலகரம் மே.க.ரா. கந்தசாமிப் பிள்ளையவர்கள், 'பிராட்வே'யும் 'எஸ்பிளனேடு'ம் கூடுகிற சந்தியில் ஆபத்தில்லாத ஓரத்தில் நின்றுகொண்டு வெகு தீவிரமாக யோசித்துக்கொண்டிருந் தார். 'டிராமில் ஏறிச் சென்றால் ஒன்றே காலணா. காலணா மிஞ்சும். பக்கத்துக் கடையில் வெற்றிலை பாக்குப் போட்டுக்கொண்டு வீட்டுக்கு நடந்துவிடலாம். பஸ்ஸில் ஏறி கண்டக்டரை ஏமாற்றிக்கொண்டே ஸென்ட்ரலைக் கடந்துவிட்டு அப்புறம் டிக்கட் வாங்கித் திருவல்லிக்கேணிக்குப் போனால் அரைக் 'கப்' காப்பி குடித்துவிட்டு வீட்டுக்குப் போகலாம்; ஆனால் வெற்றிலை கிடையாது . . .

'கண்டக்டர்தான் என்னை ஏமாற்று ஏமாற்று என்று வெற்றிலை வைத்து அழைக்கும்போது அவனை ஏமாற்றுவது, அதாவது அவனை ஏமாறாமல் ஏமாற்றுவது தர்ம விரோதம். நேற்று அவன் அப்படிக் கேட்டபடி ஸென்ட்ரலிலிருந்து மட்டும் கொடுத்திருந்தால் காப்பி சாப்பிட்டிருக்கலாம்.

'இப்பொழுது காப்பி சாப்பிட்டால் கொஞ்சம் விறுவிறுப்பாகத் தான் இருக்கும்.'

இப்படியாக மேற்படியர் மேற்படி விலாசப் பிள்ளை யவர்கள் தர்ம விசாரத்தில் ஈடுபட்டிருக்கும்பொழுதுதான் அவருக்குக் கடவுள் பிரசன்னமானார்.

திடீரென்று அவருடைய புத்தி பரவசத்தால் மருளும் படித் தோன்றி, "இந்தா, பிடி வரத்தை" என்று வற்புறுத்த வில்லை.

"ஐயா, திருவல்லிக்கேணிக்கு எப்படிப் போகிறது?" என்று தான் கேட்டார்.

"டிராமிலும் போகலாம், பஸ்ஸிலும் போகலாம், கேட்டுக் கேட்டு நடந்தும் போகலாம்; மதுரைக்கு வழி வாயிலே" என்றார் ஸ்ரீ கந்தசாமிப் பிள்ளை.

"நான் மதுரைக்குப் போகவில்லை; திருவல்லிக்கேணிக்குத் தான் வழி கேட்டேன்; எப்படிப் போனால் சுருக்க வழி?" என்றார் கடவுள். இரண்டு பேரும் விழுந்துவிழுந்து சிரித்தார்கள்.

சாடி மோதித் தள்ளிக்கொண்டு நடமாடும் ஜனக் கூட்டத் திலிருந்து விலகி, செருப்பு ரிப்பேர் செய்யும் சக்கிலியன் பக்கமாக இருவரும் ஒதுங்கி நின்றார்கள்.

மேலகரம் ராமசாமிப் பிள்ளையின் வாரிசுக்கு நாற்பத் தைந்து வயசு; நாற்பத்தைந்து வருஷங்களாக அன்ன ஆகார மில்லாமல் வளர்ந்தவர் போன்ற தேகக் கட்டு; சில கறுப்பு மயிர்களும் உள்ள நரைத்த தலை; இரண்டு வாரங்களாக க்ஷவரம் செய்யாத முகவெட்டு; எந்த ஜனக் கும்பலிலும், எவ்வளவு தூரத்திலும் போகும் நண்பர்களையும் கொத்திப் பிடிக்கும் அதிதீட்சண்யமான கண்கள்; காரிக்கம் ஷர்ட், காரிக்கம் வேஷ்டி, காரிக்கம் மேல்அங்கவஸ்திரம்.

வழி கேட்டவரைக் கந்தசாமிப் பிள்ளை கூர்ந்து கவனித் தார். வயசை நிர்ணயமாகச் சொல்ல முடியவில்லை. அறுபது இருக்கலாம்; அறுபதினாயிரமும் இருக்கலாம். ஆனால் அத்தனை வருஷமும் சாப்பாட்டுக் கவலையே இல்லாமல் கொழுகொழு என்று வளர்ந்த மேனி வளப்பம்.

தலையிலே துளிக்கூடக் கறுப்பில்லாமல் நரைத்த சிகை, கோதிக் கட்டாமல் சிங்கத்தின் பிடரிமயிர் மாதிரி கழுத்தில் விழுந்து சிலிர்த்துக்கொண்டு நின்றது. கழுத்திலே நட்டநடுவில் பெரிய கறுப்பு மறு. கண்ணும் கன்னங்கறேலென்று, நாலு திசையிலும் சுழன்று, சுழன்று வெட்டியது. சில சமயம் வெறிய னுடையது போலக் கனிந்தது. சிரிப்பு? அந்தச் சிரிப்பு, கந்தசாமிப் பிள்ளையைச் சில சமயம் பயமுறுத்தியது. சில சமயம் குழந்தை யுடையதைப் போலக் கொஞ்சியது.

"ரொம்பத் தாகமாக இருக்கிறது" என்றார் கடவுள்.

"இங்கே ஜலம் கிலம் கிடைக்காது; வேணுமென்றால் காப்பி சாப்பிடலாம்; அதோ இருக்கிறது காப்பி ஹோட்டல்" என்றார் கந்தசாமிப் பிள்ளை.

"வாருங்களேன், அதைத்தான் சாப்பிட்டுப் பார்ப்போம்" என்றார் கடவுள்.

கந்தசாமிப் பிள்ளை பெரிய அபேதவாதி. அன்னியர், தெரிந்தவர் என்ற அற்ப பேதங்களைப் பாராட்டுகிறவர் அல்லர்.

"சரி, வாருங்கள் போவோம்" என்றார். 'பில்லை நம் தலையில் கட்டிவிடப் பார்த்தால்?' என்ற சந்தேகம் தட்டியது. 'துணிச்சல் இல்லாதவரையில் துன்பந்தான்' என்பது கந்தசாமிப் பிள்ளையின் சங்கற்பம்.

இருவரும் ஒரு பெரிய ஹோட்டலுக்குள் நுழைந்தனர். கடவுள் கந்தசாமிப் பிள்ளையின் பின்புறமாக ஒண்டிக்கொண்டு பின் தொடர்ந்தார்.

இருவரும் ஒரு மேஜையருகில் உட்கார்ந்தார்கள். பையனுக்கு மனப்பாடம் ஒப்பிக்க இடங்கொடுக்காமல், "சூடா, ஸ்ட்ராங்கா இரண்டு கப் காப்பி!" என்று தலையை உலுக்கினார் கந்தசாமிப் பிள்ளை.

"தமிழை மறந்துவிடாதே. இரண்டு கப் காப்பிகள் என்று சொல்" என்றார் கடவுள்.

"அப்படி அல்ல; இரண்டு கப்கள் காப்பி என்று சொல்ல வேண்டும்" என்று தமிழ்க் கொடி நாட்டினார் பிள்ளை.

முறியடிக்கப்பட்ட கடவுள் அண்ணாந்து பார்த்தார். "நல்ல உயரமான கட்டிடமாக இருக்கிறது; வெளிச்சமும் நன்றாக வருகிறது" என்றார்.

"பின்னே பெரிய ஹோட்டல் கோழிக் குடில் மாதிரி இருக்குமோ? கோவில் கட்டுகிறது போல என்று நினைத்துக் கொண்டீராக்கும்! சுகாதார உத்தியோகஸ்தர்கள் விடமாட்டார்கள்" என்று தமது வெற்றியைத் தொடர்ந்து முடுக்கினார் பிள்ளை.

கோவில் என்ற பதம் காதில் விழுந்ததும் கடவுளுக்கு உடம்பெல்லாம் நடுநடுங்கியது.

"அப்படி என்றால்..?" என்றார் கடவுள். தோற்றாலும் விடவில்லை. "சுகாதாரம் என்றால் என்ன என்று சொல்லும்?" என்று கேட்டார் கடவுள்.

"ஓ! அதுவா? மேஜையை லோஷன் போட்டுக் கழுவி, உத்தியோகஸ்தர்கள் அபராதம் போடாமல் பார்த்துக்கொள்வது. பள்ளிக்கூடத்திலே, பரீட்சையில் பையன்கள் தோற்றுப் போவதற்கென்று சொல்லிக்கொடுக்கும் ஒரு பாடம்; அதன்படி இந்த

ஈ, கொசு எல்லாம் ராக்ஷசர்களுக்குச் சமானம். அதிலும் இந்த மாதிரி ஹோட்டல்களுக்குள்ளே வந்துவிட்டால் ஆபத்துத் தான். உயிர் தப்பாது என்று எழுதியிருக்கிறார்கள்" என்றார் கந்தசாமிப் பிள்ளை. அவருக்கே அதிசயமாக இருந்தது இந்தப் பேச்சு. நாக்கில் சரஸ்வதி கடாட்சம் ஏற்பட்டுவிட்டதோ என்று சந்தேகித்தார்.

கடவுள் அவரைக் கவனிக்கவில்லை. இவர்கள் வருவதற்கு முன் ஒருவர் சிந்திவிட்டுப்போன காப்பியில் சிக்கிக்கொண்டு தவிக்கும் ஈ ஒன்றைக் கடவுள் பார்த்துக்கொண்டே இருந்தார். அது முக்கி முனகி ஈரத்தைவிட்டு வெளியேவர முயன்று கொண்டிருந்தது.

"இதோ இருக்கிறதே!" என்றார் கடவுள். உதவி செய்வதற்காக விரலை நீட்டினார். அது பறந்துவிட்டது. ஆனால் எச்சில் காப்பி அவர் விரலில் பட்டது.

"என்ன ஐயா, எச்சிலைத் தொட்டுவிட்டீரே! இந்த ஜலத்தை எடுத்து மேஜைக்குக் கீழே கழுவும்" என்றார் பிள்ளை.

"ஈயை வரவிடக்கூடாது, ஆனால் மேஜையின் கீழே கழுவ வேண்டும் என்பது சுகாதாரம்" என்று முனகிக்கொண்டார் கடவுள்.

பையன் இரண்டு 'கப்' காப்பி கொண்டுவந்து வைத்தான்.

கடவுள் காப்பியை எடுத்துப் பருகினார். சோமபானம் செய்த தேவ களை முகத்தில் தெறித்தது.

"நம்முடைய லீலை" என்றார் கடவுள்.

"உம்முடைய லீலை இல்லைங்காணும், ஹோட்டல்காரன் லீலை. அவன் சிக்கரிப் பவுடரைப் போட்டு வைத்திருக்கிறான்; உம்முடைய லீலை எல்லாம் பில் கொடுக்கிற படலத்திலே" என்று காதோடு காதாய்ச் சொன்னார் கந்தசாமிப் பிள்ளை. சூசகமாகப் பில் பிரச்னையைத் தீர்த்துவிட்டதாக அவருக்கு ஓர் எக்களிப்பு.

"சிக்கரிப் பவுடர் என்றால்...?" என்று சற்றுச் சந்தேகத் துடன் தலையை நிமிர்த்தினார் கடவுள்.

"சிக்கரிப் பவுடர், காப்பி மாதிரிதான் இருக்கும்; ஆனால் காப்பி அல்ல; சிலபேர் தெய்வத்தின் பெயரைச் சொல்லிக் கொண்டு ஊரை ஏமாற்றிவருகிற மாதிரி" என்றார் கந்தசாமிப் பிள்ளை.

தெய்வம் என்றதும் திடுக்கிட்டார் கடவுள்.

பெட்டியடியில் பில்லைக் கொடுக்கும்பொழுது கடவுள் புத்தம்புதிய நூறு ரூபாய் நோட்டு ஒன்றை நீட்டினார்; கந்தசாமிப் பிள்ளை திடுக்கிட்டார்.

"சில்லறை கேட்டால் தரமாட்டேனா? அதற்காக மூன்றணா பில் எதற்கு? கண்ணைத் துடைக்கவா, மனசைத் துடைக்கவா?" என்றார் ஹோட்டல் சொந்தக்காரர்.

"நாங்கள் காப்பி சாப்பிடத்தான் வந்தோம்" என்றார் கடவுள்.

"அப்படியானால் சில்லறையை வைத்துக்கொண்டு வந்திருப்பீர்களே?" என்றார் ஹோட்டல் முதலாளி. அதற்குள் சாப்பிட்டுவிட்டு வெளியே காத்திருப்போர் கூட்டம் ஜாஸ்தி யாக, வீண் கலாட்டா வேண்டாம் என்று சில்லறையை எண்ணிக்கொடுத்தார். "தொண்ணூற்று ஒன்பது ரூபாய் பதின் மூன்று – சரியா? பார்த்துக்கொள்ளும் சாமியாரே!"

"நீங்கள் சொல்லிவிட்டால் நமக்கும் சரிதான்; எனக்குக் கணக்கு வராது" என்றார் கடவுள்.

ஒரு போலிப் பத்து ரூபாய் நோட்டைத் தள்ளிவிட்டதில் கடைக்காரருக்கு ஒரு திருப்தி.

வெளியே இருவரும் வந்தார்கள். வாசலில் அவ்வளவு கூட்டமில்லை. இருவரும் நின்றார்கள்.

கடவுள், தம் கையில் கற்றையாக அடுக்கியிருந்த நோட்டுக் களில் ஐந்தாவதை மட்டும் எடுத்தார். சுக்கு நூறாகக் கிழித்துக் கீழே எறிந்தார்.

கந்தசாமிப் பிள்ளைக்கு, பக்கத்தில் நிற்பவர் பைத்தியமோ என்ற சந்தேகம். திடுக்கிட்டு வாயைப் பிளந்துகொண்டு நின்றார்.

"கள்ள நோட்டு; என்னை ஏமாற்றப் பார்த்தான்; நான் அவனை ஏமாற்றிவிட்டேன்" என்றார் கடவுள். அவருடைய சிரிப்பு பயமாக இருந்தது.

"என் கையில் கொடுத்தால், பாப்பான் குடுமியைப் பிடித்து மாற்றிக்கொண்டு வந்திருப்பேனே!" என்றார் கந்தசாமிப் பிள்ளை.

"சிக்கரிப் பவுடருக்கு நீர் உடன்பட்டீரா இல்லையா? அந்த மாதிரி இதற்கு நான் உடன்பட்டேன் என்று வைத்துக் கொள்ளும். அவனுக்குப் பத்து ரூபாய்தான் பெரிசு; அதனால் தான் அவனை ஏமாற்றும்படி விட்டேன்" என்றார் கடவுள்.

புதுமைப்பித்தன்

வலிய வந்து காப்பி வாங்கிக் கொடுத்தவரிடம் எப்படி விடை பெற்றுக்கொள்வது என்று பட்டது கந்தசாமிப் பிள்ளைக்கு.

"திருவல்லிக்கேணிக்குத்தானே? வாருங்கள் டிராமில் ஏறுவோம்" என்றார் கந்தசாமிப் பிள்ளை.

"அது வேண்டவே வேண்டாம்; எனக்குத் தலை சுற்றும்; மெதுவாக நடந்தே போய்விடலாமே" என்றார் கடவுள்.

"ஐயா, நான் பகலெல்லாம் காலால் நடந்தாச்சு. என்னால் அடி எடுத்து வைக்க முடியாது; ரிக்ஷாவிலே ஏறிப் போகலாமே" என்றார் கந்தசாமிப் பிள்ளை. 'நாம்தாம் வழி காட்டுகிறோமே; பத்து ரூபாய் நோட்டைக் கிழிக்கக்கூடியவர் கொடுத்தால் என்ன?' என்பதுதான் அவருடைய கட்சி.

"நர வாகனமா? அதுதான் சிலாக்கியமானது" என்றார் கடவுள்.

இரண்டு பேரும் ரிக்ஷாவில் ஏறிக்கொண்டார்கள். "சாமி, கொஞ்சம் இருங்க; வெளக்கை ஏத்திக்கிறேன்" என்றான் ரிக்ஷாக்காரன்.

பொழுது மங்கி, மின்சார வெளிச்சம் மிஞ்சியது.

"இவ்வளவு சீக்கிரத்தில் அன்னியோன்னியமாகி விட்டோமே! நீங்கள் யார் என்றுகூட எனக்குத் தெரியாது; நான் யார் என்று உங்களுக்குத் தெரியாது. பட்டணத்துச் சந்தை இரைச்சலிலே இப்படிச் சந்திக்க வேண்டுமென்றால்..."

கடவுள் சிரித்தார். பல், இருட்டில் மோகனமாக மின்னியது. "நான் யார் என்பது இருக்கட்டும். நீங்கள் யார் என்பதைச் சொல்லுங்களேன்" என்றார் அவர்.

கந்தசாமிப் பிள்ளைக்குத் தம்மைப் பற்றிச் சொல்லிக்கொள் வதில் எப்பொழுதுமே ஒரு தனி உத்ஸாகம். அதிலும் ஒருவன் ஓடுகிற ரிக்ஷாவில் தம்மிடம் அகப்பட்டுக்கொண்டால் விட்டு வைப்பாரா? கனைத்துக்கொண்டு ஆரம்பித்தார்.

"சித்த வைத்திய தீபிகை என்ற வைத்தியப் பத்திரிகையைப் பார்த்ததுண்டா?" என்று கேட்டார் கந்தசாமிப் பிள்ளை.

"இல்லை" என்றார் கடவுள்.

"அப்பொழுது வைத்திய சாஸ்திரத்தில் பரிசயமில்லை என்றுதான் கொள்ள வேண்டும்" என்றார் கந்தசாமிப் பிள்ளை.

"பரிசயம் உண்டு" என்றார் கடவுள்.

எப்போதும் முடிவிலே இன்பம்

'இதென்னடா சங்கடமாக இருக்கிறது?' என்று யோசித்தார் கந்தசாமிப் பிள்ளை. "உங்களுக்கு வைத்திய சாஸ்திரத்தில் பரிசயமுண்டு; ஆனால் சித்த வைத்திய தீபிகையுடன் பரிசய மில்லை என்று கொள்வோம்: அப்படியாயின் உங்கள் வைத்திய சாஸ்திர ஞானம் பரிபூர்ணமாகவில்லை. நம்மிடம் பதினேழு வருஷத்து இதழ்களும் பைண்டு வால்யூம்களாக இருக்கின்றன. நீங்கள் அவசியம் வீட்டுக்கு ஒரு முறை வந்து அவற்றைப் படிக்க வேண்டும்; அப்பொழுதுதான் ..."

'பதினேழு வருஷ இதழ்களா! பதினேழு பன்னிரண்டு இருநூற்று நாலு.' கடவுளின் மனசு நடுநடுங்கியது. 'ஒருவேளை கால் வருஷம் ஒருமுறைப் பத்திரிகையாக இருக்கலாம்' என்ற ஓர் அற்ப நம்பிக்கை தோன்றியது.

"தீபிகை மாதம் ஒரு முறைப் பத்திரிகை. வருஷ சந்தா உள்நாட்டுக்கு ரூபாய் ஒன்று; வெளிநாடு என்றால் இரண்டே முக்கால்; ஜீவிய சந்தா ரூபாய் 25. நீங்கள் சந்தாதாராகச் சேர்ந்தால் ரொம்பப் பிரயோஜனம் உண்டு; வேண்டுமானால் ஒரு வருஷம் உங்களுக்கு அனுப்புகிறேன். அப்புறம் ஜீவிய சந்தாவைப் பார்க்கலாம்" என்று கடவுளைச் சந்தாதாராகச் சேர்க்கவும் முயன்றார்.

'பதினேழு வால்யூம்கள் தவிர, இன்னும் இருபத்தைந்து ரூபாயை வாங்கிக்கொண்டு ஓட ஓட விரட்டலாம் என்று நினைக்கிறாரா? அதற்கு ஒரு நாளும் இடம் கொடுக்கக் கூடாது' என்று யோசித்துவிட்டு, "யாருடைய ஜீவியம்?" என்று கேட்டார் கடவுள்.

"உங்கள் ஆயுள்தான். என் ஆயுளும் அல்ல. பத்திரிகை ஆயுளும் அல்ல; அது அழியாத வஸ்து. நான் போனாலும் வேறு ஒருவர் சித்த வைத்திய தீபிகையை நடத்திக்கொண்டு தான் இருப்பார்; அதற்கும் ஏற்பாடு பண்ணியாச்சு" என்றார் கந்தசாமிப் பிள்ளை.

இந்தச் சமயம் பார்த்து ரிக்ஷாக்காரன் வண்டி வேகத்தை நிதானமாக்கிவிட்டுப் பின்புறமாகத் திரும்பிப் பார்த்தான்.

வேகம் குறைந்தால் எங்கே வண்டியில் இருக்கிற ஆசாமி குதித்து ஓடிப்போவாரோ என்று கந்தசாமிப் பிள்ளைக்குப் பயம்.

"என்னடா திரும்பிப் பாக்கிறே? மோட்டார் வருது, மோதிக்காதே; வேகமாகப் போ" என்றார் கந்தசாமிப் பிள்ளை.

"என்ன சாமி, நீங்க என்ன மனுசப்பெறவியா அல்லது பிசாசுங்களா? வண்டிலே ஆளே இல்லாத மாதிரி காத்தாட்டம் இருக்கு" என்றான் ரிக்ஷாக்காரன்.

"வாடகையும் காத்தாட்டமே தோணும்படி குடுக்கிறோம்; நீ வண்டியே இஸ்துக்கினு போ" என்று அதட்டினார் கந்தசாமிப் பிள்ளை.

"தவிரவும் நான் வைத்தியத் தொழிலும் நடத்தி வருகிறேன்; சித்த முறைதான் அநுஷ்டானம். வைத்தியத்திலே வருவது பத்திரிகைக்கும், குடும்பத்துக்கும் கொஞ்சம் குறையப் போதும். இந்த இதழிலே ரசக்கட்டைப் பற்றி ஒரு கட்டுரை எழுதியிருக்கேன்; பாருங்கோ, நமக்கு ஒரு பழைய சுவடி ஒன்று கிடைத்தது; அதிலே பல அபூர்வப் பிரயோகம் எல்லாம் சொல்லியிருக்கு" என்று ஆரம்பித்தார் கந்தசாமிப் பிள்ளை.

'ஏதேது, மகன் ஓய்கிற வழியாய்க் காணமெ' என்று நினைத்தார் கடவுள். "தினம் சராசரி எத்தனை பேரை வேட்டு வைப்பீர்?" என்று கேட்டார்.

"பெருமையாகச் சொல்லிக்கொள்ளும்படி அவ்வளவு ஒன்றுமில்லை. மேலும் உங்களுக்கு, நான் வைத்தியத்தை ஜீவனோபாயமாக வைத்திருக்கிறேன் என்பது ஞாபகம் இருக்க வேண்டும். வியாதியும் கூடுமானவரையில் அகன்றுவிடக் கூடாது. ஆசாமியும் தீர்ந்துவிடக் கூடாது. அப்பொழுதுதான், சிகிச்சைக்கு வந்தவனிடம் வியாதியை ஒரு வியாபாரமாக வைத்து நடத்த முடியும். ஆள் அல்லது வியாதி என்று முரட்டுத்தனமாகச் சிகிச்சை பண்ணினால், தொழில் நடக்காது. வியாதியும் வேகம் குறைந்து படிப்படியாகக் குணமாக வேண்டும். மருந்தும் வியாதிக்கோ மனுஷனுக்கோ கெடுதல் தந்துவிடக் கூடாது. இதுதான் வியாபார முறை. இல்லாவிட்டால் இந்தப் பதினேழு வருஷங்களாகப் பத்திரிகை நடத்திக்கொண்டிருக்க முடியுமா?" என்று கேட்டார் கந்தசாமிப் பிள்ளை.

கடவுள் விஷயம் புரிந்தவர் போலத் தலையை ஆட்டினார்.

"இப்படி உங்கள் கையைக் காட்டுங்கள், நாடி எப்படி அடிக்கிறது என்று பார்ப்போம்" என்று கடவுளின் வலது கையைப் பிடித்தார் கந்தசாமிப் பிள்ளை.

"ஓடுகிற வண்டியில் இருந்துகொண்டா?" என்று சிரித்தார் கடவுள்.

"அது வைத்தியனுடைய திறமையைப் பொறுத்தது" என்றார் கந்தசாமிப் பிள்ளை.

நாடியைச் சில விநாடிகள் கவனமாகப் பார்த்தார். "பித்தம் ஏறி அடிக்கிறது; விஷப் பிரயோகமும் பழக்கம் உண்டோ?" என்று கொஞ்சம் விநயத்துடன் கேட்டார் பிள்ளை.

"நீ கெட்டிக்காரன்தான்; வேறும் எத்தனையோ உண்டு" என்று சிரித்தார் கடவுள்.

"ஆமாம், நாம் என்னத்தையெல்லாமோ பேசிக்கொண்டிருக்கிறோம்: அதிருக்கட்டும், திருவல்லிக்கேணியில் எங்கே?" என்றார் கந்தசாமிப் பிள்ளை.

"ஏழாம் நம்பர் வீடு, ஆபீஸ் வேங்கடாசல முதலி சந்து" என்றார் கடவுள்.

"அடெடெ! அது நம்ம விலாசமாச்சே; அங்கே யாரைப் பார்க்க வேண்டும்?"

"கந்தசாமிப் பிள்ளையை!"

"சரியாய்ப் போச்சு, போங்க; நான்தான் அது. தெய்வந்தான் நம்மை அப்படிச் சேர்த்து வைத்திருக்கிறது. தாங்கள் யாரோ? இனம் தெரியவில்லையே?" என்றார் கந்தசாமிப் பிள்ளை.

"நானா? கடவுள்!" என்றார் சாவகாசமாக, மெதுவாக. அவர் வானத்தைப் பார்த்துக்கொண்டு தாடியை நெருடினார்.

கந்தசாமிப் பிள்ளை திடுக்கிட்டார். கடவுளாவது, வருவதாவது!

"பூலோகத்தைப் பார்க்க வந்தேன்; நான் இன்னும் சில நாட்களுக்கு உம்முடைய அதிதி."

கந்தசாமிப் பிள்ளை பதற்றத்துடன் பேசினார். "எத்தனை நாள் வேண்டுமானாலும் இரும்; அதற்கு ஆட்சேபம் இல்லை. நீர் மட்டும் உம்மைக் கடவுள் என்று தயவுசெய்து வெளியில் சொல்லிக்கொள்ள வேண்டாம்; உம்மைப் பைத்தியக்காரன் என்று நினைத்தாலும் பரவாயில்லை. என்னை என் வீட்டுக்காரி அப்படி நினைத்துவிடக் கூடாது" என்றார்.

"அந்த விளக்குப் பக்கத்தில் நிறுத்துடா" என்றார் கந்தசாமிப் பிள்ளை.

வண்டி நின்றது. இருவரும் இறங்கினார்கள்.

கடவுள் அந்த ரிக்ஷாக்காரனுக்குப் பளபளப்பான ஒற்றை ரூபாய் நோட்டு ஒன்றை எடுத்துக் கொடுத்தார்.

புதுமைப்பித்தன்

"நல்லா இருக்கணும் சாமீ" என்று உள்ளம் குளிரச் சொன்னான் ரிக்ஷாக்காரன்.

கடவுளை ஆசீர்வாதம் பண்ணுவதாவது!

"என்னடா, பெரியவரைப் பாத்து நீ என்னடா ஆசீர்வாதம் பண்ணுவது?" என்று அதட்டினார் கந்தசாமிப் பிள்ளை.

"அப்படிச் சொல்லடா அப்பா; இத்தனை நாளா, காது குளிர மனசு குளிர இந்த மாதிரி ஒரு வார்த்தை கேட்டதில்லை. அவன் சொன்னால் என்ன?" என்றார் கடவுள்.

"அவன்கிட்ட இரண்டணாக் கொறச்சுக் குடுத்துப் பார்த்தால் அப்போ தெரியும்!" என்றார் கந்தசாமிப் பிள்ளை.

"எசமான், நான் நாயத்துக்குக் கட்டுப்பட்டவன், அநியாயத் துக்குக் கட்டுப்பட்டவனில்லெ, சாமி! நான் எப்பவும் அன்னா அந்த லெக்கிலெதான் குந்திக்கிட்டு இருப்பேன்; வந்தா கண பாக்கணும்" என்று ஏர்க்காலை உயர்த்தினான் ரிக்ஷாக்காரன்.

"மகா நியாயத்துக்குக் கட்டுப்பட்டவன்தான்! தெரியும் போடா; கள்ளுத் தண்ணிக்கிக் கட்டுப்பட்டவன்" என்றார் கந்தசாமிப் பிள்ளை.

"வாடகை வண்டியெ இஸ்துகிட்டு நாள் முச்சூடும் வெயிலிலே ஓடினாத் தெரியும். உன்னை என்ன சொல்ல? கடவுளுக்குக் கண்ணில்லெ; உன்னியே சொல்ல வச்சான், என்னியே கேக்க வச்சான்" என்று சொல்லிக்கொண்டே வண்டியை இழுத்துச் சென்றான்.

கடவுள் வாய்விட்டு உரக்கச் சிரித்தார். விழுந்துவிழுந்து சிரித்தார். மனசிலே மகிழ்ச்சி, குளிர்ச்சி.

"இதுதான் பூலோகம்" என்றார் கந்தசாமிப் பிள்ளை.

"இவ்வளவுதானா!" என்றார் கடவுள்.

இருவரும் வீட்டை நோக்கி நடந்தார்கள்.

வீட்டுக்கு எதிரில் உள்ள லாந்தல் கம்பத்தின் பக்கத்தில் வந்ததும் கடவுள் நின்றார்.

கந்தசாமிப் பிள்ளையும் காத்து நின்றார்.

"பக்தா!" என்றார் கடவுள்.

எதிரில் கிழவனார் நிற்கவில்லை.

புலித் தோலாடையும், சடா முடியும், மானும், மழுவும், பிறையுமாகக் கடவுள் காட்சியளித்தார். கண்ணிலே மகிழ்ச்சி வெறி துள்ளியது. உதட்டிலே புன்சிரிப்பு.

"பக்தா!" என்றார் மறுபடியும்.

கந்தசாமிப் பிள்ளைக்கு விஷயம் புரிந்துவிட்டது.

"ஓய் கடவுளே, இந்தா பிடி வரத்தை என்கிற வித்தை எல்லாம் எங்கிட்டச் செல்லாது. நீர் வரத்தைக் கொடுத்து விட்டு உம் பாட்டுக்குப் போவீர்; இன்னொரு தெய்வம் வரும், தலையைக் கொடு என்று கேட்கும். உம்மிடம் வரத்தை வாங்கிக்கொண்டு பிறகு தலைக்கு ஆபத்தைத் தேடிக்கொள்ளும் ஏமாந்த சோணகிரி நான் அல்ல. ஏதோ பூலோகத்தைப் பார்க்க வந்தீர்; நம்முடைய அதிதியாக இருக்க ஆசைப்பட்டீர்; அதற்கு ஆட்சேபம் எதுவும் இல்லை. என்னுடன் பழக வேண்டு மானால் மனுஷனைப் போல, என்னைப் போல நடந்து கொள்ள வேண்டும்; மனுஷ அத்துக்குக் கட்டுப்பட்டிருக்க வேண்டும்; நான் முந்திச் சொன்னதை மறக்காமல் வீட்டுக்கு ஒழுங்காக வாரும்" என்றார் கந்தசாமிப் பிள்ளை.

கடவுள் மௌனமாகப் பின்தொடர்ந்தார். கந்தசாமிப் பிள்ளையின் வாதம் சரி என்று பட்டது. இதுவரையில் பூலோகத் திலே வரம்வாங்கி உருப்பட்ட மனுஷன் யார் என்ற கேள்விக்குப் பதிலே கிடையாது என்றுதான் அவருக்குப் பட்டது.

கந்தசாமிப் பிள்ளை வாசலருகில் சற்று நின்றார். "சாமி, உங்களுக்குப் பரமசிவம் என்று பேர் கொடுக்கவா? அம்மையப்பப் பிள்ளை என்று கூப்பிடவா?" என்றார்.

"பரமசிவந்தான் சரி; பழைய பரமசிவம்."

"அப்போ, உங்களை அப்பா என்று உறவுமுறை வைத்துக் கூப்பிடுவேன்; உடன்பட வேணும்" என்றார் கந்தசாமிப் பிள்ளை.

"அப்பா என்று வேண்டாமப்பா; பெரியப்பா என்று கூப்பிடும். அப்போதுதான் என் சொத்துக்கு ஆபத்தில்லை" என்று சிரித்தார் கடவுள். பூலோக வளமுறைப்படி நடப்பது என்று தீர்மானித்தபடி சற்று ஜாக்கிரதையாக இருந்துகொள்ள வேண்டும் என்று பட்டது கடவுளுக்கு.

"அப்படி உங்கள் சொத்து என்னவோ?" என்றார் கந்தசாமிப் பிள்ளை.

"இந்தப் பிரபஞ்சம் முழுவதுந்தான்" என்றார் கடவுள்.

“பயப்பட வேண்டாம்; அவ்வளவு பேராசை நமக்கு இல்லை” என்று கூறிக்கொண்டே நடைப்படியில் காலை வைத்தார் கந்தசாமிப் பிள்ளை.

2

வீட்டு முன்கூடத்தில் ஒரு தகர விளக்கு அவ்விடத்தைக் கோவிலின் கர்ப்பக்கிருகமாக்கியது. அதற்கு அந்தப் புறத்தில் நீண்டு இருண்டு கிடக்கும் பட்டகசாலை. அதற்கப்புறம் என்னவோ? ஒரு குழந்தை, அதற்கு நாலு வயசு இருக்கும். மனசிலே இன்பம் பாய்ச்சும் அழகு. கண்ணிலே எப்பொழுது பார்த்தாலும் காரணமற்ற சந்தோஷம். பழைய காலத்து ஆசாரப்படி உச்சியில் குறுக்காக வகிடு எடுத்து முன்னும் பின்னுமாகப் பின்னிய எலிவால் சடை வாலை வளைத்துக் கொண்டு நின்றது. முன்புறம் சடையைக் கட்டிய வாழைநார், கடமையில் வழுவித் தொங்கி, குழந்தை குனியும்போதெல்லாம் அதன் கண்ணில் விழுந்து தொந்தரவு கொடுத்தது. குழந்தையின் கையில் ஒரு கரித்துண்டும், ஓர் ஓட்டுத்துண்டும் இருந்தன. இடையில் முழங்காலைக் காட்டிக்கொண்டிருக்கும் கிழிசல் சிற்றாடை. குனிந்து தரையில் கோடுபோட முயன்று, வாழை நார் கண்ணில் விழுந்ததனால் நிமிர்ந்து நின்றுகொண்டு, இரண்டு கைகளாலும் வாழை நாரைப் பிடித்துப் பலங் கொண்ட மட்டும் இழுத்தது. அதன் முயற்சி பலிக்கவில்லை. வலித்தது. அழுவோமா அல்லது இன்னும் ஒரு தடவை இழுத்துப் பார்ப்போமா என்று அது தர்க்கித்துக்கொண் டிருக்கும்போது அப்பா உள்ளே நுழைந்தார்.

“அப்பா!” என்ற கூச்சலுடன் கந்தசாமிப் பிள்ளையின் காலைக் கட்டிக்கொண்டது. அண்ணாந்து பார்த்து, “எனக்கு என்னா கொண்டாந்தே?” என்று கேட்டது.

“என்னைத்தான் கொண்டாந்தேன்” என்றார் கந்தசாமிப் பிள்ளை.

“என்னப்பா, தினந்தினம் உன்னியேத்தானே கொண்டாரே; பொரி கடலையாவது கொண்டாரப்படாது?” என்று சிணுங் கியது குழந்தை.

“பொரி கடலை உடம்புக்காகாது; இதோ பார். உனக்கு ஒரு தாத்தாவைக் கொண்டுவந்திருக்கிறேன்” என்றார் கந்தசாமிப் பிள்ளை.

“இதுதான் உம்முடைய குழந்தையோ?” என்று கேட்டார் கடவுள். குழந்தையின் பேரில் விழுந்த கண்களை மாற்ற முடியவில்லை அவருக்கு.

கந்தசாமிப் பிள்ளை சற்றுத் தயங்கினார்.

"சும்மா சொல்லும்; இப்பொவெல்லாம் நான் சுத்த சைவன்; மண்பானைச் சமையல்தான் பிடிக்கும். பால், தயிர் கூடச் சேர்த்துக்கொள்ளுவதில்லை" என்று சிரித்தார் கடவுள்.

"ஆசைக்கு என்று காலம் தப்பிப் பிறந்த கருவேப்பிலைக் கொழுந்து" என்றார் கந்தசாமிப் பிள்ளை.

"இப்படி உட்காருங்கள்; இப்பொ குழாயிலே தண்ணீர் வராது; குடத்திலே எடுத்துக்கொண்டு வருகிறேன்" என்று உள்ளே இருட்டில் மறைந்தார் கந்தசாமிப் பிள்ளை.

கடவுள் துண்டை உதறிப் போட்டுவிட்டுக் கூடத்தில் உட்கார்ந்தார்.

மனசிலே ஒரு துறுதுறுப்பும் எல்லையற்ற நிம்மதியும் இருந்தன.

"வாடியம்மா கருவேப்பிலைக் கொழுந்தே?" என்று கைகளை நீட்டினார் கடவுள்.

ஒரே குதியில் அவருடைய மடியில் வந்து ஏறிக்கொண்டது குழந்தை.

"எம்பேரு கருகப்பிலைக் கொளுந்தில்லெ; வள்ளி. அப்பா மாத்திரம் என்னெக் கறுப்பி கறுப்பின்னு கூப்பிடுதா; நான் என்ன அப்பிடியா?" என்று கேட்டது.

அது பதிலை எதிர்பார்க்கவில்லை. அதன் கண்களுக்குத் தாத்தாவின் கண்டத்தில் இருந்த கறுப்பு மறு தென்பட்டது.

"அதென்ன தாத்தா, கன்னங்கறேலுன்னு நவ்வாப் பழம் மாதிரி களுத்திலே இருக்கு? அதைக் கடிச்சுத் திங்கணும் போலே இருக்கு" என்று கண்களைச் சிமிட்டிச் சிமிட்டிப் பேசிக்கொண்டு மடியில் எழுந்து நின்று, கழுத்தில் பூப்போன்ற உதடுகளை வைத்து அழுத்தியது. இளம் பல் கழுத்தில் கிளு கிளுத்தது. கடவுள் உடலே குளுகுளுத்தது.

"கூச்சமா இருக்கு" என்று உடம்பை நெளித்தார் கடவுள்.

"ஏன் தாத்தா, களுத்திலே நெருப்பு கிருப்புப் பட்டு பொத்துப் போச்சா? எனக்கும் இந்தா பாரு" என்று தன் விரல் நுனியில் கன்றிக் கறுத்துப்போன கொப்புளத்தைக் காட்டியது.

"பாப்பா, அது நாகப்பளந்தாண்டியம்மா; முந்தி ஒரு தரம் எல்லாரும் கொடுத்தாளேன்னு வாங்கி வாயிலே போட்டுக்

புதுமைப்பித்தன்

கொண்டேன். எனக்குப் பங்கில்லியான்னு களுத்தெப் புடிச்சுப் புட்டாங்க. அதிலெ இருந்து அது அங்கியே சிக்கிக்கிச்சு; அது கெடக்கட்டும். உனக்கு விளையாடத் தோழிப் பிள்ளைகள் இல்லியா?" என்று கேட்டார் கடவுள்.

"வட்டும் கரித்துண்டும் இருக்கே; நீ வட்டாட வருதியா?" என்று கூப்பிட்டது.

குழந்தையும் கடவுளும் வட்டு விளையாட ஆரம்பித்தார்கள்.

ஒற்றைக் காலை மடக்கிக்கொண்டே நொண்டியடித்து ஒரு தாவுத் தாவினார் கடவுள்.

"தாத்தா, தோத்துப் போனீயே" என்று கை கொட்டிச் சிரித்தது குழந்தை.

"ஏன்?" என்று கேட்டார் கடவுள்.

கால் கரிக்கோட்டில் பட்டுவிட்டதாம்.

"முந்தியே சொல்லப்படாதா?" என்றார் கடவுள்.

"ஆட்டம் தெரியாமெ ஆட வரலாமா?" என்று கையை மடக்கிக்கொண்டு கேட்டது குழந்தை.

அந்தச் சமயத்தில் ஸ்ரீ கந்தசாமிப் பிள்ளை முன்னே வர, ஸ்ரீமதி பின்னே குடமும் இடுப்புமாக இருட்டிலிருந்து வெளிப்பட்டார்கள்.

"இவுங்கதான் கைலாசவரத்துப் பெரியப்பா; கரிசங் கொளத்துப் பொண்ணை இவுங்களுக்கு ஒண்ணுவிட்ட அண்ணாச்சி மகனுக்குத் தான் கொடுத்திருக்கு. தெரியாதா?" என்றார் கந்தசாமிப் பிள்ளை.

"என்னமோ தேசாந்திரியாகப் போயிட்டதாகச் சொல்லு வாகளே, அந்த மாமாவா? வாருங்க மாமா, சேவிக்கிறேன்" என்று குடத்தை இறக்கி வைத்துவிட்டு விழுந்து நமஸ்கரித்தாள். காது நிறைந்த பழங்காலப் பாம்படம் கன்னத்தில் இடிபட்டது.

"பத்தும் பெருக்கமுமாகச் சுகமாக வாழவேணும்" என்று ஆசீர்வதித்தார் கடவுள்.

காந்திமதி அம்மையாருக்கு (அதுதான் கந்தசாமிப் பிள்ளை மனைவியின் பெயர்) என்றும் அநுபவித்திராத உள்ள நிறைவு ஏற்பட்டது. மனமும் குளிர்ந்தது. கண்ணும் நனைந்தது.

"வாசலில் இருக்கற அரிசி மூட்டையை அப்படியே போட்டு வச்சிருந்தா?" என்று ஞாபகமூட்டினார் கடவுள்.

"இவுகளுக்கு மறதிதான் சொல்லி முடியாது. அரிசி வாங்கி யாச்சான்னு இப்பந்தான் கேட்டேன். இல்லைன்னு சொன்னாக. ஊருக்கெல்லாம் மருந்து கொடுக்காக; இவுக மறதிக்குத்தான் மருந்தைக் காங்கலெ. படெச்ச கடவுள்தான் பக்கத்திலே நிண்ணு தான் பார்க்கணும்" என்றாள் காந்திமதி அம்மாள்.

"பாத்துக்கிட்டுத்தான் நிக்காறே" என்றார் கடவுள் கிராமியமாக.

"பாத்துச் சிரிக்கணும், அப்பந்தான் புத்தி வரும்' என்றாள் அம்மையார்.

கடவுள் சிரித்தார்.

கடவுளும் கந்தசாமிப் பிள்ளையும் வாசலுக்குப் போனார்கள்.

"இந்தச் செப்பிடுவித்தை எல்லாம் கூடாது என்று சொன்னேனே" என்றார் பிள்ளை காதோடு காதாக.

"இனிமேல் இல்லை" என்றார் கடவுள்.

கந்தசாமிப் பிள்ளை முக்கி முனகிப் பார்த்தார்; மூட்டை அசையவே இல்லை.

"நல்ல இளவட்டம்!" என்று சிரித்துக்கொண்டே மூட்டையை இடுப்பில் இடுக்கிக்கொண்டார் கடவுள்.

"நீங்க எடுக்கதாவது; உங்களைத்தானே, ஒரு பக்கமாத் தாங்கிப் பிடியுங்க; சும்மா பாத்துக்கிட்டே நிக்கியளே!" என்று பதைத்தாள் காந்திமதியம்மாள்.

"நீ சும்மா இரம்மா; எங்கே போடணும்னு சொல்லுதெ?" என்றார் கடவுள்.

"இந்தக் கூடத்திலியே கெடக்கட்டும்; நீங்க இங்கே சும்மா வச்சிருங்க" என்று வழி மறித்தாள் காந்திமதியம்மாள்.

கந்தசாமிப் பிள்ளையும் கடவுளும் சாப்பிட்டுவிட்டு வாசல் திண்ணைக்கு வரும்பொழுது இரவு மணி பதினொன்று.

"இனிமேல் என்ன யோசனை?" என்றார் கடவுள்.

"தூங்கத்தான்" என்றார் பிள்ளை கொட்டாவி விட்டுக் கொண்டே.

"தாத்தா, நானும் ஒங்கூடத்தான் படுத்துக்குவேன்" என்று ஓடிவந்தது குழந்தை.

"நீ அம்மையெக் கூப்பிட்டுப் பாயும் தலையணையும் எடுத்துப் போடச் சொல்லு" என்றார் கந்தசாமிப் பிள்ளை.

“என்னையுமா தூங்கச் சொல்லுகிறீர்?” என்று கேட்டார் கடவுள்.

“மனுஷாள்கூடப் பழகினால் அவர்களைப் போலத்தான் நடந்தாகணும்; தூங்க இஷ்டமில்லை என்றால் பேசாமல் படுத்துக்கொண்டிருங்கள். ராத்திரியில் நடமாடினால் அபவாதத்துக்கு இடமாகும்” என்றார் கந்தசாமிப் பிள்ளை.

3

கந்தசாமிப் பிள்ளை பவழக்காரத் தெரு சித்தாந்த தீபிகை ஆபீசில் தரையில் உட்கார்ந்துகொண்டு பதவுரை எழுதிக்கொண்டிருக்கிறார். போகர் நூலுக்கு விளக்கவுரை பிள்ளையவர்கள் பத்திரிகையில் மாதமாதம் தொடர்ச்சியாகப் பிரசுரமாகி வருகிறது.

“ஆச்சப்பா இன்னமொன்று சொல்லக் கேளு, அப்பனே வயமான செங்கரும்பு, காச்சிய வெந்நீருடனே கருடப் பிச்சு, கல்லுருவி புல்லுருவி நல்லூமத்தை (கருடப்பச்சை என்றும் பாடம்)...” என்று எழுதிவிட்டு, வாசல் வழியாகப் போகும் தபாற்காரன் உள்ளே நுழையாமல் நேராகப் போவதைப் பார்த்துவிட்டு, “இன்றைக்கும் பத்திரிகை போகாது” என்று முனகியபடி, எழுதியதைச் சுருட்டி மூலையில் வைத்துவிட்டு விரல்களைச் சொடுக்கு முறித்துக்கொண்டார்.

வாசலில் ரிக்ஷா வந்து நின்றது. கடவுளும் குழந்தையும் இறங்கினார்கள். வள்ளியின் இடுப்பில் பட்டுச் சிற்றாடை; கை நிறைய மிட்டாய்ப் பொட்டலம்.

“தாத்தாவும் நானும் செத்த காலேஜ் உசிர் காலேஜெல்லாம் பார்த்தோம்” என்று துள்ளியது குழந்தை.

“எதற்காக ஓய், ஒரு கட்டடத்தைக் கட்டி, எலும்பையும் தோலையும் பொதிந்து பொதிந்து வைத்திருக்கிறது? என்னைக் கேலிசெய்ய வேண்டும் என்ற நினைப்போ?” என்று கேட்டார் கடவுள். குரலில் கடுகடுப்புத் தொனித்தது.

“அவ்வளவு ஞானத்தோடே இங்கே யாரும் செய்துவிடுவார்களா? சிருஷ்டியின் அபூர்வத்தைக் காட்டுவதாக நினைத்துக்கொண்டுதான் அதை எல்லாம் அப்படி வைத்திருக்கிறார்கள். அது கிடக்கட்டும்; நீங்க இப்படி ஓர் இருபத்தைந்து ரூபாய் கொடுங்கள்; உங்களை ஜீவிய சந்தாதாராகச் சேர்த்துவிடுகிறேன்; இன்று பத்திரிகை போய் ஆக வேணும்” என்று கையை நீட்டினார் பிள்ளை.

"இது யாரை ஏமாற்ற? யார் நன்மைக்கு?" என்று சிரித்தார் கடவுள்.

"தானம் வாங்கவும் பிரியமில்லை; கடன் வாங்கும் யோசனையும் இல்லை; அதனால்தான் வியாபாரார்த்தமாக இருக்கட்டும் என்கிறேன். நன்மையைப் பற்றிப் பிரமாதமாகப் பேசிவிட்டீர்களே! இந்தப் பூலோகத்திலே நெய் முதல் நல்லெண்ணய் வரையில் எல்லாம் கலப்படம்தான். இது உங்களுக்குத் தெரியாதா?" என்று ஒரு போடு போட்டார் கந்தசாமிப் பிள்ளை.

கடவுள் யோசனையில் ஆழ்ந்தார்.

"அதிருக்கட்டும், போகரிலே சொல்லியிருக்கிறதே, கருடப் பச்சை : அப்படி ஒரு மூலிகை உண்டா? அல்லது கருடப்பிச்சு தானா?" என்று கேட்டார் கந்தசாமிப் பிள்ளை.

"பிறப்பித்த பொறுப்புதான் எனக்கு; பெயரிட்ட பழியையும் என்மேல் போடுகிறீரே, இது நியாயமா? நான் என்னத்தைக் கண்டேன்? உம்மை உண்டாக்கினேன்; உமக்குக் கந்தசாமிப் பிள்ளையென்று உங்க அப்பா பெயர் இட்டார்; அதற்கும் நான்தான் பழியா?" என்று வாயை மடக்கினார் கடவுள்.

"நீங்கள் இரண்டு பேரும் வெயிலில் அலைந்துவிட்டு வந்தது கோபத்தை எழுப்புகிறது போலிருக்கிறது. அதற்காக என்னை மிரட்டி மடக்கிவிட்டதாக நினைத்துக்கொள்ள வேண்டாம்; அவசரத்தில் திடுதிப்பென்று சாபம் கொடுத்தீரானால், இருபத்தைந்து ரூபாய் வீணாக நஷ்டமாய்ப் போகுமே என்பதுதான் என் கவலை" என்றார் கந்தசாமிப் பிள்ளை.

பொட்டலத்தை அவிழ்த்துத் தின்றுகொண்டிருந்த குழந்தை, "ஏன் தாத்தா அப்பாகிட்டப் பேசுதே? அவுங்களுக்கு ஒண்ணுமே தெரியாது; இதைத் தின்னு பாரு, இனிச்சுக் கெடக்கு" என்று கடவுளை அழைத்தது.

குழந்தை கொடுக்கும் லட்டுத் துண்டுகளைச் சாப்பிட்டுக் கொண்டே, "பாப்பா, உதுந்தது எனக்கு, முழுசு உனக்கு!" என்றார் கடவுள்.

குழந்தை ஒரு லட்டை எடுத்துச் சற்று நேரம் கையில் வைத்துக்கொண்டே யோசித்தது.

"தாத்தா, முழுசு வாய்க்குள்ளே கொள்ளாதே. உதுத்தா உனக்குன்னு செல்லுதியே. அப்போ எனக்கு இல்லையா?" என்று கேட்டது குழந்தை.

கடவுள் விழுந்துவிழுந்து சிரித்தார். "அவ்வளவும் உனக்கே உனக்குத்தான்" என்றார்.

"அவ்வளவுமா! எனக்கா!" என்று கேட்டது குழந்தை.

"ஆமாம். உனக்கே உனக்கு" என்றார் கடவுள்.

"அப்புறம் பசிக்காதே! சாப்பிடாட்டா அம்மா அடிப்பாங்களே! அப்பா லேவியம் குடுப்பாங்களே!" என்று கவலைப் பட்டது குழந்தை.

"பசிக்கும்; பயப்படாதே!" என்றார் கடவுள்.

"தாங்கள் வாங்கிக் கொடுத்திருந்தாலும், அது ஹோட்டல் பட்சணம். ஞாபகம் இருக்கட்டும்" என்றார் கந்தசாமிப் பிள்ளை.

"நான்தான் இருக்கிறேனே!" என்றார் கடவுள்.

"நீங்கள் இல்லையென்று நான் எப்பொழுது சொன்னேன்?" என்றார் கந்தசாமிப் பிள்ளை.

சில விநாடிகள் பொறுத்து, "இன்றைச் செலவு போக, அந்த நூறு ரூபாயில் எவ்வளவு மிச்சம்?" என்றார் கந்தசாமிப் பிள்ளை.

"உமக்கு ரூபாய் இருபத்தைந்து போகக் கையில் ஐம்பது இருக்கிறது" என்று சிரித்தார் கடவுள்.

"அதற்குப் பிறகு என்ன யோசனை?"

"அதுதான் எனக்கும் புரியவில்லை."

"என்னைப் போல வைத்தியம் செய்யலாமே!"

"உம்முடன் போட்டிபோட நமக்கு இஷ்டம் இல்லை."

"அப்படி நினைத்துக்கொள்ள வேண்டாம். என்னோடே போட்டி போடல்லே; லோகத்து முட்டாள்தனத்தோடே போட்டி போடுகிறீர்கள்; பிரியமில்லை என்றால் சித்தாந்த உபந்நியாசங்கள் செய்யலாமே?"

"நீர் எனக்குப் பிழைக்கிறதற்கா வழி சொல்லுகிறீர்; அதில் துட்டு வருமா!" என்று சிரித்தார் கடவுள்.

"அப்போ?"

"எனக்குத்தான் கூத்து ஆட நன்றாக வருமே; என்ன சொல்லுகிறீர்? தேவியை வேண்டுமானாலும் தருவிக்கிறேன்."

கந்தசாமிப் பிள்ளை சிறிது யோசித்தார். "எனக்கு என்னவோ பிரியமில்லை!" என்றார்.

எப்போதும் முடிவிலே இன்பம்

"பிறகு பிழைக்கிற வழி? என்னங்காணும், பிரபஞ்சமே எங்கள் ஆட்டத்தை வைத்துத்தானே பிழைக்கிறது?"

"உங்கள் இஷ்டம்" என்றார் கந்தசாமிப் பிள்ளை.

கந்தசாமிப் பிள்ளை மறுபடியும் சிறிது நேரம் சிந்தித்தார். "வாருங்கள், போவோம்" என்று ஆணியில் கிடந்த மேல் வேட்டியை எடுத்து உதறிப்போட்டுக் கொண்டார்.

"குழந்தை!" என்றார் கடவுள்.

"அதுதான் உறங்குகிறதே; வருகிற வரையிலும் உறங்கட்டும்" என்றார் பிள்ளை.

கால்மணிப் போது கழித்து மூன்று பேர் திவான் பகதூர் பிரகதீசுவர சாஸ்திரிகள் பங்களாவுக்குள் நுழைந்தனர். ஒருவர் கந்தசாமிப் பிள்ளை; மற்றொருவர் கடவுள்; மூன்றாவது பெண் – தேவி.

"நான் இவருக்குத் தங்கபஸ்பம் செய்துகொடுத்து வருகிறேன். நான் சொன்னால் கேட்பார்" என்று விளக்கிக்கொண்டே முன் வராந்தாப் படிக்கட்டுகளில் ஏறினார் பிள்ளை; இருவரும் பின்தொடர்ந்தனர். தேவியின் கையில் ஒரு சிறு மூட்டை இருந்தது.

"சாமி இருக்காங்களா; நான் வந்திருக்கேன் என்று சொல்லு" என்று அதிகாரத்தோடு வேலைக்காரனிடம் சொன்னார் கந்தசாமிப் பிள்ளை.

"பிள்ளையவர்களா! வரவேணும், வரவேணும்; பஸ்பம் நேத்தோடே தீர்ந்து போச்சே; உங்களைக் காணவில்லையே என்று கவலைப்பட்டேன்" என்ற கலகலத்த பேச்சுடன் வெம்பிய சரீரமும், மல் வேஷ்டியும், தங்க விளிம்புக் கண்ணாடியுமாக ஒரு திவான் பகதூர் ஓடி வந்தது. எல்லோரையும் கும்பிட்டுக் கொண்டே அது சாய்வு நாற்காலியில் உட்கார்ந்துகொண்டது.

"உட்காருங்கள், உட்காருங்கள்" என்றார் திவான் பகதூர்.

கந்தசாமிப் பிள்ளை அவரது நாடியைப் பிடித்துப் பார்த்துக் கொண்டே, "பரவாயில்லை; சாயங்காலம் பஸ்மத்தை அனுப்பி வைக்கிறேன்; நான் வந்தது இவாளை உங்களுக்குப் பரிசயம் பண்ணிவைக்க. இவாள் ரெண்டு பேரும் நாட்டிய சாஸ்திர சாகரம்; உங்கள் நிருத்திய கலாமண்டலியில் வசதி பண்ணினா சௌகரியமாக இருக்கும்" என்றார் கந்தசாமிப் பிள்ளை.

திவான் பகதூரின் உத்ஸாகம் எல்லாம் ஆமையின் காலும் தலையும்போல் உள்வாங்கின. கைகளைக் குவித்து, ஆள்காட்டி விரல்களையும் கட்டை விரல்களையும் முறையே மூக்கிலும்

மோவாய்க்கட்டையிலுமாக வைத்துக்கொண்டு "உம்", "உம்" என்று தலையை அசைத்துக்கொடுத்துக்கொண்டிருந்தார்.

"இவர் பெயர் கூத்தனார்; இந்த அம்மாளின் பெயர் பார்வதி. இருவரும் தம்பதிகள்" என்று உறவைச் சற்று விளக்கி வைத்தார் கந்தசாமிப் பிள்ளை.

"நான் கேள்விப்பட்டதே இல்லை; இதற்கு முன் நீங்கள் எங்கேயாவது ஆடியிருக்கிறீர்களா?" என்று தேவியைப் பார்த்துக் கொண்டு கூத்தனாரிடம் திவான் பகதூர் கேட்டார்.

கடவுளுக்கு வாய் திறக்கச் சந்தர்ப்பம் கொடுக்காமல் "நாங்கள் ஆடாத இடம் இல்லை" என்றாள் தேவி.

"என்னவோ என் கண்ணில் படவில்லை. இருக்கட்டும்; அம்மா ரொம்பக் கறுப்பா இருக்காங்களே. சதஸிலே சோபிக் காதே என்றுதான் யோசிக்கிறேன்" என்றார் வர்ணபேத திவான் பகதூர்.

"பெண் பார்க்க வந்தீரா அல்லது நாட்டியம் பார்க்கிறதா யோசனையோ?" என்று கேட்டாள் தேவி.

"அம்மா, கோவிச்சுக்கப்படாது. ஒன்று சொல்லுகிறேன் கேளுங்க; கலைக்கும் கறுப்புக்கும் கானாவுக்கு மேலே சம்பந்தமே கிடையாது. நானும் முப்பது வருஷமா இந்தக் கலாமண்டலி யிலே பிரஸிடெண்டாக இருந்து வருகிறேன். சபைக்கு வந்தவர்கள் எல்லாருக்கும் கண்கள்தான் கறுத்திருக்கும்."

"உம்ம மண்டலியுமாச்சு, சுண்டெலியுமாச்சு!" என்று சொல்லிக்கொண்டே தேவி எழுந்திருந்தாள்.

"இப்படி கோவிச்சுக்கப் படாது" என்று ஏக காலத்தில் திவான் பகதூரும் கந்தசாமிப் பிள்ளையும் எழுந்திருந்தார்கள்.

"இவர்கள் புதுப் புதுப் பாணியிலே நாட்டியமாடுவார்கள். அந்த மாதிரி இந்தப் பக்கத்திலேயே பார்த்திருக்க முடியாது. சாஸ்திரம் இவர்களிடம் பிச்சைவாங்க வேணும். ஒருமுறை தான் சற்றுப் பாருங்களேன்" என்று மீண்டும் சிபார்சு செய்தார் கந்தசாமிப் பிள்ளை.

"சரி, பார்க்கிறது; பார்க்கிறதுக்கு என்ன ஆட்சேபம்?" என்று சொல்லிக்கொண்டு சாய்வு நாற்காலியில் சாய்ந்தார். "சரி, நடக்கட்டும்!" என்று சொல்லிக்கொண்டு இமைகளை மூடினார்.

"எங்கே இடம் விசாலமாக இருக்கும்?" என்று தேவி எழுந்து நின்று சுற்றுமுற்றும் பார்த்தாள்.

எப்போதும் முடிவிலே இன்பம்

"அந்த நடு ஹாலுக்குள்ளேயே போவோமே" என்றார் கடவுள்.

"சரி" என்று உள்ளே போய்க் கதவைச் சார்த்திக்கொண்டார்கள்.

சில விநாடிகளுக்கெல்லாம் உள்ளிருந்து கணீரென்று கம்பீரமான குரலில் இசை எழுந்தது.

மயான ருத்திரனாம் – இவன்

மயான ருத்திரனாம்!

கதவுகள் திறந்தன.

கடவுள் புலித்தோலுடையும் திரிசூலமும் பாம்பும் கங்கையும் சடையும் பின்னிப் புரள, கண்மூடிச் சிலையாக நின்றிருந்தார்.

மறுபடியும் இசை. மின்னலைச் சிக்கலெடுத்து உதறியது போல, ஒரு வெட்டு வெட்டித் திரும்புகையில் கடவுள் கையில் சூலம் மின்னிக் குதித்தது; கண்களில் வெறியும், உதட்டில் சிரிப்பும் புரண்டோட, காலைத் தூக்கினார்.

கந்தசாமிப் பிள்ளைக்கு நெஞ்சில் உதைப்பு எடுத்துக் கொண்டது. கடவுள் கொடுத்த வாக்கை மறந்துவிட்டார் என்று நினைத்துப் பதறி எழுந்தார்.

"ஓய் கூத்தனாரே, உம் கூத்தைக் கொஞ்சம் நிறுத்தும்."

"சட்! வெறும் தெருக்கூத்தாக இருக்கு; என்னங்காணும், போர்னியோ காட்டுமிராண்டி மாதிரி வேஷம் போட்டுக் கொண்டு" என்று அதட்டினார் திவான் பகதூர்.

ஆடிய பாதத்தை அப்படியே நிறுத்தி, சூலத்தில் சாய்ந்தபடி பார்த்துக்கொண்டே நின்றார் கடவுள்.

"ஓய்! கலைன்னா என்னன்னு தெரியுமாங்காணும்? புலித்தோலைத்தான் கட்டிக்கொண்டீரே. பாம்புன்னா பாம்பையா புடிச்சுக்கொண்டு வருவா? பாம்பு மாதிரி ஆபரணம் போட்டுக்கொள்ள வேணும்; புலித்தோல் மாதிரி பட்டுக் கட்டிக்கொள்ள வேணும்; கலைக்கு முதல் அம்சம் கண்ணுக்கு அழகுங்காணும்! வாஸ்தவமாகப் பார்வதி பரமேசுவராளே இப்படி ஆடினாலும் இது நாட்டிய சாஸ்திரத்துக்கு ஒத்துவராது. அதிலே இப்படிச் சொல்லலே. முதல்லே அந்தப் பாம்புகளையெல்லாம் பத்திரமாகப் புடிச்சுக் கூடையிலே போட்டு வச்சுப்புட்டு வேஷத்தைக் கலையும். இது சிறுசுகள் நடமாடற எடம், ஜாக்கிரதை!" என்றார் திவான் பகதூர்.

ஸ்ரீ கந்தசாமிப் பிள்ளையையும் அவர் லேசில் விட்டுவிடவில்லை. "கந்தசாமிப் பிள்ளைவாள், நீர் ஏதோ மருந்து கொடுத்துக் கொண்டிருக்கிறீர் என்பதற்காக இந்தக் கூத்துப் பார்க்க முடியாது; கச்சேரியும் வைக்க முடியாது; அப்புறம் நாலு பேரோடே தெருவிலே நான் நடமாட வாண்டாம்?"

கால் மணி நேரங் கழித்துச் சித்த வைத்திய தீபிகை ஆபீசில் இரண்டு பேர் உட்கார்ந்துகொண்டிருந்தார்கள், தேவியைத் தவிர. குழந்தை பாயில் படுத்துத் தூங்கிக்கொண்டிருந்தது.

இரண்டு பேரும் மௌனமாக இருந்தார்கள். "தெரிந்த தொழிலைக்கொண்டு லோகத்தில் பிழைக்க முடியாது போல இருக்கே!" என்றார் கடவுள்.

"நான் சொன்னது உங்களுக்குப் பிடிக்கவில்லை; உங்களுக்குப் பிடித்தது லோகத்துக்குப் பிடிக்கவில்லை; வேணும் என்றால் தேவாரப் பாடசாலை நடத்திப் பார்க்கிறதுதானே!"

கடவுள், 'ச்சு' என்று நாக்கைச் சூள் கொட்டினார்.

"அதுக்குள்ளேயே பூலோகம் புளிச்சுப் போச்சோ!"

"உம்மைப் பார்த்தால் உலகத்தைப் பார்த்ததுபோல்" என்றார் கடவுள்.

"உங்களைப் பார்த்தாலோ?" என்று சிரித்தார் கந்தசாமிப் பிள்ளை.

"உங்களிடமெல்லாம் எட்டி நின்று வரம் கொடுக்கலாம்; உடன் இருந்து வாழ முடியாது" என்றார் கடவுள்.

"உங்கள் வர்க்கமே அதற்குத்தான் லாயக்கு" என்றார் கந்தசாமிப் பிள்ளை.

அவருக்குப் பதில் சொல்ல அங்கே யாரும் இல்லை.

மேஜையின் மேல் ஜீவிய சந்தா ரூபாய் இருபத்தைந்து நோட்டாகக் கிடந்தது.

"கைலாசபுரம் பழைய பரமசிவம் பிள்ளை, ஜீவிய சந்தா வரவு ரூபாய் இருபத்தைந்து" என்று கணக்கில் பதிந்தார் கந்தசாமிப் பிள்ளை.

"தாத்தா ஊருக்குப் போயாச்சா, அப்பா?" என்று கேட்டுக் கொண்டே எழுந்து உட்கார்ந்தது குழந்தை.

கலைமகள், அக்டோபர்; நவம்பர் 1943

எப்போதும் முடிவிலே இன்பம்

அது மிகவும் ஆசாரமான முயல். நாலு வேதம், ஆறு சாஸ்திரம் மற்றும் தர்க்கம் வியாகரணம் எல்லாம் படித்திருந்தது. திரிகரண சுத்தியாகத் தெய்வத்தின்மீது பாரத்தைப்போட்டு, வாழ்வின் சுகங்கள் எல்லாம் ஒன்று பாக்கிவிடாமல் அனுபவித்து வந்தது.

அந்த முயல் எலியட்ஸ் ரோடில் உள்ள ஒரு கலெக்டர் பங்களாவில் வசித்து வந்தது. வெகு காலமாகத் தான் வசிக்கும் இடம் ஒரு கலெக்டரின் பங்களா என்பது அதற்குத் தெரியாது. அதைத் தெரிந்துகொண்ட பிற்பாடு அதற்குப் பெருமை சொல்லி முடியாது. வனராஜனான சாக்ஷாத் மிருகேந்திரனே போல அதன் நடையில் மிடுக்கு ஏற்பட்டது. உலகத்தில் தன்னை ஏறெடுத்துப் பார்க்க யாருக்கும் அருகதை இல்லை என நினைக்கவும் ஆரம்பித்துவிட்டது அந்த முயல்.

தான் வசிப்பது கலெக்டர் வீடு என்பதை அது அறிந்துகொண்ட வரலாற்றை ஒரு ரசமான இதிகாசம் என்று சொல்ல வேண்டும். கலெக்டர் யுகத்தில் இதிகாச கர்த்தர்களுக்கு இடம் இல்லாமல் போனது இதிகாச கர்த்தர்களின் துரதிருஷ்டமே தவிர முயலின் துரதிருஷ்டம் என்று அதன்மேல் பழி சாற்ற முடியாது. ஏனென்றால் ஜோதிஷர்கள் சொல்லக்கூடிய மிக மிகச் சிறந்த நக்ஷத் திரத்தில், அதற்கு மேலான சிறந்த லக்கினத்தில் பிறந்த முயல் அது. அதன் ஜன்ம லக்கினத்தைப் பற்றியோ, அதன் அதிருஷ்டத்தைப் பற்றியோ சந்தேகப்படும் மனப் பாங்கு படைத்தவர்கள் ஜோதிஷ சாஸ்திரத்தையே அறியாதவர்கள் என்றுதான் சொல்ல வேண்டும்.

நாலு வேதமும் ஆறு சாஸ்திரமும் படித்திருந்தால்தான் என்ன? முயல் முயல்தானே? அதன் குணம் போய்விடுமா? சமண சந்நியாசிகள் பாறைகளில் குடைந்த நிலவறைகள் மாதிரி தோட்டம் முழுவதிலும் குடைந்து வளை போட்டு விட்டது. முன் 'கேட்' அருகில் உள்ள ரோஜாப் புதரின் பக்கத்தில் உள்ள வளையில் குதித்து மறைந்தது என்றால், புழைக்கடையில் சுற்றிச் சுவர் ஓரத்தில் உள்ள கறிவேப்பிலைச் செடிக்கு அருகில் உள்ள குண்டுக்கல்லுக்குக் கீழிருந்து அது வெளியே வரும். இது தவிர அதன் நிலவறைகள் தரையில் திக்குக்கு ஒரு மாதிரியாகச் சென்று மழைக் காலத்தில் மனிதர் காலடித் தடம் பட்டதும் பொதுக்கென்று உள்வாங்கிவிடும். மாலை நேரத்தில் கலெக்டர் துரை பங்களாவின் சுற்றுப்புறத்தில் உலாவுவார். ஒரு தடவை அவருடைய காலும் சொதக் என்று உள்வாங்கிக் கணுக்கால் சுளுக்கிக்கொள்ள, மாலியைக் கூப்பிட்டுத் திட்டினார். முயலை விரட்டு என்று உத்தரவு போட்டுவிட்டார். காங்கிரஸ்காரர்கள் என்றால் தண்டோராப் போட்டோ வெளி யேற்ற உத்தரவு பிறப்பித்தோ துரத்திவிடலாம். கலெக்டரின் உத்தரவு அமலுக்கு வருவதற்குச் சிறிது காலம் பிடித்தது. மாலி மிகவும் கிழவன். சமயங்களில் தூரத்தில் முயல் மாதிரி எதுவும் தென்படுமாகில் எக்ஸ் – பி என்ஜின் புறப்படுகிற மாதிரி "சூ"வென்று சத்தம் போட்டுக்கொண்டு ஓடி வருவான். காகதாலீய நியாயத்தை நிர்த்தாரணம் செய்வது போல முயல் தன் வாலை ஆட்டிவிட்டு, அருகில் உள்ள வளைக்குள் சரேலென்று அந்தர்த்தானம் ஆகிவிடும்.

ஓடி ஓடிச் சலித்துப்போன கிழட்டு மாலிக்கு ஒரு யுக்தி தோன்றியது. ஒரு கறுப்பு நாயை இந்த உத்தியோகத்துக்கு அமர்த்தினான். நிலாக்காலங்களில் தவிர மற்ற நாட்களில் இருட்டுடன் இருட்டாக உலாவலாமாகையால் அதற்கு அந்த உத்தியோகம் ஏற்றது என்று நினைத்தான். அதற்குத் தினசரி கால் வீசை மாமிசமும், இரண்டு எலும்புத் துண்டுகளும், சில சமயங்களில் கலெக்டர் போட்ட மிச்சத் தீனி என்ற போனஸும் உண்டு. முதலில் பறை நாய்க்கு இந்த உத்தி யோகம் மிகவும் சௌகரியமாக இருந்தது. பகல் முழுவதுமாக ஒரு மரத்தடியிலோ சுவர் ஓரத்திலோ பொழுதைக் கழிப்பது, ராத்திரி வேளைகளில் ரோந்து சுற்றி வருவது: இம்மாதிரி ஏற்பாடு அதற்குப் பரமபதமாக இருந்தது.

இந்தக் கறுப்புக் குட்டி பறை நாய்; அதிலும் பட்டணத்துப் பறை நாய். அதற்கு முயல் என்றால் எப்படி இருக்கும் என்று கூடத் தெரியாது. மேலும் அது எழுத்தாளர் அல்ல; சொந்த

மனசினாலோ, இரவல் விவகாரத்தினாலோ கற்பனை பண்ணிக் கொள்வதற்கு அதற்குச் சக்தி இல்லை.

மூன்று நான்கு நாட்கள் உத்தியோகம் பார்த்தும் முயலைப் பார்க்காததற்கு முக்கியமான காரணமும் ஒன்று உண்டு. அந்த நாய்க்கு வாக்கிலே சனி. தூரத்தில் எதுவும் கறுப்பாகத் தெரிந்தால் 'வள்' என்று குரைக்கும். சற்று நேரம் அந்தத் திசையையே பார்த்துக்கொண்டு நின்றுவிட்டுப் பிறகு பாய்ந்து ஓடும். கறுப்பு நாயின் இந்த ஏற்பாடு முயலுக்குச் சௌகரியமாக இருந்தது. அபாயச் சங்கின் சப்தம் கேட்டதும், டபக் என்று நிலவறைகளுக்குள் புகுந்துகொள்ள வேண்டும் என்ற உத்தரவைப் படித்துத் தெளிந்ததுபோல அது வளைக்குள் சென்று ஒளிந்து கொள்ளும். இந்தப் புதிய குரல் எங்கிருந்து வருகிறது, எதனுடைய குரல் என்பதெல்லாம் அதற்குத் தெரியாது. உயிர்ப் பிண்டங்கள் எல்லாவற்றிற்குமே ஊறிப்போயுள்ள ஒரு குணம், அதைக் குலை நடுக்கமெடுத்து அவ்வாறு ஓடும்படி தூண்டியது.

முயல் தர்க்க சாஸ்திரம் படித்த பிராணியாகையினாலே, இம்மாதிரி இரண்டு மூன்று தடவை ஓடின பிற்பாடு, இம் மாதிரி ஓடி ஒளிவது அதற்குப் பிடிக்கவில்லை. வளைக்குள் பதைக்கப் பதைக்க ஓடி, இண்டில் உட்கார்ந்துகொண்டு ஆசுஊசென்று வரும் இரைப்பும் சுவாசமும் நிதானப்பட்டு, படக்குப்படக்கு என்று அடித்துக்கொள்ளும் நெஞ்சு ஒருவித மாகச் சுமாரானவுடன், கீழ்க்கண்டவாறு யோசனை செய்யும்: 'கயிற்றரவு என்று சொல்லுவார்களே, ஒருவித மயக்க நிலை, அதைப் பற்றி படித்தவனாகிய நானா இப்படி ஓடி வருவது? எதற்கும் அந்தச் சத்தம் என்ன என்று பார்த்தே தீர வேண்டும். இல்லாவிட்டால் நான் படித்துப் பாழாய்ப்போய் என்ன பலன்?' என்று நினைத்தபின் மெதுவாக ஊர்ந்து வந்து வந்து வளைக்கு வெளியே கண்களை மட்டும் வைத்துக் கவனித்துக் கொண்டிருந்தது.

குரைத்த பிற்பாடு கூர்ந்து கவனித்துவிட்டுக் கறுப்பு நாய் பாய்ந்து ஓடி வருவதற்கும், முயல் தீர்க்காலோசனை செய்து விட்டுத் திரும்பி எட்டிப் பார்ப்பதற்கும் சமயம் ஒத்திருந்த தனால், தர்க்க சாஸ்திர பண்டிதர் கண்ணில் ஏதோ பிரம்மாண்ட மான ஒன்று நாலு கால் பாய்ச்சலில் ஓடுவது தென்பட்டது. ராமநாமத்தைச் சொல்லி மனசைத் திடப்படுத்திக்கொண்டு, குரலையும் திடப்படுத்திக்கொண்டு, "அது யார்?" என்று இலக்கணப் பிழை இல்லாமல் கேட்டது முயல்.

"அதாரது?" என்று கொச்சையாகத் தனது உத்தியோகக் கடமைக் காலம் வீணாகிறதே என்ற எரிச்சலுடன் பறை நாய் திருப்பிக் கேட்டது.

நாயின் கொச்சைக் குரலைக் கேட்டுப் பயம் தெளிந்த முயல், மீண்டும் அதிகாரத்துடன், "அது யார் அது?" என்று அழுத்தம் திருத்தமாகக் கேட்டது.

"நானா, நான்தான் கலெக்டர் பங்களாவின் காவல் உத்தியோகஸ்தர்: முயல் என்று ஒன்று இருக்கிறதாம்; அதை வேட்டையாடி வெளியே துரத்துவதற்கு நியமிக்கப்பட்ட ஸ்பெஷல் உத்தியோகஸ்தர் நான்" என்றது கறுப்பு நாய்.

"அப்படியா, முயலைத் துரத்துவதற்காக நியமிக்கப்பட்ட வரா? ஏதோ இருட்டில் நன்றாகத் தெரியவில்லை. இப்படிக் கொஞ்சம் வாரும், பார்ப்போம்" என்றது முயல்.

சுற்றுமுற்றும் பார்த்து எதுவும் தென்படாமல், "எங்கே இருக்கிறீர்? நீர் யார்?" என்று கொஞ்சம் மரியாதையாகக் கேட்டது ஸ்பெஷல் ரோந்து உத்தியோகஸ்தர்.

"இதோ இப்படி இந்த வளையண்டை வாரும். நான்தான் முயல். நீர் விரட்டுவதற்காக இங்கே வெகு காலமாக இருந்து வருகிறவன். எனக்கு நாலு வேதம், ஆறு சாஸ்திரம், தர்க்கம், வியாகரணம் எல்லாம் தளபாடம்" என்றது முயல், வளைக்குள் இருந்துகொண்டே.

"ஐயா முயலாரே, முயலாரே. கொஞ்சம் வெளியே வாரும்: எனக்காகச் சற்று வெளியே வாரும்; உமக்குக் கோடிப் புண்ணியம் உண்டு. எனக்கு உத்தியோகம் போய்விடக் கூடாது; தயவுசெய்து வெளியே வாரும்" என்று கூத்தாடியது; கெஞ்சியது. முயலின் குரலைத்தான் கேட்டிருந்ததே ஒழிய அது எப்படி இருக்கும் என்று கறுப்பு நாய்க்குத் தெரியாது.

"நான் வெளியில் வருவது இருக்கட்டும். உமக்குத் தர்க்க சாஸ்திரம் தெரியுமா? அதைக் கற்றுக்கொள்ளாமல் என்னிடம் வாதம் பண்ண வருகிறீரே?" என்றது முயல்.

"எனக்குத் தர்க்கமும் தெரியாது; படிப்பும் கிடையாது. நான் பறை நாய். உமக்குக் கோடிப் புண்ணியம் உண்டு. நீர் இந்தப் பங்களாவை விட்டு வெளியே போய்விடும்; இல்லா விட்டால் எனக்கு வேலை போய்விடும்" என்று அழுதது கறுப்பு நாய்.

"உம்முடைய நிலையைப் பார்த்தால் பரிதாபமாகத்தான் இருக்கிறது. நான் இந்தப் பங்களாவைவிட்டுப் போய்விடுவது என்றால் அதனால் உமக்குத்தானே நஷ்டம் என்று எனக்குக் கஷ்டமாக இருக்கிறது" என்றது முயல்.

"அது எப்படி?" என்றது கறுப்பு நாய்.

"நான் போகாவிட்டால் உமக்கு வேலை போய்விடும் என்று நீர் பயப்படுகிறீர்; நான் போய்விட்டால் பிறகு உமக்கு இங்கே வேலை ஏது? யாராவது ஒருவரைச் சும்மா வைத்துச் சம்பளம் கொடுத்துக்கொண்டிருப்பார்களா? நான் போய்விட்டாலும் உமக்கு வேலை போவது நிச்சயந்தானே?" என்றது முயல்.

கறுப்பு நாய் இவ்வளவு தூரம் எட்டி யோசிக்கத் திராணி இல்லாததனால், மருண்டு ஓவென்று பிலாக்கணம் வைக்க ஆரம்பித்துவிட்டது. அதற்கு என்ன செய்வதென்று புரியவில்லை.

"ஓய், என் வீட்டுவாசலில் உட்கார்ந்துகொண்டு பிலாக் கணம் வைக்காதேயும். உமக்கு வேலை போகக் கூடாது; அவ்வளவுதானே உம்முடைய கவலை? நான் சொல்லுகிறபடி சத்தியம் செய்து கொடுப்பீரா?" என்று கேட்டது முயல்.

"ஆகட்டும், ஆகட்டும்" என்றது நாய்.

"அதிருக்கட்டும், நீர் சுத்த சைவந்தானே?" என்று கேட்டது முயல்.

"அப்படி என்றால்?"

"நீர் மாமிசம், எலும்பு, அணில்... பிறகு... நான்... முதலிய மிருக ராசிகளைச் சாப்பிடுகிறவரா?"

"ஆமாம்; ஆமாம். சாப்பிடுகிறவன்... சுத்த சைவம்?" என்றது நாய். மத்தியான்னம் கிடைத்த கறித்துண்டு ஞாபகத்துக்கு வரவே நாக்கைச் சப்புக்கொட்டிக்கொண்டது.

"அப்படிச் சாப்பிடாதவர்கள்தாம் சைவம். உமக்கும் நமக்கும் எப்படி ஒத்து வரும்?" என்றது முயல். "உமக்கு அந்தப் பழக்கத்தை விட்டுவிட முடியுமா?" என்று கேட்டது மீண்டும்.

"எப்படி முடியும்? ஒரு இறாத் துண்டோ எலும்புத் துண்டோ இல்லாது போனால் என் உடம்புக்கு ஒத்து வராதே!" என்றது நாய்.

"கீரை, கிழங்கு தினுசுகளைச் சாப்பிட்டுப் பாருமே. உடம்புக்கும் நல்லது; நான் உம்மிடம் தயக்கமில்லாமல் நெருங்கியும் பழக முடியும்" என்றது முயல்.

"நான் செத்துப் போவேனே!" என்று ஏங்கியது கறுப்பு நாய்.

“அப்படியானால் உமக்கும் நமக்கும் ஒத்து வராது; எனக்குத் தூக்கம் வருகிறது” என்று சொல்லிவிட்டு வளைக்குள் சென்று விட்டது வேதம் படித்த முயல்.

கறுப்பு நாய்க்கு மிகவும் வருத்தம். இவ்வளவு கெட்டிக்கார, தர்க்கம் படித்த முயலைப் பார்க்க முடியாமல் போயிற்றே என்று வேதனை.

எப்படியானாலும் மீண்டும் ஒரு தடவை அதைப் பார்க்கப் பிரயாசைப்படுவது, இல்லாவிட்டால் தெய்வம் விட்டவழி என்று நினைத்துக்கொண்டு தான் வழக்கமாகப் போய்ப் படுத்துக்கொள்ளும் கறிவேப்பிலைப் புதரடிக்குச் சென்றுவிட்டது.

2

மறுநாள் அதிகாலையில் எழுந்து, முயல் காயத்திரி ஜபித்துக் கொண்டிருந்தது. சூரிய கிரணங்கள் மூடிய இமை வழியாக அதன் கண்ணுக்குள் இந்திரஜாலங்களைக் காட்டிக்கொண் டிருந்தன. கீரைப் பச்சையும் டொமாட்டோச் சிவப்பும் அடிக்கடி தோன்றி, கலெக்டர் பங்களாக் காய்கறி தோட்டத்துக்கு அதன் மனசை இழுத்துச் சென்றன.

நேற்றுப் பார்த்த இடத்தில் முயல் அகப்படுமா, அதை மறுபடியும் பார்க்க முடியுமா என்று கவலைப்பட்டுக்கொண்டு கறுப்பு நாய் அந்தப் பக்கமாக மோப்பம் பிடித்துக்கொண்டு வந்தது.

எதிரே காயத்திரி பண்ணிக்கொண்டிருக்கும் ஜந்துதான் நேற்று ராத்திரி பேசிய முயல் என்று அதற்குத் தெரியாது.

நாயைக் கண்டவுடனேயே, ஜபதபங்களைச் சீக்கிரமாக முடித்துக்கொண்டு, “நாயாரே, சௌக்கியந்தானா?” என்று கேட்டது முயல்.

சத்தம் வந்த திக்கைத் திரும்பிப் பார்த்து நாய் திடுக்கிட்டுப் போயிற்று. இத்தனை சின்னச் சாதியா நேற்று ராத்திரி அத்தனை பெரிய பேச்சுப் பேசியது என்று அதிசயப்பட்டுக்கொண்டு அதனிடம் நெருங்கியது.

“காலையில் ஆகாரம் பண்ணியாச்சா?” என்று கேட்டுக் கொண்டே வளைக்குள் சென்று உட்கார்ந்துகொண்டது முயல்.

“எனக்கு இத்தனை காலையிலேயே கொடுப்பதற்கு யார் இருக்கிறார்கள்? இன்னும் கலெக்டரே சாப்பிட்டாகலியே” என்றது நாய்.

"நீர் வருகிற வேகத்தைப் பார்த்ததும் அப்படித்தான் நினைத்தேன்" என்றது முயல்.

"நேற்று ராத்திரி என் வேலைக்கு ஆபத்து வராமல் ஒரு வழி பண்ணித் தருவதாகச் சொன்னீரே, அதைப் பற்றி விசாரித்துக்கொண்டு போகலாம் என்று வந்தேன்" என்றது நாய்.

"உமக்கும் நமக்கும் ஒத்துவராதே; நான் எப்படி வழி சொல்லுகிறது? நீரோ மாம்ச பட்சணி; நானோ சாத்வீக உணவுக்காரன். எண்ணெய்க்கும் தண்ணீருக்கும் சரிப்பட்டு வருமா? உறவு என்றால் தண்ணீரில் பால் கலப்பது மாதிரி இருக்க வேண்டும் என்பது ஆன்றோர் வாக்கு" என்றது முயல்.

"நீர் எனது வேலையைக் காப்பாற்றிக்கொடுக்கிறதானால் என்ன செய்ய வேண்டுமானாலும் செய்கிறேன். இதோ இப்போதே சத்தியம் பண்ணித் தரட்டுமா?" என்று ஆவலுடன் கேட்டது நாய்.

"நீர் உம்முடைய மாம்ச உணவை விட்டுவிடுவீரா?" என்று கேட்டது முயல்.

"அதுதான் என்னால் முடியாது என்று அப்போதே சொன்னேனே; நான் செத்துப்போன பிற்பாடு எனக்கு வேலை இருந்து என்ன, போய் என்ன? கலெக்டர்கூட என்னைப் போலத்தானே சாப்பிடுகிறார்?" என்றது நாய்.

"நீரோ மாமிசத்தை விட முடியாது என்கிறீர்; என்னைத் தின்னமாட்டேன் என்றாவது சத்தியம் செய்து கொடுப்பீரா?" என்று கேட்டது முயல்.

"இந்த லோகத்திலே யாராவது குருவைத் தின்பார்களா? உமக்கு ஏன் இந்தச் சந்தேகம்?" என்றது நாய்.

"லோகத்திலேதான் சில பேர், தம் வயிற்றுக்குள்ளே குரு போய்விட்டால், தாமே குருவாகிவிட்டதாக நினைத்துக் கொள்ளுகிறார்கள். அது உமக்குத் தெரியாது போல இருக்கிறது" என்று சொல்லியது முயல்.

"உமக்கு அந்தச் சந்தேகம் வேண்டாம். நான் உம்மைத் தின்பதே இல்லை என்று சத்தியமாக, ஆணையாகச் சொல்லு கிறேன். இன்னும் வேறு என்ன வேண்டும்?" என்றது நாய்.

"நான் சொல்லுகிறபடியெல்லாம் கேட்க வேண்டும்; நான் சொல்லுகிற வேலை எல்லாம் செய்ய வேண்டும்" என்றது முயல்.

"ஆகட்டும்" என்றது நாய்.

"அப்படியானால் பக்கத்துத் தோட்டத்தில் முயலினி என்று ஒரு யுவதி இருக்கிறாள். அவளிடம் போய் அவளுடைய கோத்திரம் என்ன என்று கேட்டுக்கொண்டு வாரும்?" என்றது முயல்.

"எனக்குத் தந்திரம்..?" என்றது நாய்.

"நீர் போய் விசாரித்துக்கொண்டு வாரும். அதற்குள் ஒரு நல்ல யுக்தியாக யோசித்து வைக்கிறேன்" என்றது முயல்.

நாய் அகன்றதும், காய்கறித் தோட்டத்துக்குள் புகுந்து இரண்டு இணுக்குக் கீரையும் நல்ல டொமாட்டோப் பழமாக இரண்டும் சாப்பிட்டு ஏப்பமிட்டுக்கொண்டு, கீரைப் பாத்திக்கு அருகில் இருந்த வளை வழியாக ஓடி மறைந்தது முயல்.

பக்கத்துப் பங்களா ஒரு ஜமீன்தாருடையது. பறை நாயை உள்ளே வரும்படி விடுவார்களா? நாலைந்து வேலைக்காரப் பையன்களும் ஒரு கோம்பை நாயுமாகச் சேர்ந்து விரட்ட, வாலைக் காலிடையில் பதுக்கிக்கொண்டு அழுதுகொண்டே ஓடி வந்துவிட்டது கறுப்பு நாய்.

முயல் சொல்லி அனுப்பின காரியத்தைக் கேட்டு வருவதற்குக்கூட முடியவில்லையே, அதன் முகத்தில் எப்படி விழிப்பது என்று குன்றிப்போய், பங்களாவுக்குள் நுழைந்த சமயத்தில் பட்டப் பகலாகிவிட்டது. சாப்பாட்டுக்காக, தோட்டக் காரன் குடிசைப் பக்கமாகப் போயிற்று. சாப்பிடும் தட்டை மோந்து பார்த்தது. வெறும் தட்டுதான் கிடந்தது. தனக்கு வேலைதான் போய்விட்டதோ என்று பதறியது. அதற்குப் போட்டிருந்த தீனியை நரி ஒன்று தின்று நடந்துவிட்டது அதற்கு எப்படித் தெரியும்?

3

அன்று இரவு நல்ல நிலா. சற்றுச் சுகமாக உலாவி வருவோமே என்று நினைத்து வேத வித்தான முயல் வெளியே புறப்பட்டது. மனசுக்கு இன்பமாக இருக்கவும் சாந்தம் ஏற்படவும் சாமகானம் பாடிக்கொண்டு எங்கெங்கோ நடந்தது. சிறிது நேரம் கழித்து எவ்வளவு தூரம் நடந்துவிட்டோம் என்று சுற்றுமுற்றும் பார்க்க, தூரத்தில் முயலினி ஓர் இலையைக் கறித்துக்கொண்டிருப்பதைப் பார்த்து 'என்ன லாவண்யம்! என்ன அழகு!' என்று அப்படியே சொக்கிப் போய் நின்றது. பிறகு குண்டுகுண்டென்று ஓடி அதனிடம் நெருங்கி, "முயலினி, உன் கோத்திரம் என்ன?" என்று கேட்டது.

எப்போதும் முடிவிலே இன்பம்

"உங்கள் கோத்திரந்தான்" என்று சொல்லிவிட்டு வேறு ஓர் இலைக்குப் போயிற்று முயலினி.

"இத்தனை பிரயாசைப்பட்டும் என் ஆசை எல்லாம் பாழாய்ப் போயிற்றே!" என்று பெருமூச்சுவிட்டது முயல்.

"இல்லை, விளையாட்டுக்குச் சொன்னேன்: உங்கள் கோத்திரம் இல்லை" என்று கண்ணை ஒரு வீசுவீசிவிட்டு வேறு ஒரு தளிரை மென்றது முயலினி.

"என் கோத்திரம் உனக்கு எப்படித் தெரியும்?" என்று கேட்டது முயல்.

"காதலுக்குக் கண் இல்லை என்று எங்கே படித்தீர்கள்?" என்று புன்சிரிப்புச் சிரித்தது முயலினி.

"இன்னிக்கு ஒரு ஆளை உன்னிடம் அனுப்பினேனே, வந்து விசாரித்தானா?" என்று கேட்டது முயல்.

"ஓ, அதுவா! பகல்லே யாரோ என் அந்தப்புரத்தில் நுழைந்தார் என்று ஜமீன்தார் வீட்டு வேலைக்காரர்களும் கோம்பையும் போய் விரட்டினார்கள்" என்றது முயலினி.

"நம்முடைய பங்களாவுக்கு வாயேன்" என்றது முயல்.

"என்ன, நாள் நக்ஷத்திரம் பார்க்காமலா? வேதசாஸ்திரம் படித்த தாங்களா இப்படிச் சொல்லுவது?" என்றது முயலினி.

4

சேதி கேட்டு வருவதாகப் போன நாய் திரும்பியே வரவில்லையே என்று கவலைப்பட்டுக் கொண்டிருந்தது முயல். காலையில் அனுஷ்டானாதிகள் நடத்தும்பொழுது மனசு அதற்குக் காயத்திரியில் லயிக்கவே இல்லை. கறுப்பு நாய்க்கு என்ன துன்பமோ, வேலைதான் ஒருவேளை போய்விட்டதோ என்று மனசை வாட்டிக்கொண்டது முயல்.

பகல் சுமார் பத்து மணிப் போதுக்கு முயலினி இரண்டு டொமாடோப் பழத்தையும் ஓர் இணுக்கு முள்ளு முருங்கை இலையையும் ஸ்திரீதனமாக எடுத்துக்கொண்டு வந்து சேர்ந்தது.

முயலினியைக் கண்டதும் தன் வேதனையை மறந்து உல்லாசமாகப் பொழுதைக் கழித்துக்கொண்டிருக்கும்போது, வளைக்கு வெளியே இரைச்சலும் சந்தடியுமாகக் கேட்க, முயல் வாசலருகில் வந்து, "அங்கே யார் அது, கூச்சல் போடுகிறது? இது கல்யாண வீடு என்று தெரியவில்லையா?" என்று உள்ளிருந்தபடி அதட்டியது.

"ஐயா முயலாரே, நான்தான் கறுப்பு நாய். ஒரு வழக்கு. தீர்த்து வைக்க வேண்டும்" என்றது.

"போதும். இதுதான் பிழைப்பாகப் போச்சு; நேற்றுப் போனவன் ஒரேயடியாக எங்கே தொலைந்து போனாய்? என்ன, வேலையைப் போக்கடித்துக்கொண்டாயா?" என்றது முயல்.

"அங்கே போய்ப் பட்டபாட்டைச் சொல்லுவதென்றால் நான்கு நாட்கள்கூடப் போதா. இந்த வழக்கை மட்டும் தீர்த்து வைத்துவிடும்" என்று கெஞ்சியது நாய்.

"என்ன சண்டையாம்! பிரதிவாதி யார்?" என்று கேட்டது முயல்.

"நான்தான் நரி" என்றது நரி.

"நரியா? இந்த வட்டாரத்திலே ஏது நரி? நமக்கு இப்பொழுது சமயம் இல்லை" என்றது முயல்.

"ஐயா, முயலாரே, முயலாரே" என்று வாலை ஆட்டிக் கொண்டு கெஞ்ச ஆரம்பித்துவிட்டது நாய்.

"போடா போ, உனக்குப் புத்தி கித்தி இல்லை! காரியமா அனுப்பினால் திரும்பியே தலைகாட்டுகிறதில்லை. வழக்குக் கொண்டு வந்தூட்டான் வழக்கு. எனக்குக் கல்யாணமாகி இன்னும் அரைமணிப் பொழுது கழியவில்லை. அதற்குள் இந்த நரியோடே ஏண்டா சண்டை போட்டுக்கொண்டாய்?" என்று அதட்டியது முயல்.

"ஓய் முயலாரே, உம்முடைய உயிருக்காகப் பயப்பட வேண்டாம். இன்னும் சுமார் ஒரு மண்டலத்துக்கு முயல் கறி சாப்பிடக் கூடாது என்று எங்கள் ஜாதி வைத்தியர் எனக்குக் கட்டளை இட்டிருக்கிறார். இப்பொழுது சும்மா தாராளமாக வெளியே வந்து பாருமே" என்றது நரி.

"சம்சாரம் வீட்டில்தானோ?" என்று வளைக்குள் குனிந்து பார்க்க முயன்றது நரி.

"ஓய், நீர் தூரத்திலேயே நின்று பேசும்; எனக்கு நன்றாகக் காது கேட்கிறது" என்று கீச்சிட்டது முயல்.

"அப்படியா! வழக்கு ஒன்றும் பிரமாதம் அல்ல. தினசரி அவருக்குத் தட்டில் வைக்கிற சாப்பாட்டை நான் இரண்டு நாட்களாகத் தின்றுவிடுகிறேன். அதுதான், பத்தியம் என்று சொன்னது உமக்கு ஞாபகம் இருக்கிறதா? அதைக் கண்டு

பயந்து, தம் வேலைக்கு ஆபத்தோ என்று கவலைப்படுகிறது நாய். எப்படி இருந்தாலும் ஜாதிக்குணம் போகுமா? மேலும் என்னைப் போல அர்த்தசாஸ்திரம், தண்டநீதி எல்லாம் அது படித்திருக்கிறதா? சுத்தப் பட்டிக்காடு" என்றது நரி.

"உமக்கு அர்த்தசாஸ்திரத்தில் நல்ல பரிசயமோ?" என்றது முயல்.

"என்ன அப்படிக் கேட்டுவிட்டீர்? கரதலப் பாடம்" என்றது நரி.

"ரொம்ப நாளாக எனக்கும் அது படிக்க வேண்டும் என்று ஆசை" என்றது முயல்.

"அப்பியசித்தால் போகிறது. நாளையிலிருந்தே பாடம் கேட்க வருகிறீரா?" என்றது நரி.

"வருகிற தக்ஷிணாயனத்தின்போது பாடம் ஆரம்பிக்கலாம்; நீர் என்ன சொல்ல வந்தீர்?" என்றது முயல்.

"நாய் எதற்காகச் சம்பளத்துக்கு உழைக்க வேண்டும்? கௌரவமாகப் பிழைக்க வழியில்லையா? ஏன், கலெக்டரையே விரட்டிவிட்டால் போகிறது" என்றது நரி.

"கலெக்டரையா! விரட்டுகிறதா!" என்று பிரமித்துப் போயிற்று நாய்.

"கலெக்டரை விரட்டி, இந்தப் பங்களாவுக்கு உம்மையே ராஜாவாகப் பண்ணுகிறேன். ஆமை புகுந்த வீடும், அமீனா புகுந்த வீடும் உருப்படாது என்று ஜனங்கள் நினைக்கிறது உமக்குத் தெரியுமா? முயலைக் கேட்டுப் பாரும். ஆமாம் என்று சொல்லும். எனக்கு ஒரு சிநேகிதன் ஆமை இருக்கிறது. அதை அழைத்துக்கொண்டு விடியற்காலையிலே வருகிறேன். முயலாரே, நீர் பயப்படாமல் சும்மா வெளியே வந்து நடமாடும்" என்று சொல்லிவிட்டுப் புறப்பட்டது.

"நான் இப்பொழுதிருந்தே ராஜாவா?" என்று பல்லை இளித்துக்கொண்டு கேட்டது நாய்.

"ஆமாம் மகாராஜா; நாளை மாலை பங்களாவில் கிருகப் பிரவேசம்" என்று சிரித்துக்கொண்டு சென்றது நரி.

"வடிகட்டின அசடே, இந்தத் துரோகியை இங்கே ஏன் கூட்டிக்கொண்டு வந்தாய்?" என்று அதட்டியது முயல்.

"நான் மகாராஜாவாக்கும்! என்னை முன்போல வா போன்னு பேசப்படாது" என்றது நாய்.

"சீ, முட்டாள், வாயை மூடிக்கொண்டு சற்றுக் கேளு. நரிக்கு முன்னால்தான் நீ ராஜா. நரி இல்லாவிட்டால் நீ என் சேவகன். அதைத் தூரத்தில் பார்த்தாலும் எனக்கு எச்சரிக்கை கொடுக்க வேண்டும். நான் காயத்திரி பண்ணும் போது நீ என் பக்கத்தில் காவலுக்கு உட்கார்ந்திருக்க வேண்டும். முயலினி எங்காவது போனால் துணைக்கு நீயும் போக வேண்டும்" என்றது முயல்.

"அப்படியே ஆகட்டும், எஜமான்" என்றது நாய்.

"ஜாக்கிரதை. தந்திரத்தைத் தந்திரத்தால்தான் ஜயிக்க வேண்டும். அவன் கலெக்டரை ஒழிச்சதும் நாம் அவனை ஒழிக்க வேணும். ஜாக்கிரதை" என்றது முயல்.

"ஜாக்கிரதை" என்று சொல்லிவிட்டுப் பக்கத்திலேயே படுத்துக்கொண்டு தூங்கிப் போய்விட்டது நாய்.

"அர்த்தஜாமமாய்விட்டது; முயலினியும் தூங்கியிருப்பாள்; நாமும் தூங்க வேண்டியதுதான்" என்று கெட்டாவி விட்டது முயல்.

"தூங்கல்லெ" என்ற கீச்சுக் குரல் வளைக்குள்ளிருந்து கேட்டது.

5

அதிகாலையிலே எழுந்திருந்து முயல் சூரிய நமஸ்காரம் பண்ணிக்கொண்டிருந்தது. அந்தச் சமயத்திலே நரி குலை தெறிக்க ஓடிவந்தது. முயல் வெகுவேகமாக வளைக்குள் சென்று உட்கார்ந்துகொண்டு தலையை மட்டிலும் வாசல் பக்கம் வைத்துக்கொண்டது.

"என்ன, உமக்கு என்மேல் இன்னும் சந்தேகமா?" என்று கேட்டுவிட்டு "மகாராஜா" என்று நாயின் முன்னால் தண்டம் சமர்ப்பித்து நின்றது.

"எல்லாம் இருக்கிற இடத்தில் இருந்தால் சந்தேகம் என்ன? சண்டை என்ன?" என்றது முயல்.

"மகாராஜா, என் வாக்குப் பொய்யாகுமா? ஆமை என்று சொன்னவுடனேயே ஆட்கள் எல்லாம் ஓட்டம் பிடிக்கிறார்கள். வீட்டுவாசலில் வண்டி வந்து நிற்கிறது. காலையிலேயே போய் ஆமையை வரும்படி சொல்லிவிட்டு வந்தேன். அதற்குள் தங்களுக்கு வெற்றி" என்றது நரி.

"அப்படியா, எங்கே நான் பார்க்க வேண்டுமே" என்று சொல்லிக்கொண்டு ஓடியது நாய்.

"மகாராஜா, மகாராஜா, மந்திரி பரிவாரம் இல்லாமல் தாங்கள் தனியாக ஓடலாமா" என்று சொல்லிக்கொண்டே பின்தொடர்ந்தது நரி.

சுமார் ஒரு மணிநேரம் கழித்து வேர்க்க விறுவிறுக்கத் திரும்பி ஓடி வந்தது.

"என்ன அவசரம்? மகாராஜா எங்கே?" என்று கேட்டது முயல்.

"நாய்க்கு எப்பொழுதாவது ஜாதிப் புத்தி போகுமா? அதை மகாராஜா ஆக்கினதே பிசகு. தாங்களே மகாராஜா" என்று பல் இளித்தது நரி.

"என்ன ராஜத் துரோகம் பேசுகிறாய்? அர்த்த சாஸ்திரம் படித்த உனக்கு அடுக்குமா?" என்று கோபப்பட்டது முயல்.

"இனிமேல் தாங்களே எனக்கு மகாராஜா. எப்படியும் நாய், நாய்தான். ஓடிப்போய்த் தோட்டக்காரனிடம் வாலைக் குழைத்துக்கொண்டு நிற்குமா? அவன் அதன் கழுத்தில் கயிற்றைக் கட்டிப் போகிற வண்டியுடன் இழுத்துச் சென்றுவிட்டான்" என்றது நரி.

"மகாராஜாவைச் சிறைப் பிடித்துக்கொண்டு போய் விட்டார்களாம்" என்று முயலினியிடம் தெரிவித்து வருத்தப் பட்டது முயல்.

"மகாராஜா, வருத்தப்பட்டு ஆகிற காரியம் எதுவும் இல்லை. இனிமேல் தாங்களே ராஜ்யபாரத்தை ஏற்று நடத்தவேண்டும்" என்றது நரி.

"அதற்கென்ன, செய்தால் போகிறது. ஆனால் ஒரு நிபந்தனை. பகலில் நீ இங்கே தலைகாட்டக் கூடாது" என்றது முயல்.

'அதுவும் அப்படியா? அதற்கு ஒரு வழி பண்ணுகிறேன்' என்று எண்ணமிட்டு, "ஆகட்டும் மகாராஜா" என்றது.

அன்று ராத்திரி நல்ல நிலா. கலெக்டர் ஓடிப் போகவில்லை. கிழட்டுத் தோட்டக்காரனையும் கறுப்பு நாயையும் வேலைக்கு லாயக்கில்லை என்று விரட்டிவிட்டுத் துப்பாக்கியும் கையுமாக நின்றிருந்தார். கலெக்டர் பங்களாக் கோழிகளை ஜபித்துக்

கொண்டு மந்திரி உத்தியோகம் பார்க்க வந்த நரி, அவருடைய துப்பாக்கிக் குண்டுக்கு இலக்காகி உயிரைவிட்டது.

லதாக்ருஹத்தில் முயலினியுடன் சல்லாபித்துக்கொண் டிருந்த முயல், வெடிச் சத்தம் கேட்டு, “இந்தப் பிரதேசமே ஆபத்துப் போல இருக்கே” என்று நடுநடுங்கியது.

“இதற்குமுன் பஞ்சவடி மாதிரி இருந்த இடம்; குட்டிச் சுவராகப் போச்சு” என்றது முயலினி.

“என்ன என்று பார்த்து வரட்டுமா?” என்றது முயல்.

“அது எதற்குப் பீடை? கூப்பிடு தூரத்திலே சர்க்கார் தோட்டம் இருக்கிறது. நாளைக்கு அங்கே போய்விடுவோம். உங்கள் ஜபதபங்களுக்குச் சௌகரியமாகக் குளம் ஒன்று உண்டு” என்றது முயலினி.

முயல்கள் கண்ணுக்குத் தென்படாததைக் கண்டு கலெக்டர் அதிசயப்படவில்லை. தமக்கு எதிராகப் பெரிய சதி நடந்ததும் அவருக்குத் தெரியாது.

கலைமகள், ஜூன் 1945

கபாடபுரம்

1

கடல் கொண்ட கோவில்

நான் கிழக்குக் கோபுர வாசல் திண்ணையில், 'முருகா'என்ற கொட்டாவியுடன் துண்டை உதறிப் போட்டுக்கொண்டு சாய்ந்தேன். கிழக்குக் கோபுர வாசல் கதவு எப்பொழுதும் சாத்தித்தான் இருக்கும். ஆனால், அதே மாதிரி எப்பொழுதும் அதன் திட்டிவாசல் திறந்தே இருக்கும். திட்டிவாசல் வழியாக சமுத்திர கோஷமும் சமுத்திர அலைகளும் புலன்களில் உராய்ந்து கொண்டு இருக்கும்.

நான் உள்ளிருப்பதைக் கவனியாமல் அர்ச்சகர்கள் கதவைத் தாளிட்டுப் பூட்டிக்கொண்டு சென்றுவிட்டார் கள். அன்றிரவு நான் கன்னியின் சகபாடியாக அவளுடன் தனிமையில் கழிக்க வேண்டியதாயிற்று. பொச்சாப்பும் குரோதமும் புகையும் மனிதர் வாழ் சமாதிகளுக்குள் ஒன்றில், என்னை இவ்வாறு நிச்சிந்தையாக ஒரு கன்னி யுடன் இராப் பொழுதைக் கழிக்க விட்டுவிடுவார்களா? கல்லில் உறையும் கன்னி எனில், திரிகால பூஜையும் ஆர்ப்பாட்டமும் பண்ணிக் கொண்டிருப்பவர்கள்கூட, சற்றும் சஞ்சலமற்று நடந்துவிடுகிறார்கள். என்ன மனிதர்கள், என்ன பிழைப்பு!

நான் உள்ளுக்குள்ளாகவே சிரித்துக் கொண்டேன். கல்லில் வடித்திருந்த உருவத்தில் மனசை லயிக்கவிட்ட எனக்கு, அந்தக் கோயிலில் அந்த அர்த்த ஜாமத்தில் இப்படி எண்ணமிட்டுப் பொழுதைக் கழிக்க நேர்ந்தது

தற்செயலாக நிகழ்ந்த ஒரு காரியமா அல்லது . . . அதற்கும் அப்பால், அதற்கும் அப்பால் என வெங்காயத் தோல் உரிந்து கொண்டுபோவது போல் மனித அறிவு என்ற ஸ்பரிசம் படப்பட மற்றொரு திரையிட்டுவிட்டு, அதற்கும் அப்பால் அகன்று சென்றுகொண்டே இருக்கும் அந்த விவகாரத்தைச் சேர்ந்த ஒரு நிகழ்ச்சியா என என்னால் நிர்ணயிக்க முடியவில்லை.

எனது இளமையில், எப்போதோ ஒரு முறை – கணக்குக் கூடத் தவறிப் போய் வெகுகாலமாகிவிட்டது – கன்னியின் கொலு விழாவிற்கு வந்தேன். மஞ்சணை மெழுகு வைத்து அர்ச்சகன் அந்தக் கருங்கல் வடிவத்தை பதினாறு வயது சிறுமியாக ஆக்கியிருந்தான். அந்த அர்ச்சகனுடைய கைத் திறமையை மறந்து அந்த அழகில் மனசை இழந்தேன். பிறகு உலகத்து ஊர்வசிகள் எல்லாம் பெண் பிறவிகளாகக்கூட எனக்குத் தென்படவில்லை. ஆனால் அதற்கு மறுநாள் ஏற்பட்ட ஏமாற்றத்தையும் என்னால் இன்றுவரை மறக்க முடியவில்லை. மறுநாள்தான் அர்ச்சகனுடைய கைத்திறமையை உணர முடிந்தது. உதயகால பூஜையின்போது, தேய்ந்தும் மாய்ந்தும் போய்த் தென்பட்ட கருங்கல் விக்கிரகந்தானா முந்திய நாள் இரவில் கண்ட யுவதி! அன்று சிதறின ஆசை பிறகு மறுபடியும் மனசில் குவியவே இல்லை.

திட்டிவாசல் வழியாகக் கடற்காற்று பரம் பரம் என அடித்துக் கொண்டிருந்தது. இருப்புக் கொள்ளவில்லை. மூலக் கிரகத்தை ஏறிட்டுப் பார்த்தேன். இருட்டுடன் ஐக்கியமாகிக் கிடக்கும் சிலையில் வைர மூக்குத்தி மட்டும் சுடர்விட்டது. எழுந்து பிரகாரத்தைச் சுற்றி வந்தேன். தூக்கமோ அகன்று விட்டது. என்ன செய்யலாம்? பொழுது விடிவதற்கு இன்னும் எவ்வளவு நேரம் இருக்கும் என்று பார்க்கலாம் எனக் கிழக்குக் கோபுர வாசலின் திட்டிவாசல் வழியாக வெளியேறினேன். கடலலைகள் ஆக்ரோஷமாகக் குமுறி கிழக்கு வாசலிலிருந்து சமுத்திரத்துக்குள் இறங்கும் படிக்கட்டுக்களை மோதி நுரை கக்கின. அன்று நல்ல நிலாக் காலம் ஆகையால் கடற்பரப்பு நுரைக் கரையிட்ட வெள்ளிபோல் மின்னியது. பேரலைகளுக் கிடையிலே, கடல் மட்டத்துக்கு அடியில் உள்ள குன்றுகளின் முகடுகள் பெரிய சுறா மீன்களின் முதுகு போலத் தென்படும். அடுத்த கணம் பனைப் பிரமாண்டமாக படம் எடுக்கும் நாக சர்ப்பம் போன்ற பேரலை மடங்கி அடித்து அதை முழுக்கிவிடும். வானத்தை அண்ணாந்து பார்த்தேன். இன்னும் விடிவெள்ளி உதிக்கவில்லை. எவ்வளவு நேரந்தான் காத்திருப்பது. நின்று நின்று காலோய்ந்து மறுபடியும் கோவிலுக்குள் நுழைந் தேன். திண்ணையில் துண்டை உதறிப் போட்டுக்கொண்டு

அசந்துவிட்டேன். கடலின் ஓங்காரநாதம் தாலாட்டியது. நினைவு வழுவியது எப்பொழுது என்பது எனக்குத் தெரியாது. ஆனால் எங்கோ வெகு தொலைவில் நினைவின் அடிவானத்தில் பேரிரைச்சல் கேட்டுக்கொண்டே இருந்தது...

என்ன அதிசயம். கடல் அலைச் சத்தம் கேட்கவில்லையே. கடல் ஓய்ந்துவிட்டதா அல்லது என் காதுகள்தான் ஓய்ந்து விட்டனவோ? முழுப் பிரக்ஞையும் வந்துவிட்டது. ஆனால் இமைகளை மட்டும் விழிக்க முடியவில்லை. இடைவெளி களினூடே கோயிலின் திட்டிவாசல் தெரிந்தது. கண் இமைகளை யார் இப்படி அமுக்குகிறார்கள். மேல்விழுந்து அழுத்தும் பெரும்சுமையை உதறித் தள்ளுகிறவன் போல, கண் இமை களை நிர்ப்பந்தப்படுத்தித் திறக்க முயன்றேன். முடியவில்லை. மூச்சுத் திணறியது. சற்று அயர்ந்தேன். மந்திர வலையிலிருந்து விடுபட்டவைகளைப் போல எனது கண்கள் திறந்தன. அப்பாடா என்ன சுகம்! எழுந்து உட்கார்ந்தேன். உறக்கச் சடைவு தீர வில்லை. என்ன அதிசயம்! அலைச் சத்தமே கேட்கவில்லையே! இதென்ன கூத்து? திட்டிவாசல் வழியாக நிலவொளிதான் தெரிந்தது. கர்ப்பக்கிரகத்தில் வைரத்தின் ஒளிச் சிமிட்டும் பழையபடிதான் இருந்தது. எழுந்து திட்டிக் கதவு வழியாக வெளியே வந்தேன். என்ன ஆச்சர்யம்! கண்ணுக்கெட்டிய வரை சமுத்திரத்தையே காணவில்லை. பால் போன்ற நிலவில் சமுத்திரப் படுகைதான் தெரிந்தது. கடல் வற்றுவதாவது! எதிரில் சற்று முன் குமுறிக்கொண்டு நின்ற பேரலைகள் எங்கு சென்று ஒளிந்தன? கடல் ஜலம் உள்வாங்கிவிட்டதா!

சமுத்திரப் படுகையிலே பெரும் பெரும் கற்குன்றுகள் சிதறிக் கிடந்தன. தூரத்திலே ஒரு குன்றின் பேரில் கோபுரமும் கோவிலும் தென்பட்டன. சமுத்திர மட்டத்துக்குக் கீழ் கோவிலும் கோபுரமுமா? பரளியாறும் பன்மலையடுக்கத்து குமரிக்கோடும் கொடுங்கடல் கொள்ள என எவனோ ஒருவன் ஏங்கியது நினைவுக்கு வந்தது. நான் கண்ட கோவில் அழிந்து போன, கடல் உண்டு பசியாறின சமுதாயத்தின் கோவிலோ? என்ன கோவிலாக இருக்கக்கூடும்? ஒருவேளை இந்தக் கன்னிக்கு அவர்கள் கட்டிய கோவிலோ? எண்ணமிட்டுக் கொண்டே கோபுர வாசலில் இருந்து கடலுக்குள் இறங்கும் படிக்கட்டுகள் வழியாக இறங்கினேன். ஐந்நூறு படிகள்! கடல் படுகையில் நான் கால் வைத்து அண்ணாந்து பார்த்தேன். கன்னியின் கோவில் மலை முகட்டிலிருந்தது! கடல் திசையை நோக்கினேன். நிலவொளி அவ்வளவு தீட்சண்யமாக விழவில்லை. நாலா திசைகளிலும் சிதறிக் கிடக்கும் பாறைகளின் நிழல்கள் படுகையில் குடிகொண்டிருந்தன. படுகையில் கணுக்கால்

அளவுதான் சகதி; பொருட்படுத்தாமல் நடந்து சென்றேன். ஆனைத் துதிக்கை போன்ற தன் எட்டுக் கைகளையும் வைத்து ஒரு பாறையைப் பற்றிக்கொண்டு கவந்தன் மாதிரி வெறுந் தசைக் கோளமாகக் கண்சிமிட்டிக் கிடந்தது ஒரு ஜலராசி. அதன் வாழ்வு இன்னும் எவ்வளவு நேரமோ என்று எண்ணமிட்டுக் கொண்டு அதைக் கடந்தேன். தண்ணீர் வற்றிப் போனதால் மாண்டிருக்கும் என்று நினைத்தேன். அது ஜிவ்வென்று எழும்பி, தனது எட்டுத் துதிக்கைகளில் ஒன்றை என்மீது வீசியது. நல்ல காலம் நான் அதைக் கடந்து விட்டேன். இல்லாவிட்டால் கழுத்தே முறிந்து போயிருக்கும். கடல் படுகையில் அழகான பவழக்கொடிகள், விசித்திர விசித்திரமான செடிகள் கொடிகள் இருந்தன. இந்த இருட்டுப் பாதை வழியாகச் செல்லுவதற்கே பயமாக இருந்தது.

பாறையின் பேரில் ஏறி நிலவு வெளிச்சத்துக்குப் போய் விட்டால் போதும் என்றாகிவிட்டது. பாறை வழுக்குமோ என்று நினைத்தேன். கரடுமுரடாக இருந்ததினால் பற்றி ஏறுவதற்குச் சுளுவாக இருந்தது. அதன் உச்சிக்கு வந்த பிறகு தான் வளைந்து வளைந்து நான் நடந்து வந்த தூரம் எவ்வளவு என்பது தெரிந்தது. கரையிலிருந்து பார்க்கும்போது தொலைவில் தெரிந்த கோவில் அடுத்த குன்றின் மேலிருந்தது. அது இதைவிட சற்றுத் தாழ்ந்தது. மறுபடியும் கீழே இறங்கிவிட்டால் அதில் ஏறுவது என்று நான் தடமாடிக்கொண்டு வரும்போது கிழக்குச் சரிவில் படிக்கட்டுகள் தென்பட்டன. எந்த யுகத்து மனிதர்கள் செதுக்கி வைத்ததோ! அதிசயப்பட்டுக்கொண்டு படிக்கட்டுகள் வழியாக இறங்கினேன். கால்கள் சற்று வழுக்கத்தான் செய்தன. மனசில் உள்ள வேகந்தான் என்னை இழுத்துச் சென்றது. படிக்கட்டுகள் மறுசரிவில் உயர ஏற ஆரம்பித்தன. சுமார் ஐம்பது படிக்கட்டுகள்தானிருக்கும். கோயிலிலிருந்த குன்றின் மேல் கொண்டுவிட்டது. கரையைத் திரும்பிப் பார்த்தேன். எங்கோ எட்டாத் தொலைவில் ஒரு பெருங்குன்றின்மேல் சிகரமும் கிழக்கு வாசலும் தெரிந்தன.

நான் நின்றிருந்த குன்று வெறும் பாறை. யாரோ அதை வெட்டிச் செதுக்கி சமதளமாகத் திருத்தி இருக்கிறார்கள். கோவிலும் அந்தக் குன்றின் ஒரு பகுதி. குடைவரைக் கோவில் என்று சொல்லுகிறார்களே அந்த ரகம். ஆனால் இதன் அமைப்பு வேறு. குன்றின் உச்சியைக் கோவிலாகச் செதுக்கி அதனோடு ஒட்டி பிரகாரமாக தளத்தையும் செப்பனிட்டிருக் கிறார்கள். கோவில் எல்லாம் பிரமாதமான உயரமல்ல. சுமார் நாற்பது அல்லது ஐம்பது அடி உயரந்தானிருக்கும். அதற்குக் கோபுரம் ஏதும் கிடையாது. மலையாளத்துக் கோவில்கள்

எப்போதும் முடிவிலே இன்பம்

மாதிரித்தானிருந்தது. ஆனால் கருங்கல் வேலைப்பாடு. சுற்றி வந்தேன். கிழக்குப் பக்கத்தில் வாசலிருந்தது; ஆனால் கதவில்லை. கோவிலின் முற்றத்தில் கிழக்குப் பிரகாரம் மூன்று நான்கு அடி அகலத்துக்கு மேல் இல்லை. அந்த பிரமாண்டமான பாறை பிளவுபட்டு, வெறும் பாதாளமாக இருட்டுடன் ஐக்கிய மாயிற்று. வெளிப்பக்கத்தில் நிற்க பயமாக இருந்தது. கோவில் வாசலில் கால் வைத்தேன். உள்ளே செல்லப் பயம். அங்கு ஒரே இருட்டாக இருந்தது. சற்று தயக்கத்துடனேயே உட் புகுந்தேன். இந்த ஒற்றைக் கல் கோவிலுக்குள்ளும் சிறு பிரகாரம். இதன் மையத்தில்தான் கர்ப்பக்கிரகம். பிரகாரத்தைச் சுற்றி வந்தேன். இருட்டில் எதுவும் தெரியவில்லை. காலில்கூடப் பாசியும் நுரையும் மிதிபட்டது. கர்ப்பக்கிரகத்தைச் சுற்றி ஒரு பிரதட்சணம் வந்துவிட்டு, அதன் வாசல் பக்கம் நின்றேன். வாசலில் இரண்டு பக்கத்திலும் இரு அபூர்வமான மிருகங்களை துவாரபாலகர்கள் போல கல்லில் செதுக்கியிருப்பது சற்று மங்கலாகத் தெரிந்தது. கர்ப்பக்கிரகத்தில் என்ன இவ்வளவு இருட்டு என்று எண்ணமிட்டுக்கொண்டே கைகளை முன் னோக்கி நீட்டிக்கொண்டு கருங்கல் நிலையில் கால் வைத்தேன். நிலைப்படியில் தாமரைப்பூ செதுக்கியிருப்பது காலுக்குத் தட்டுப்பட்டது. முன் நீட்டிய கைகளை வழவழப்பான இருள் வழிமறித்தது. வழி கிடையாதா அல்லது கல்லால் செதுக்கிய கதவா என்று எண்ணமிட்டுக்கொண்டு தடவிப் பார்த்தேன். கரும் பளிங்கு போல வழவழப்பாக இருந்தது. கால் பாதத்தில் தட்டுப்படும் தாமரை உறுத்தியதினால் சற்று பாதத்தை உயர்த்தி விட்டு மறுபடியும் காலைக் கீழே வைத்தேன். குமிழ் போல ஏதோ தட்டுப்பட்டது. தாமரையின் மையம் என்று நினைத்தேன். அதே சமயத்தில் கருப்புப் பளிங்குக் கதவு உட்பக்கமாகத் திறந்தது. நான் கதவின்மீது கைகளை ஊன்றிக்கொண்டு நின்றதினால் தடமாடிக்கொண்டு உள்ளே சாய்ந்தேன். அங்கும் இருட்டு. அதே சமயம் வெளிவாசல் பக்கம் பேரிரைச்சல் கேட்டது. கடல் ஜலம் பிரளயம் போல நுங்கும் நுரையுமாக கோவிலுக்குள் பிரவேசித்தது. கர்ப்பக்கிரகத்தின் கதவு தானாகவே சாத்திக்கொண்டது. இனிமேல் நமக்கு ஜலத்தில் சமாதி கட்டின மாதிரிதான் என்று பீதியடைந்து பதறினேன். ஆனால் பயம் மறுகணம் அகன்றது. கதவு பொருந்தியடைத்துக்கொண்டதும் கர்ப்பக்கிரகத்துக்குள் பிரமாதமான பிரகாசம். கண்ணையே குருடாக்கிவிடுமோ என்று பயந்தேன். இத்தனை நேரம் இருட்டில் கிடந்து தடமாடியதினால் இந்தத் தொந்திரவு போலும். ஒளியின் தன்மை கண்களுக்குப் பழக்கமாக ஆக உறுத்துவது போய் பன்னீர் விட்ட மாதிரி குளுமையாக இருந்தது. வெளிச்சம் எங்கிருந்து வருகிறது என்று பார்த்தேன். மேல் சுவரில் உள்ள

ஒரு மாடத்தில் குத்துவிளக்குப் போல ஒன்றிருந்தது. அதன் உச்சியிலிருந்து வந்தது இந்தப் பிரகாசம். சற்று நெருங்கிச் சென்று கவனித்தேன். குத்துவிளக்கு தங்கம் போலப் பிரகாசித்தது. அதன் உச்சியில் வைரம் ஒன்று பதித்திருந்தது. அதிலிருந்து எழுந்தது இந்தப் பிரகாசம். தூண்டாமணி விளக்கு என்று சொல்லுகிறார்களே அதுதானோ என்று அதை எடுத்துப் பார்க்க முயன்றேன்.

"அடே, அதைத் தொடாதே" என்று அதட்டியது ஒரு குரல்.

நான் திடுக்கிட்டுத் திரும்பினேன். குரல் ஆணோ பெண்ணோ எனச் சந்தேகப்படும்படியாக இருந்தது. வாக்கு தமிழ்தான் என்றாலும் தொனிப்பு யாழ்ப்பாணத்துக்காரர் ரீதியில் இருந்தது. சுற்றுமுற்றும் பார்த்தேன். யாரும் தென்பட வில்லை.

"நான் இங்கேதான் இருக்கிறேன். இதோ என்னைப் பார்" என்றது அந்தக் குரல்.

நிருதியின் திசையிலிருந்த பலிபீடத்தின்மீது ஒரு தலை அமர்ந்திருந்தது. பெண்ணின் தலை. அதன் அளகபாரம் பலி பீடத்தில் மயில் தோகை மாதிரி விரிந்து கிடந்தது. முகத்தைப் பார்க்கப் பார்க்க எனக்கு அதிசயம் தாங்க முடியவில்லை. வருஷாவருஷம் வாழையடி வாழையாக அர்ச்சக பரம்பரை மஞ்சணை மெழுகு வைத்து அலங்காரம் செய்யும் முகத்தின் சாயலுக்கும் இதற்கும் சற்றும் வித்தியாசமில்லை. எத்தனை எத்தனை காலம் இந்த முகத்தின் சாயல் அர்ச்சக பரம்பரை யின் நினைவில் படிந்து மனித வம்சத்தின் ஞாபகச் சரடாக இருந்து வந்திருக்கிறது! எனக்கு பலிபீடத்தில் அமர்ந்திருந்த தலை பேசியதில் அதிசயம் தோன்றாதது எனக்கே வியப்பாக இருந்தது. அசாதாரணமான நிலையில் அகப்பட்டுக்கொண் டால் எல்லாம் இயல்பாகத் தோன்றும் போலும். இப்படியாக நான் எண்ணமிட்டுக்கொண்டிருக்கும்போது, சண்பகப் பூவின் வாசம் கலந்த மெல்லிய காற்று கர்ப்பக்கிரகத்தில் ஊசலாடியது. காற்று எங்கிருந்து வருகிறது எனச் சுற்றுமுற்றும் பார்த்தேன். அந்தக் காற்று அந்தக் கற்குகைக்குள்ளாகவே தோன்றி அதனுள்ளேயே மடிகிறது போலும்.

"இம்மாதிரிக் காற்று அடித்தால் சூர்யோதயமாகிவிட்டது என்று அர்த்தம். அஸ்தமனமாகும்போது மல்லிகையின் வாசம் வீசும்" என்றது அந்தத் தலை.

இது என்னடா புதுவிதமான கடிகாரமாகத் தோன்றுகிறதே என்று எண்ணமிட்டுக்கொண்டு "நீ யார்? எப்படி சிரசை மட்டும் காப்பாற்றி உயிருடன் இருந்து வருகிறாய்?" எனக் கேட்கலாமா என்று வாயெடுத்தேன்.

அந்த சிரசு கண்களை மூடியபடியே நான் சொல்ல வந்ததை எதிர்பார்த்தது போல, வாயைத் திறவாமலேயே, பேசியது.

"நானும் ஒரு காலத்தில் உன்னைப் போல உடம்புடன் தானிருந்தேன். உலக பந்தங்களுக்கு உடன்பட்டு பிறப்புச் சங்கிலிக்குள் தன்னையும் உட்படுத்திக்கொள்ள விரும்புகிறவர்களுக்குத்தான் உடம்பு அவசியம். காலத்தை எதிர்த்து நிற்க விரும்புகிறவர்களுக்கு உடம்பு அனாவசியம். மேலும் பால் பேதத்தினால் உடலில் தோன்றும் இச்சா பந்தங்களையும் போக்கிக்கொள்ளலாம் அல்லவா? என்னுடைய வயசு என்னவென்று நினைக்கிறாய்? மூன்று கர்ப்பகாலம் கடந்துவிட்டது: நான் எத்தனை காலம் பிரக்ஞையுடன் இருக்க இச்சைப்படுகிறேனோ அத்தனை காலமும் வாழ முடியும். என்னுடைய இச்சை என்று அவிந்ததோ அன்று நான் காற்றுடன் காற்றாகக் கரைந்துவிடுவேன் . . ."

அந்த சிரசு மறுபடியும் பேச ஆரம்பித்தது.

"உடல் இழந்த வாழ்வு எனக்கு எப்படி ஏற்பட்டது என்பதைத் தெரிந்துகொள்ள விரும்பாதே. அந்த ரகசியம் உனக்குக் கிடைக்காது. அது குமரிமலையுடனும் பரளியாற்றுடனும் பரம ரகசியமாக ஹிரண்ய கர்ப்பத்தில் சென்று ஒடுங்கிவிட்டது. கேவலம் நீ ஒரு மனிதன். மிஞ்சிப்போனால் இன்னும் இருபது வருஷங்கள் உயிரோடு இருப்பாய். அதாவது இந்த உடம்போடு உறவு வைத்திருப்பாய். உனக்கு எதற்கு இந்த ரகசியங்கள்?" என்று கேட்டது.

"அழியும் உடம்பு என்பதை உன்னுடைய முன்னோர்களும் அறிந்துதானிருந்தார்கள். இருந்தாலும் கர்ப்ப கோடி காலம் பிரக்ஞை மாறாமல் வாழ்வதற்கு ஒரு வழி உண்டு என்பதைக் கண்டுபிடிக்காமல் ரொம்ப நாட்களைக் கழித்தார்களா? அப்படி அவர்கள் கழித்திருந்தால் இப்போது என்னுடன் பேச உனக்கு முடியுமா?" என்று கேட்டேன்.

தலை கடகடவென்று சிரித்தது. "உனக்கு உண்மையைத் தெரிந்துகொள்ளப் போதுமான தைரியம் உண்டா? நான் யார் என்பதைத் தானே தெரிந்துகொள்ள ஆசைப்படுகிறாய். கர்ப்பகோடி காலத்துக்கு முன் நான் எப்படி இருந்தேன்.

நான் வாழ்ந்த உலகம் எப்படி இருந்தது என்பதை நான் உனக்குக் காட்டுகிறேன். மணிவிளக்கு நிற்கிறதே, அந்த மாடத்தின் அருகில் யாளியின் தலை ஒன்று செதுக்கியிருக்கிறது தெரிகிறதா? அந்தத் தலையை வலப்புறமாகத் திருப்பு."

நான் அது சொல்லியபடியே செய்தேன். தளத்தின் ஒரு பகுதி விலகியது. படிக்கட்டுகள் தென்பட்டன.

"தைரியமாக உள்ளே போ; உனக்கு ஆபத்து எதுவும் ஏற்படாது" என்றது அந்தத் தலை.

"நீ இருக்கும்போது எனக்கு என்ன பயம்? மேலும் ஆபத்துக்குப் பயப்படுகிறவனாக இருந்தால் சமுத்திரத்துக்கு அடியில் வலிய வந்து மாட்டிக்கொள்ள வேண்டாமே! நீ சொல்லக் கூடாத பரம ரகசியம் அங்கே என்ன இருக்கிறது?" என்று கேட்டேன்.

"என்னிடம் காதல் பேசினது போதும். என் வயசு மூன்று கர்ப்ப காலங்கள். நான் உன் பாட்டிகளுக்கும் பாட்டி என்பதை மறந்து பேசாதே. இஷ்டமிருந்தால் போய்ப் பார்" என்று சற்று கடுகடுப்பாகப் பேசியது அந்த சிரம்.

"நானும் உன்னைப் போல உடம்பை இழந்துவிட்டு, எத்தனை கர்ப்ப கோடி காலமானாலும் உன் எதிரில் உட்கார்ந்து பேசிக்கொண்டிருக்கத்தான் ஆசைப்படுகிறேன்" என்று சொல்லிக்கொண்டே படிக்கட்டுகளின் வழியாகக் கீழே இறங்கிச் சென்றேன். படிகள் எங்கு கொண்டு என்னை விடும் என்பது பற்றி நான் கவலைப்படவில்லை. கீழே என்ன இருக்கிறது: உலகத்தாருக்குத் தெரியக் கூடாது என காலம் என்ற திரையிட்டு, இயற்கை மறைத்து வைத்துள்ள ரகசியங்களில் எது என் வசம் சிக்கப்போகிறது என்று எண்ணமிட்டுக்கொண்டே நடந்தேன். கடல் கன்னிக் கோவிலில் இருந்த தூண்டாமணி விளக்கின் ஒளி, சிறிது தூரந்தான் படிக்கட்டுகளில் வீசியது. அதன் பிறகு, வழி நெடுக, நிலவொளி போல, வெள்ளியை உருக்கி வெளிச்சம் செய்ததுபோல ஒரு ஒளி எனக்கு வழி காட்டியது. நிலவு எனவோ அல்லது நட்சத்திர ஒளியெனவோ அதை வருணிப்பது பொருந்தாது. தற்கால நியான் விளக்குகள் போல ஒரு வெளிச்சம். ஆனால் நியான் ஒளியைப் போல கண்ணையோ உடம்பையோ உறுத்தவில்லை. குளுகுளுவென்று ரம்யமாக இருந்தது. வெளிச்சம் எந்தத் திசையிலிருந்துதான் வருகிறது என்பதை நிர்ணயிக்க முடியாதபடி ஒளிப்பிரவாகத் தின் காந்தி எல்லாவிடங்களிலும் ஒரே மாதிரி இருந்தது. பத்துத் திசையிலும் சிக்கென்று மூடிய பிலமாக இருந்தும்,

சுகந்தமான காற்று ஒன்று சற்று வேகமாக அடித்துக்கொண் டிருந்தது. பிலத்தில் நான் இறங்கிச் செல்லச் செல்ல, பேரலை களின் குமுறல் போன்ற ஒரு பேரிரைச்சல் என் செவியை உடைக்க ஆரம்பித்தது. சப்தம் வந்த திசையை நான் நெருங்க ஆரம்பித்தேன்.

படிக்கட்டுகள் கடைசியாக ஒரு நிலவறையில் சென்று முடிவடைந்தன. நிலவறை அறுகோண யந்திரம் போல அமைக்கப்பட்டிருந்தது. படிக்கட்டுகளுக்கு எதிர் பாரிசத்தில் உள்ள சுவரில் உள்ள பிறையில் தலையற்ற முண்டம் ஒன்று வளர்த்தியிருந்தது; பச்சைக் கல்லைக் குடைந்து செய்த ஒரு பாத்திரம், அதன் தலை இருக்க வேண்டிய இடத்தில் ஒரு யந்திர சக்கரத்தின்மீது வைக்கப்பட்டிருந்தது. உடலத்தின்மீது ஒரு பிரம்பு கிடந்தது. நிலவறையின் இரு பாரிசத்திலும் இரண்டு வழிகள் தென்பட்டன. நான் பிலத்தின் மையத்தில் வந்து நின்று எந்தத் திசை நோக்கிச் செல்லலாம் என்று எண்ணமிட்டேன்.

எந்தத் திசையில் சென்றால் என்ன? எல்லாம் பார்க்க வேண்டிய இடந்தானே என்று நினைத்துக்கொண்டு இடது பக்கமிருந்த பாதை வழியாகச் செல்லுவதற்குத் திரும்பினேன்.

"இது திசைகள் அற்றுப்போன இடம்; எந்த வழியாகச் சென்றாலும் ஒன்றுதான்" என்ற ஒரு குரல் கேட்டுத் திரும்பி னேன். ஒருவரையும் காணவில்லை. என் காதில் விழுந்தது நிச்சயமாக ஆண் குரல்.

குரலுக்குப் பதில் கொடாமல், நான் முதலில் நிச்சயம் பண்ணின பாதை வழியாகச் சென்றேன்.

யாரோ கடகடவென்று கர்ண கடூரமான குரலில் சிரிப்பது போலக் கேட்டது. திரும்பிப் பார்த்தாலும் ஆள் எங்கே தென்படப் போகிறது; பேசுகிறவன் என்றால் எதிரில் வந்து பேசட்டுமே என்று முனகிக்கொண்டே நடந்தேன். இந்தப் பாதையிலும் நன்றாக வெளிச்சமாகத்தானிருந்தது. ஆனால் நான் முன்பு கேட்ட பேரலைச் சத்தம் இன்னும் ஆக்ரோஷமாகக் கேட்டது. கடல் தளத்தருகில் நெருங்குகிறோமா, கடல் பிரவாகம் செல்லும் பிலத்துவாரம் எதுவும் இருக்கும் போலும் என்று நினைத்தேன். அடுத்த நிமிஷம் அது என்ன அசட்டுத்தனமான நினைப்பு, கடல் தண்ணீர் உள்ளே வர வழியிருந்தால் இந்தப் பிலம் முழுவதும் அல்லவா நிரம்பியிருக்க வேண்டும்? இரைச்சலுக்குக் காரணம் வேறு ஏதாவதாக இருக்க வேண்டும் எனத் தீர்மானித் தேன். ஆச்சு, இன்னும் எவ்வளவு தூரமிருக்கப் போகிறது?

போயே பார்த்துவிடுகிறது. சப்தத்தைத் தாங்குவதற்குச் செவித் தொளைகளுக்குப் போதுமான சக்தியில்லை. மேல்துண்டை எடுத்துக் காதோடு காதாக வரிந்து கட்டிக்கொண்டு மேல் நடக்கலானேன். சிறிது தூரம் சென்றதும் வெக்கை அடிக்க ஆரம்பித்தது. வரவர வெக்கை அதிகமாயிற்று. அக்னிச் சுவாலைக்குள் நடப்பது போலத் திணறினேன்.

ஆனால் அடியெடுத்து வைக்கும்போது தரை சுடவில்லை. இதற்கு மேல் சுமார் பத்து கெஜ தூரந்தான் என்னால் போக முடிந்தது. மேல் நடப்பது சாத்தியமில்லை என்று திரும்பினேன்.

"வடக்குச் சுவரில் உள்ள மாடத்தில் ரசக் குழம்பு இருக்கிறது. அதை உடம்பில் தடவிக்கொண்டால் மேலே போக முடியும்" என்று ஒரு குரல் கேட்டது. பழைய குரல்; அதே குரல்.

மாடத்திலிருந்த பாத்திரத்தை எடுத்தேன். உருக்கிய வெள்ளி போல, சந்தனக் குழம்பின் மென்மையுடன் கைக்கு இதமாக இருந்தது. அள்ளி எடுத்து உடம்பு முழுவதும் பூசிக்கொண்டேன். வெக்கை குடியோடிப் போயிற்று. ஆனால் உடம்பு வெள்ளி வார்னிஷ் கொடுத்த மாதிரி ஒரேயடியாக மின்னியது. இந்த நவராத்திரி வேஷத்துடன் மேலும் நடந்து சென்றேன். தூரத்தில் புகையும் அக்னிச் சுவாலையும் ஒரு பிலத்திலிருந்து எழுவதும், மறுகணம் அடியோடு மறைவதுமாகத் தெரிந்தது. பூமிக்கடியில் இருக்கும் எரிமலையோ எனச் சந்தேகித்தேன். நான் நினைத்தது சரிதான். எரிமலைதான். இந்த அக்னி கக்கும் மலையினருகில் எப்படிப் படிக்கட்டும் மண்டபமும் கோவிலும் வந்து கட்டினார் கள்? ஏன் கட்டினார்கள்? எந்த மனித வம்சம் இதைக் கட்டி யிருக்கக் கூடும் என எண்ணமிட்டுக்கொண்டு நின்றேன். பொங்கிக் கொப்புளிக்கும் அக்னிச் சுவாலை ஒடுங்கியது. பூமியினடியில் மட்டும் பெருங்குமுறல் கேட்டுக்கொண்டிருந்தது. நானும் சற்று தைரியமாக எரிமலையின் விளிம்பு அருகே சென்றேன். ஆழத்தில் வெகு தூரத்தில் பாறையும் மண்ணும் உலோகங்களும் பாகாக உருகிக் கொந்தளித்துச் சுவாலை விடுவது தெரிந்தது. விளிம்பருகிலும் படிக்கட்டுகள். ஆனால் மிகவும் ஒடுங்கியவை. பாறையைக் கொத்திச் செதுக்கியது போலத் தென்பட்டது. இந்தப் படிக்கட்டுகள் எரிமலையின் உட்புறச் சுவரில் தென்பட்ட பிலத்துக்குச் சென்றது. நானும் சற்று தைரியமாக இறங்கி அந்தப் பிலத்துக்குள் சென்றேன். அங்கே ஒரே இருட்டு. திரும்பிவிடலாமா என யோசித்தேன். திரும்பவும் படிக்கட்டுகள் வழியாக மேலேறி வருவதற்குப் பயமாக இருந்தது. வந்தது வருகிறது என இருட்டில் நடந்து

சென்றேன். சிறிது தூரம் செல்லுவதற்குள் எரிமலையின் பேரிரைச்சல் கேட்கவே இல்லை. அதற்கு வெகு தொலைவில் வந்துவிட்டது போல அவ்வளவு நிசப்தமாக இருந்தது. சுமார் அரை மணிப் பொழுது நடந்து சென்றிருப்பேன். இந்தப் பாதை என்னை ஒரு மண்டபத்தில் கொண்டு சேர்த்தது. கால் கடுக்க ஆரம்பித்தது. தரையில் உட்கார்ந்துகொண்டேன். சுற்றுமுற்றும் இருட்டில் எதுவும் தெரியவில்லை. அக்னி வெக்கைக்குத் தப்புவதற்காக நான் உடம்பில் பூசிக்கொண்ட திராவகந்தான் மின்னியது.

“இன்னும் எத்தனை நேரந்தான் உட்கார்ந்திருக்கப் போகிறாய். கால் வலி தீரவில்லையா? ஆனாலும் நீ தைரியசாலி தான்” என்றது ஒரு குரல். அதே குரல்; பழைய குரல்.

“நீ யார். எங்கு பார்த்தாலும் என்னைத் தொடர்ந்து வருகிறாயே? நீ எங்கே நிற்கிறாய்? எனக்குத் தென்பட வில்லையே?” என்று கேட்டேன்.

அந்தக் குரல் சிரித்தது.

“நான் உன் பக்கத்தில்தான் இருக்கிறேன். எனக்கு உடம்பு கிடையாது. அதனால் நான் எங்கும் இருக்க முடியும். நான் எங்கு இருந்தாலும் உன் பக்கத்தில் இருக்க முடியும். அதைப் பற்றி உனக்கு என்ன கவலை? நீ எங்களுடைய அதிதி. உன்னை உபசரிப்பது எங்கள் கடமை.”

2

ஸித்தலோகம்

“அசரீரியாருக்கு ஆசாரமாகப் பேசத் தெரியும் போலிருக்கு; வந்தவனை வாவென்று கேட்பாரில்லை; இருட்டில் திண்டாட விட்டுவிட்டு வேடிக்கை பார்ப்பது இந்த இடத்துச் சம்பிரதாயம் போலும்” என்று நான் முழங்காலைத் தடவிக்கொண்டே கேட்டேன்.

“எங்களுக்குத் தெரியாததைப் பற்றி நீ பேசிக்கொண்டிருந்தது போதும்; உடனே, எதிரே தெரிகிறதே வாசல், அதன் வழியாகப் போனால் பாதாள கங்கை ஓடுகிறது. அதில் போய்க் குளி. இல்லாவிட்டால் உடம்பு வெந்து போகும். நீ உடம்பில் பூசிக் கொண்டிருக்கிறது கார்கோடக பாஷாணம் சேர்ந்த ரசக் குழம்பு. வெளி வெக்கை இருந்தால்தான் உடம்பைப் பாது காக்கும். இல்லாவிட்டால் உடம்பையே தின்றுவிடும். எலும்புக் கூடுகூட மிஞ்சாது” என்றது அசரீரிக் குரல்.

எனக்குப் பகீர் என்றது. விழுந்தடித்துக்கொண்டு எழுந்தேன். "நீரும் என்கூட வாருமே; பேச்சுத் துணையாக இருக்கும்" என்று சொல்லிக்கொண்டு பிலத்தின் வழியாக பாதாள கங்கைக்குச் சென்றேன். பிரமாண்டமான பாம்புப் பொந்து போல பூமியைக் குடைந்துகொண்டு நதி வேகமாக ஓடியது. இருட்டுக்கும் ஜலத்துக்கும் வேறுபாடு தெரியவில்லை. ஜலத்தில் கால் வைத்தேன். ரொம்ப ஜில்லென்றிருந்தது. ஒரு முறை சென்றிருக்கிறேன் மானஸரோவரத்துக்கு; அந்தத் தண்ணீர் அவ்வளவு ஜில்லென்றிருந்தது. வெகு நேரம் தண்ணீரில் துளைந்தால் முடக்குவாதம் வந்துவிடக் கூடாது என்று இரண்டு மூன்று முக்குப் போட்டுவிட்டுக் கரையேறினேன். ஆற்றில் இறங்கியதுதான் தாமசம், உடம்பில் பூசியிருந்த வர்ணச்சாயம் அப்படியே கரைந்து போய்விட்டது. கரையேறி உடம்பைத் துடைத்துக்கொண்டு நிற்கும்போது, தண்ணீரில் மின்னல் கொடிகள் போல அப்பொழுதைக்கப்பொழுது தெரிந்து மறைந்தது. சூரிய வெளிச்சமே படாத இந்த பிலத்தில்கூட ஜல ராசிகள் எப்படித் தோன்ற முடியும் என்று ஆச்சரியப் பட்டுக்கொண்டே நின்றேன்.

"வீணாகப் பொழுதைப் போக்கிக்கொண்டிருக்காதே. உன்னை ஸித்தலோகத்துக்கு அழைத்துச் செல்ல உத்தேசித் திருக்கிறேன். உனக்கு அங்கே சென்றால்தான் உணவு" என்றது அந்த உடம்பற்ற குரல்.

"ஸித்தலோகமா? அங்கே செல்வதற்கு இந்தப் பிலத்தினுள் வழி ஏது?" என்று கேட்டேன்.

"இதோ இந்த பாதாள கங்கை இருக்கிறதே இதன் வழியாக" என்றது குரல்.

"நீந்தியா?" என்று கேட்டேன்.

"குளிரும் என்று பயப்படாதே. உன்னை ஏற்றிச் செல்ல புணை வரும்" எனச் சிரித்தது அந்தக் குரல்.

"இந்த நதி எங்கிருந்து வருகிறது என்றா எண்ணுகிறாய்? இதுதான் பூலோகத்திலேயே பிரமாண்டமான நதி. இங்கிருந்து பத்து யோஜனை தூரத்திலுள்ள கன்னிச் சுனையிலிருந்து உற்பத்தியாகி கார்கோடகத் தீவுவரை கிழக்கு நோக்கிச் சென்று பிறகு அங்கிருந்து வட திசை திரும்பி அங்கு காட்டினடியில் ஓடி, அங்கேயே மடிகிறது. பூமிக்கு அடியில் இதே மாதிரி இன்னும் எத்தனையோ நதிகள் உண்டு. அதோ வருகிறது பார் ஒரு புணை. நீ அதில் ஏறிக்கொண்டால் ஸித்தலோகத் துக்குப் போய்ச் சேரலாம்" என்றது அந்தக் குரல்.

அது பேசி முடிப்பதற்கு முன் அந்தப் புணை நான் நின்ற படிக்கட்டுகள் அருகில் வந்து தேங்கியது. என்ன கோரம். மூன்று நான்கு பிணங்களை, இல்லை முண்டங்களைச் சேர்த்துக் கட்டிய மிதப்பு. முண்டங்கள் தங்கம் போலத் தகதகவென மின்னின. இதில் ஏறிக்கொள்வதா?

"தயங்காதே; நெருப்பு என்றால் வாய் சுட்டுவிடுமா? அல்லது பிணம் என்றால் நீயும் பிணமாகிவிடப் போகிறாயா? தயங்காதே; ஏறி உட்கார்ந்துகொள்" என்று அதட்டியது அந்தக் குரல்.

நானும் சுவாதீனம் இழந்தவனைப் போல அதில் ஏறி உட்கார்ந்துகொண்டேன். மிதப்பு நகர ஆரம்பித்தது.

"நீயும் என்னுடன் வரவில்லையா" என்று கேட்டேன்.

"இதுதான் என் எல்லை" என்றது அசரீரி.

"பிறகு எப்பொழுது சந்திப்பது?" என்றேன்.

"ஸித்தலோகத்தில்" என்றது அசரீரி.

"எல்லையும் எல்லையற்ற தன்மையுமா?" என எனக்குள்ளாகவே எண்ணமிட்டேன். பிரேதப் புணை வெகு விரைவாகச் செல்ல ஆரம்பித்தது. நதியின் வேகத்தைவிடப் பன்மடங்கு வேகமாகத் தண்ணீரைக் கிழித்துக்கொண்டு சென்றது.

நான் பிணத்தின்மீது உட்கார்ந்தபடி ஜலத்தைப் பார்ப்பதும் இருட்டைப் பார்ப்பதுமாக இருந்தேன். திடீரென்று உஸ் என்ற இரைச்சல் கேட்டது. புணைக்குக் குறுக்காகக் கருநாகம் ஒன்று படமெடுத்துக்கொண்டு சீறிக்கொண்டு நீந்திச் சென்றது. பயம் பன்மடங்கு அதிகமாக இருந்தது. தலை கிறங்கும்படியாகப் புணையின் வேகமும் அதிகமாக இருந்தது. எத்தனை நேரம் கழிந்ததோ?

புணை வேகம் குறைய ஆரம்பித்தது. பிறகு மெதுவாக வலது கரையில் சென்று ஒதுங்கியது. நான் பதனமாகக் கரையில் கால் வைத்தேன். இங்கே முன் போல பாதையில்லை. மணற் பாங்காக இருந்தது.

என்ன அதிசயம்! நான் திரும்பிப் பார்க்குமுன் புணையாக வந்த கவந்தங்கள் எழுந்து கரையேற ஆரம்பித்தன. அவை கரைக்கு வந்து நின்றதுதான் தாமசம். அவை தலை பெற்றன. மனிதத் தலைகளா! அல்ல. மாட்டுத் தலைகள். அவற்றின் நெற்றியில் பிரகாசமான கண் போன்ற துவாரம் தெரிந்தது.

புதுமைப்பித்தன்

"வாருங்கள் போகலாம்" என்றன அந்த நான்கு அதிசயத் தோற்றங்களும்.

நான் தயங்கினேன்.

"இதுதான் ஸித்தலோகம். மாடர்கள் அல்லது நந்திக் கணங்கள் என எங்களைச் சொல்லுவார்கள். பயப்படாமல் வாரும்" என்று சொல்லிக்கொண்டு எனது வருகையை எதிர் பார்க்காமலேயே நடக்க ஆரம்பித்தன. நானும் தொடர்ந்து நடந்தேன்.

விசித்திர விசித்திரமான தாவர வர்க்கங்கள் தோன்ற ஆரம்பித்தன. பூமியின் சிசுப் பருவத்திலே தோன்றிய தாவர வர்க்கங்கள் என்று சொல்லுவார்களே சயன்ஸ்காரர்கள் அவை போன்றவை. பிரமாண்டமான நாய்க்குடைகள், தாழைகள், கொடிகள் விசித்திர விசித்திரமாக முளைத்திருந்தன. ஆனால் அவையாவும் பொன் போலும் வெள்ளி போலும் மின்னின. இன்னும் சிறிது தூரம் சென்றதும், ஏழு வர்ணங்களிலும் தண்டு முதல் இலை வரை பளபளவென சாயம் பூசி வைத்த மாதிரி நிற்கும் விருக்ஷங்களைக் கண்டேன். அதிலே நீல நிறமான கருநாகங்கள் சோம்பிச் சுற்றிக் கிடந்தன. வழியிலே தங்கத் தகடு போல மின்னிய தவளை கத்திச் சென்றது.

மரச்செறிவுகளுக்கிடையே நந்திக் கணங்கள் மறைந்து விட்டனர். அவர்கள் எந்த வழியில் சென்றார்கள் என்பதைக் கவனிக்கவில்லை. கால் கொண்டு போன வழியே நடந்தேன். மரங்களுக்கிடையே திறந்தவெளி வந்தது.

அங்கே சமாதி நிலையில் பதினெட்டுப் பேர் அந்தரத்தில் அமர்ந்திருந்தனர். அவர்கள் ஒவ்வொருவருக்கடியிலும் வெள்ளி போன்ற ஒரு உருண்டை இடையறாது சுழன்று கொண்டிருந்தது.

"வா அப்பா, வந்து உட்காரு" என்றார் தலைவராக அமர்ந்திருந்த ஸித்த புருஷர்.

அத்தனை பேருக்கும் உருவபேதம் கற்பிக்க முடியாதவாறு ஒரே அச்சில் வார்த்த சிலைகள் போன்றிருப்பதைக் கண்டு அதிசயப்பட்டேன்.

"உடம்பை இஷ்டப்படி கற்பித்துக்கொள்ள முடியாதா? இருந்து பார் எப்படி என்பது தெரியும்" என்றார் அவர்.

நான் அவரது காலடியில் அமர்ந்தேன்.

"உனக்குப் பசிக்குமே" என்று சொன்னார்.

நந்திக் கணத்தில் ஒருவன் தோன்றினான். முகத்தைக் கழற்றி வைத்தான். அப்பொழுதுதான் மாட்டின் தலையை அப்படியே வெட்டி எடுத்துப் பதனிட்டுச் செய்த முகமூடி என்பதைக் கண்டேன்.

“இது பூர்வீக காலத்துத் தலைக் கவசம், இரும்பு தோன்று வதற்கு முன்” என்றார் ஸித்த புருஷர்.

நந்தி நேராக எதிரே இருந்த ஒரு விசித்திரமான மரத்தினடி யில் சென்றான். இலைகள் அவனைத் தழுவிக்கொண்டன. மரத்தின் பாம்புக் கைகள் அவனைச் சுற்றிச் சுற்றிப் பின்னின.

சற்று நேரங்கழித்து இலைகள் தானாக விலகின. அதனடி யிலிருந்து விழுந்தது ஒரு எலும்புக் கூடு.

ஸித்த புருஷர் ஏதோ துரட்டி போன்ற ஆயுதத்தைக் கொண்டு அதை மரத்தினடியிலிருந்து இழுத்துப் போட்டார். எலும்புகள் பற்று விடாமல் பூட்டோடு அப்படியே வந்தன. வேறு இரண்டு நந்திகள் வந்து எலும்புக்கூட்டைத் தூக்கிச் சென்றார்கள்.

“இங்கே பிரபஞ்ச நியதிப்படி பிரஜோற்பத்தி கிடையாது. அதனால் ஒவ்வொரு எலும்புக்கூடும் அத்யாவசியம்” என்றார் ஸித்த புருஷர்.

இவர் என்ன, நம்மைப் பசிக்கிறதா என்று கேட்டுவிட்டு வீண்கதை பேசுகிறார் என்று நினைத்தேன். எதிரிலிருந்த மரம் எருமை முக்காரம் போடுவதுபோலக் கனைத்தது! சில மரங்களில் அதன் பால் நாளங்கள் வழியாக வேகமாக ஓடும்போது கனைக்கும் சப்தம் கேட்கும் எனப் படித்திருக் கிறேன். நரமாம்ச பட்சணியான இந்த மரமும் அப்படித்தான் போலும்.

ஸித்த புருஷர் அருகில் இருந்த அம்பு ஒன்றை எடுத்து வீசினார். வெறும் சதைப்பற்றில் பாய்வது போல புகுந்தது.

அம்புடன் தொடுக்கப்பட்டிருந்த கயிற்றின் வழியாக அதன் பால் வழிந்து ஓடிவந்து ஒரு பாத்திரத்தை நிறைத்தது. பாத்திரம் நிறைந்ததும் மரத்திலிருந்து அம்பை உருவினார். கொப்புளித்து வந்த பால் சற்று நேரத்தில் காய்ந்து மரத்தோடு மரமாகிவிட்டது.

பாலை எடுத்து என்னிடம் கொடுத்துச் சாப்பிடச் சொன் னார். மனிதனைத் தின்ற மரத்தின் பாலையா சாப்பிடுவது!

நான் விழித்தேன்.

"சுடுகாட்டு மாமரத்துப் பழம் தின்பது என்றால் விரசமாகத் தெரியவில்லையே? சாப்பிட்டுத்தான் பாரேன் எப்படி இருக்கிறது என்று" என ஸித்த புருஷர் சிரித்தார்.

நானும் எடுத்துப் பருகினேன். பசி களைப்பு எல்லாம் பஞ்சாய்ப் பறந்து உடம்பிலே புதிய சக்தியும் தெம்பும் உண்டாயின. "இதையே சாப்பிட்டுக்கொண்டிருந்தால் சாக்காடு இல்லை" என்றார்.

"கடல் கொண்ட கோவிலில் உள்ள கன்னி யார்?" என்றேன்.

"அவளா! அந்தக் காலத்தில் உனக்கு வாழ்க்கைப்பட வேண்டியவள். பூசாரி சடையன் மகள். இன்று காவல் தெய்வம்" என்றார் ஸித்த புருஷர்.

"ஞாலத்தில் யாத்திரை செய்வது போல காலத்திலும் யாத்திரை செய்து பார்க்கப் பிரியமா?" என்று கேட்டார்.

"அது எப்படி முடியும்?" என்று கேட்டேன்.

"இதோ சுழன்றுகொண்டே இருக்கிறதே அந்த ரஸக் குளிகையைப் பார்த்துக்கொண்டு" என்றார்.

3
குமரிக்கோடு

"ரஸக் குளிகையைப் பார்ப்பது இருக்கட்டும்; நான் எங்கே இருக்கிறேன்?" என்றேன்.

"ஈரேழு பதினான்கு லோகங்களில் இது ஒன்று என்று நினைத்துக் கொண்டிருக்கிறாயா?" என்றார் ஸித்த புருஷர்.

"நான் அப்படி எதுவும் நினைக்கவில்லை. சிந்திப்பதற்கு லாயக்கில்லாதபடி புத்தி குழம்பிக் கிடக்கிறது" என்றேன் நான்.

"புத்தி குழம்புவதற்கு இங்கே உனக்கு ஊமத்தைச் சாறு பிழிந்து யாரும் கொடுக்கவில்லையே?"

"இயல்பு என நான் நினைத்துக்கொண்டிருப்பதற்கு மாறாக இங்கே காரியங்கள் நடந்துகொண்டிருக்கும்போது ஊமத்தைச் சாறு வேறு அவசியமா?" என்றேன்.

"இயல்பு என்று நீ நினைத்துக்கொண்டிருப்பதற்கு மாறாக எதுவும் நிகழ்ந்தால் அதை இயல்புக்கு மாறானது என்று நிச்சயப்படுத்தி விடலாமா?" என்றார் ஸித்த புருஷர்.

"உடலற்ற தலை பேசுவதும், உடம்பற்ற குரல் துணை வருவதும், தலையற்ற முண்டம் புணையாகவும் பிறகு வழி காட்டியாகவும் உயிர் பெறுவது என்றால் அது எனக்குக் கொஞ்சம் அதிசயமாகத்தான் இருக்கிறது. நான் பிறந்து நாளது வரையில் நடமாடிய உலகத்தில் அந்த மாதிரி நடந்தது கிடையாது. அங்கே செத்தவர்கள் செத்தவர்கள்தான்" என்றேன்.

"சாவு என்பது என்ன?" என்றார் ஸித்த புருஷர்.

'உறங்குவது போலும் சாக்காடு – உறங்கி விழிப்பது போலும் உயிர்ப்பு' என்று சொன்னால் உங்களுக்குத் திருப்திதானே?" என்றேன்.

"நீ திருக்குறள் படித்திருக்கிறாய் என்பதை எனக்குச் சொல்லிக் காண்பித்தது போதும். சாக்காடு என்றால் என்ன?" என்றார் ஸித்த புருஷர் மறுபடியும்.

"அது என்னதென்று சொல்லத் தெரியாமல்தான் எங்களுடைய சமய சாஸ்திரங்கள் தவிக்கின்றன" என்றேன்.

"எங்கள் உங்கள் என்று பேதம் பேசினது போதும்; நானும் உங்களவன்தான். உனக்குத் தெரியாமல் போனால் இல்லை என்று சாதித்துவிடுவாய் போலிருக்கிறதே."

"நிச்சயமான ஏகோபித்த அபிப்ராயம் இல்லாதவரை . . ."

"சமய சாஸ்திரத்தின் நிச்சயத்தன்மை பற்றி பிறகு பேசிக் கொள்வோம். சாவு என்றால் என்ன என்பது நிச்சயமாக உனக்குத் தெரியாது என்பதை ஒப்புக்கொள்."

"நான் ஒப்புக்கொள்கிறேன். அதற்கு மேலே சொல்லுங்கள்."

"செத்த பிறகு என்ன நடக்கிறது? மூச்சு நின்றுவிடுகிறது. ரத்த ஓட்டம் நின்றுவிடுகிறது. ஸ்மரணை கழன்றுவிடுகிறது. நீ உடம்பு என்று சொல்லுகிறாயே அது பல அணுக்களின் சேர்க்கையிலே, அவை சேர்ந்து உழைப்பதிலே உயிர்த் தன்மை பெற்றிருக்கிறது. அது அகன்றவுடன் அணுக்கள் தம் செயலை இழந்துவிடுவதாகப் பொருள் அல்ல; அவை சேர்ந்து உழைக்கும் சக்தியை இழந்துவிடுகின்றன; அவ்வளவுதான். அவற்றைத் தனித்து எடுத்து அவற்றிற்கு வேண்டிய ஆகாராதிகளைக் கொடுத்துக்கொண்டு வந்தால் அவை வளரும் . . ."

"ஆமாம்; அது சாத்தியந்தான்; எங்கள் லோகத்திலும் ஒரு வெள்ளைக்காரர் இதைச் செய்து காட்டியிருக்கிறார்" என்றேன்.

"இதை நீங்கள் வேறு செய்து பார்த்து திருப்தியடைந்திருக் கிறீர்களா? இதுதான் முதல் படி. இதற்கப்புறந்தான் விவகாரமே ஆரம்பிக்கிறது. மரணத்தில் எத்தனை வகையுண்டு என்பது தெரியுமா? கிழடு தட்டிச் சாவது ஒன்று; பிஞ்சிலே மடிவது ஒன்று; நோய் விழுந்து மடிவது ஒன்று; பிறகு திடகாத்திர தேகத்துடன் இருந்து வருகையில் அணுக்களின் சேர்க்கையைத் துண்டிப்பதால் ஏற்படுவது ஒன்று; இந்த மாதிரி மரணத்தில் எத்தனையோ வகை. ஆதி காலத்தில் நரபலி கொடுத்துக் கொண்டிருந்தார்களே அதனால் எவ்வளவு உபயோகம் இருந்தது தெரியுமா? எமனை எட்டி நிற்கும்படிச் சொல்வதற்கு எங்களுக்கு சக்தி கிடைத்ததெல்லாம் இதனால்தான் ..."

'நாம் அநாகரீகமானது எனக் கண்டித்துக்கொண்டிருந்த ஒரு காரியம் ஆதிகாலத்தில் சாஸ்திர வளர்ச்சிக்கு எவ்வளவு துணை செய்திருக்கிறது' என நான் எண்ணமிடலானேன்.

"கழுத்துடன் அரிந்து உயிரைப் போக்கிவிட்ட பிற்பாடு அணுக்களின் நசிவு ஏற்படாமல் தடுத்துக்கொள்ள முடியு மானால், அதாவது அதில் உள்ள உயிர்ப்பை மட்டும் அவிந்து போகாமல் காப்பாற்றிக்கொண்டால், அந்த உடம்பை நம் இஷ்டப்படி இயக்கலாம் அல்லவா?"

"உதாரணமாக?"

"வெறும் மூளை இருக்கிறதே, அதுதான் மனம் புத்தி சித்தம் என்பனவற்றிற்கெல்லாம் ஆதார கோளம் என்பது உனக்குத் தெரியுமா? பழகிக்கொண்டால் பக்கத்தில் உள்ள வரை நம் இஷ்டப்படி ஆட்டி வைக்க முடியும் என்பது தெரியுமல்லவா?"

"ஆமாம். அது சாத்தியந்தான். நான்கூட நேரில் பார்த் திருக்கிறேன்."

"அதே மாதிரி ஜீவனை அகற்றிய தலையைத் தூர வைத்து விட்டு, அதன்மூலம் அங்கு நடப்பதை அறியலாம். அங்கு நாம் விரும்புவதை நடத்தலாம். அதே மாதிரி தலைகள் மூலம் உடற்கூறுகளை நம் இஷ்டப்படி இயக்கலாம். இதெல்லாம் வெறும் பொம்மலாட்டம். பிரபஞ்ச தாதுக்களின் நுட்பங்களை அறிந்தவர்களுக்கு உயிர்ப்பை மட்டும் உடம்பில் காப்பாற்றி வைப்பதற்கு முடியும் ..."

"அப்படியானால் நான் முதலில் கோவிலுக்குள் நுழைந்த போது அந்தக் கன்னியின் சிரசின் மூலம் தாங்கள்தான் பேசினீர்களோ" என்று கேட்டேன்.

ஸித்த புருஷர் விழுந்து விழுந்து சிரித்தார். அந்தச் சிரிப்பிலே நாக சர்ப்பத்தின் சீறலும் தொனித்தது. எனக்கு வெகு பயமாக இருந்தது.

என் மனசில் ஓடிய எண்ணங்கள் எல்லாம் அவருக்கு வெட்ட வெளிச்சம் என்பதை உணர்ந்துகொண்ட எனக்கு இன்னும் பீதி அதிகமாயிற்று.

நான் பயத்தைக் காட்டிக்கொள்ளவில்லை. "தூரத்தில் பேசுவதற்கும் பொருள்களை இயக்குவதற்கும் நாங்கள் எங்கள் லோகத்தில் வெறும் ஜடப் பொருள்களையே உபயோகிக் கிறோமே. அந்தக் காரியத்தை நடத்துவதற்காக உயிர்க் கொலை செய்வது அநாவசியம் தானே?" என்றேன் நான்.

"நீங்கள் ஜடப் பொருள்களை இயக்கி காரிய சாதனை செய்கிறீர்கள் என்பது எனக்குத் தெரியும்; ஜடப் பொருள்களை இயக்குவது என்றால் ஜடத்துக்குள் வசப்பட்டு அதன் நியதி களுக்கு இணங்கி, தானே காரியம் நடக்கிறது. உங்களுடைய காரியங்களைப் புயல்கூடத் தடுத்துவிடுமே; எங்களுக்கு அப்படியா? எரிமலையைத் தாண்டிக்கொண்டு எங்கள் எண்ணங்கள் செல்லுகின்றனவே; உங்களுக்கு அப்படியா? நீங்கள் பேசினால் அங்கே குரல் கேட்கும்; அதாவது உங்கள் குரல் கேட்கும்; இங்கு அப்படியா? நீங்கள் ஜடப் பிராணனை உபயோகிக்கிறீர்கள். நாங்கள் அதற்கும் நுண்தன்மை வாய்ந்த சூட்சுமப் பிராணனை உபயோகிக்கிறோம். அது கிடக்கட்டும். நான் கேட்டதற்குப் பதில் சொல்லு; நீ காலத்தில் யாத்திரை செய்ய விரும்புகிறாயா? சொல்லு."

"நான் எதற்கும் தயாராகத்தான் வந்திருக்கிறேன். முதலில் நீங்கள் ஏன் இங்கு வர வேண்டும். ஏன் பூலோகத்துக்கு வரக் கூடாது? நீங்கள் பேசுவதற்கு உபயோகமாகும் சிரமுடைய கன்னி யார்? இதெல்லாம் தெரியச் சொல்ல மாட்டீர்களா?" என்று கேட்டேன்.

ஸித்த புருஷன் சிரித்துக்கொண்டு "பூலோகத்தில் எங்க ளுக்குக் கிடைக்காத சௌகர்யங்கள் எல்லாம் இங்கு கிடைக்கும் போது நாங்கள் ஏன் அங்கு வர வேண்டும்? மேலும் எங்கிருந் தால் என்ன? நாங்கள் இப்போது பூலோகத்தில் இல்லை என்பதை நீ எப்படிக் கண்டாய்?" என்று கேட்டார்.

நான் அவரது வாயையே பார்த்துக்கொண்டிருந்தேன்.

அவர் மேலும் பேசலானார்.

"இப்பொழுது நாம் உட்கார்ந்து பேசிக்கொண்டிருக்கும் இடம் ஒரு காலத்தில் கடல் மட்டத்துக்கு மேலே பெரியதொரு மலைத்தொடராக இருந்தது. இந்த எரிமலை இருக்கிறதே, அது அந்தக் காலத்தில் கிடையாது. பனிக்கட்டிகள் மூடிய பெரும் பெரும் மலைகள் இந்த இடமெல்லாம். இதற்குத் தெற்கே அகண்டமான பெரியதொரு நிலப்பரப்பு இருந்தது. அதில்தான் உன்னுடைய மூதாதைகளும் என்னுடைய மூதாதை களும் வாழ்ந்து வந்தார்கள். இந்த மலையிலிருந்து புறப்பட்டு இரண்டு நதிகள் ஓடின. ஒன்று குமரியாறு. அது கிழக்கே கடலில் சங்கமமாயிற்று. மற்றது பல்துளியாறு என்பது. அது இங்கிருந்து புறப்பட்டு ஏழு பாலைவனங்களைக் கடந்து ஏழ்பனை நாட்டின் வழியாக ஈசனை வலம் வந்து மறுபடியும் தென்திசை நோக்கியோடி, பனிக்கடலுள் மறைந்தது. பனி வரையில் பிறந்து பனிக் கடலில் புகுந்தது பல்துளியாறு. குமரி நதி கீழ்த்திசைக் கடலில் சங்கமமாகுமிடத்தில்தான் தென்மதுரை இருந்தது. அதில்தான் பாண்டியர்கள் மீன் கொடியேற்றி மீனவனை வழிபட்டார்கள். அவர்கள் குல தெய்வம் மீன்கண்ணி. படைப்புக் காலந்தொட்டே வழிபட்டு வரும் சிலை அது. அதற்குப் பூசனை நடத்தி வந்தவள் கன்னி. படைப்புக் காலந்தொட்டு ஜீவித்து வருகிறாள் அவள். உன்னைப் போல உன் வயசிலிருக்கும் போதும் அவளைக் கண்டேன். எனக்கு முந்தியோரும் அவளை அப்படியே கண்டு வந்திருக் கிறார்களாம். மீன்கண்ணியின் ஆலயம் ஆதியில் தென்மதுரை யில் இருந்தது. நீரிலே நெருப்புத் தோன்ற தென்மதுரை அழிந்தது. நிலப்பரப்பு குன்றியது. பிறகு மீன்கண்ணியின் சிலை, அதே சிலை கபாடபுரத்தில் ஈசனார் திருவடி நிழலிலே பிரதிஷ்டை செய்யப்பட்டது. கபாடபுரத்தை நிருமித்ததும் அங்கு குடியேறி யதும் வேலெறிந்த பாண்டியன் காலத்திலாகும்... கபாடபுரம் நிலப்பரப்பின் மையத்திலிருந்தது. மீண்டும் கடற்கோள். கடல் மீண்டும் நகரின் ஒரு பாரிசத்தைத் தொட்டது. அந்த நிலையில் தான் வடிம்பலம்ப நின்ற பாண்டியன் சிம்மாசனமேறினான். அதன் பிறகு... மறுபடியும் மறுபடியும் சமுத்திர ராஜன் சீற்றங்கொண்டான்... கபாடபுரமும் தென்மதுரை போல மூழ்கி மறைந்தது..."

ஸித்த புருஷர் பேசி நிறுத்தினார். நாங்கள் இருவரும் மவுனமாக இருந்தோம்.

எனது பார்வை இடையறாது சுழன்றுவரும் ரசக்கோளத்தின் மீது கவிந்தது. அதன் சுழற்சி நிதானமாக ஒரே வேகத்தில் வெளிச்சத்தைப் பிரதிபலித்தது...

4

கபாடபுரத்தின் அழிவு

நான் உற்றுக் கவனித்துக்கொண்டே இருந்தேன். சற்று சித்தம் கிறங்கியது. உடம்பிலிருந்து சுழன்ற புத்தி மட்டும் எங்கோ விரைந்து சென்றது. வேகத்தில் செல்லும் திசை தெரியவில்லை. நேரம் தெரியவில்லை. எதிரே பெரும் பாலை வனம் தெரிந்தது. என்ன சூடு என நினைப்பதற்குள் அவற்றை விட்டு அகன்றுவிட்டேன்.

மாலைநேரம். பிரமாண்டமான செம்புக் கதவின் முன் பக்கம் நின்றுகொண்டிருந்தேன். அது மேற்கே பார்த்திருந்தது. என்ன அற்புதமான வேலைப்பாடு! கதவைத் தள்ளித் திறப்பது என் போன்ற மனிதனால் இயலாத காரியம். உயரம் நூறடிக்கு மேலிருக்கும்; அகலம் இருபத்தைந்து அல்லது முப்பது அடிக் குள்ளாக இருக்காது. கதவின் இரு பக்கங்களிலும் நிமிர்ந்து நின்ற மதில் கற்களைச் செம்பை உருக்கி வார்த்துக் கரைகட்டி யிருந்தார்கள். இந்தக் கதவு பிரமாண்டமானதொரு கற்பாறை யின் உச்சியிலிருந்தது. வடபுரத்தில் ஆழமான சமுத்திரம். அலைகள் அதனடியில் வந்து மோதி நுரை கக்கின.

தென்புறத்தில் காடு. மரம் செறிந்த காடு குன்றினடியில் தென்பட்டது. உயர்ந்த விருக்ஷங்களுக்கு மேல் தனது கொக்குத் தலையைத் தூக்கி நின்றுகொண்டிருந்த கர்ப்பேந்திரம் ஒன்று ஒரு யானையைத் தனது கைகளில் பற்றிக் கிழித்துத் தின்று கொண்டிருந்தது.

மேற்கே பெரிய மலை ஒன்று கனிந்து புகைந்துகொண்டு இருந்தது. அஸ்தமன செவ்வானத்தில் தென்பட்ட பிறைச் சந்திரன் எனக்கு இழை நெற்றிக்கண் நிமலனை நினைப் பூட்டியது. திரித்திரியாகத் திரிந்து படரும் புகை சடையையும், கனிந்த உச்சி நெற்றிக் கண்ணையும் நினைப்பூட்டியது.

அதிசயப்பட்டுக்கொண்டே நின்றேன். பிரமாதமான பேரியும் வாங்காவும் மணிச்சத்தமும் கேட்க ஆரம்பித்தது. கதவு மெதுவாகத் திறக்க ஆரம்பித்தது.

ஊர்வலத்தின் முன்னால் பூசாரி சடையன் பவித்திரமாக நீறு அணிந்து இடையில் வைரவாள் சொருகி நடந்தான். அவனுக்குப் பின் அவள் வந்தாள். என்ன அழகு! அவளைப் பலியிடப் போகிறார்கள். அவளுக்குப் பின் வடிம்பலம்ப நின்ற பாண்டியன் வந்தான். அவனுக்குப் பின் நான் வந்தேன்.

அதாவது என்னைப் போன்ற ஒருவன் வந்தான். கையிலே வேல்.

அவன் கர்ப்பேந்திரத்தைக் கண்டான். அதன்மேல் வீசினான். வேல் குறி தவறி அதன் ஒற்றைக் கண்ணைக் குருடாக்கியது. ஐந்நூறு அடி உயரமுள்ள மிருகத்திற்கு இந்தக் குன்று எம்மாத்திரம்! அதன் கோரக் கைகள் பூசாரி சடையனைப் பற்றின. சடையன் தனக்கு மரணம் நிச்சயம் என்று தெரிந்து கொண்டாலும், வைரக் கத்தியைக் கொண்டு அதன் குரவளையில் குத்தினான். சடையன் தலை அந்த மிருகத்தின் கோர விரல்களில் சிக்கி அறுபட்டது.

ஊர்வலத்தில் ஒரே களேபரம். தெறி கெட்ட மிருகம் எங்கே பாயுமோ என நாலா திசையிலும் சிதறி ஓடினர். கர்ப்பேந்திரமோ வலி பொறுக்கமாட்டாமல் மலையுச்சியை நோக்கி ஓடியது.

இந்தக் களேபரத்தில் என் சாயலில் இருந்த அவன் கன்னியை அழைத்துக்கொண்டு கடற்கரைக்கு ஓடினான், அரசன் வாளுக்கும் கோபத்துக்கும் தப்பிவிடலாம் என்று. நேரே ஓடிய கர்ப்பேந்திரம் எரிமலையின் உச்சியில் சென்று பாதாளத்தில் விழுந்து மறைந்தது.

கடற்கரை நோக்கி ஓடியவர்கள், நீரிலே நெருப்புத் தோன்றி வரக் கண்டனர். அதே சமயத்தில் மண் மாரி போல சாம்பல் விழுந்தது. எரிமலை கர்ஜிக்கத் தொடங்கியது. அக்னிக் குழம்புகள் பாகாக உருகி ஓடிக் கடலில் கலந்து அதையும் பொங்க வைத்தது. கடலின் அலைகளோ ஊழியின் இறுதிப் பிரளயம் போலத் தலை தூக்கியடித்தன. நிமலன் நெற்றிக் கண்ணைத் திறந்தான். கபாடபுரத்தின் செப்புக் கதவுகள் பாகாக உருகி யோடுவதைக் கண்டேன்.

பிறகு அலைச் சப்தம், பேரலைச் சப்தம், ஒரே அலைச் சப்தம்.

சந்திரோதயம், 30.6.1945, 10.7.1945, 20.7.1945

அன்று இரவு

1

அரிமர்த்தன பாண்டியன்

நான்மாடக்கூடலில் அன்றிரவு மூவர் உறங்கவில்லை. அதில் ஒருவன் சொக்கேசன். மனிதனுடன் மனிதனாக நடமாடி, அவர்களுடைய சுகதுக்கங்களில் பகிர்ந்துகொண்டு, வளையல் விற்று, சாட்சி சொல்லி, சங்கப் புலவர்கள் கருவமடக்கி, வாழையடி வாழையாக ஆண்டுவரும் பாண்டியர்களுக்கு மந்திரியாய், நல்லாசிரியனாய், தெய்வமாய்க் கைகொடுத்துவரும் சொக்கேசன், அழகன் உறங்கவில்லை. பிறவா நெறி காட்டுவானுக்கு உறக்கம் ஏது? ஊண் ஏது? அடுத்த ஆள் ஓர் அரசன்; பாண்டியன், அரிமர்த்தன பாண்டியன், இமையா நாட்டம் பெற்றவன் போல, சயனக்கிருஹத்தில் மஞ்சத்தில் அமர்ந்து நினைவுக் கோயிலில் நடமாடிவந்தான். அறிவை அன்று நடைபெற்ற நிகழ்ச்சிகள் சரக்கூடம் போட்டன; நடைபெற்ற நிகழ்ச்சிகள் வாலுடன் தலையிணைத்துக் காட்டி நகரின் வரம்பமைத்த பாம்பு மாதிரி அறிவு சக்கரவியூகம் போட்டது.

பிரகாசம் கண்ணைக் குத்தித் தூக்கத்திற்கு ஊறு விளைவிக்காமல் இருப்பதற்காக அமைத்த நீலமணி விளக்கு, அவனது மார்பில் கிடந்த ஆரத்தில் பட்டு, சற்று அசையும்போது மின்னியது. கை விரல் மோதிரத்தை நெருடிக்கொண்டே சாளரத்தின் வழியாகத் தெரிந்த சிறிய துண்டு வான்வெளியை நோக்கிக்கொண்டிருந்தான். அன்றிரவு கிருஷ்ண பட்சத்துச் சந்திரன்; அது உதயமாக இன்னும் இரண்டு சாமம் கழிய வேண்டும். சாளர

வரம்புக்கு உட்பட்ட தாரகைகள் ஒன்று இரண்டு, தீர்க்கதரிசி களின் அறிவு வரம்புக்குள் அடைபட்ட பிரபஞ்ச ரகசியங்கள் ஒரு குறிப்பிட்ட கோலத்தில் அமைந்து, மனித உயிர் நாடும் வேட்கைக்குச் சாந்தி தரும் சமயம் என்ற ஒரு குறிப்பிட்ட கோலத்தைக் காட்டுவதுபோல, ஜோதிட விற்பன்னர்கள் வகுக்காத ராசி மண்டலங்களை அமைத்துக் காட்டியது.

சாளரத்தின் உச்சியிலிருந்து, வானத்துக்கு நேர்கோட்டில் ஆணியடித்து வைரம் பதித்தது மாதிரி, அல்ல, மஞ்சள் கலந்து சிவப்புக்கல் பதித்த மாதிரி, ஒரே ஒழுங்கில் அமைந்து நின்று அசைந்து கண் சிமிட்டியது. மன்னன் மனம், அன்றைய நிகழ்ச்சிகளை ஒரு விநாடி மறந்து தாரகைக் கூட்டத்தில் லயித்தது. மனம் ஒன்ற ஒன்ற, இருட்டுக்குள் இருளுக்கு வரம்பு போட்ட மாதிரி கோபுரமும் கலசமும் திரண்டு உருவாயின; அதன் மத்தியில் அந்த விளக்குகள். என்ன, நம்மூர்க் கோயிலைக் கூடவா, நாம் தினம் கும்பிட்டு மன உளைச்சல் என்ற சுமையை இறக்கிவைக்கும் சுமைதாங்கியான கோயிலைக் கூடவா மறந்து விட்டோம் என்று நினைக்கிறான் பாண்டியன். தன்னை அறியா மல் மீசையை நெருடிக்கொண்டே சிரிக்கிறான். கோபுரத்தைத் தாண்டி ஒண்டித் தெரியும் துண்டு வானத்தில் ஒரு நட்சத்திரமும் கூடச் சிரிக்கிறது.

'முப்பது வயசுக்குள் எவனாவது திடீரென்று மாறிப் பரம் ஒன்றே என்ற நினைப்புடன் நடமாட முடியுமா? குதிரை வாங்கப்போன மந்திரி திரும்பிவரும்பொழுது, விழுந்து கும்பிடு என்று என் மனசே சொல்லும்படி எப்படி மாறிவிட முடியும்? கொண்டுபோன பணத்தை என்ன செய்தான்? விரயம் செய்து போகத்தில் ஆழ்வதென்றால் அவன் உடம்பு அதைக் காட்டி யிருக்குமே.'

அரிமர்த்தனன் மனசிலே அன்று பிற்பகல் பட்டிமண்ட பத்தில் நடைபெற்ற நிகழ்ச்சிகள் நினைவுக்கு வருகின்றன :

அமாத்தியன் திருவாதவூரன், பகல் முழுவதும் கால் கடுக்க நடுவெயிலில் நின்று கல் சுமந்து கசையடிபட்டதன் சோர்வு சற்றும் காட்டாமல், வந்தபோது பூத்து அலர்ந்த புன்சிரிப்போடு நிற்கிறான். அரசன் அரிமர்த்தன பாண்டியன் சிங்காசனத்தில் அமர்ந்திருக்கிறான்.

"அமாத்தியரே, குதிரைகளுக்குக் கொடுத்தனுப்பிய தொகை எங்கே?"

"அவனைத் தவிர இவ்வுலகில் கொடுப்பவர் யார்? கொள்பவரார்?"

எப்போதும் முடிவிலே இன்பம் • 231 •

"வாதவூரரே, அப்படியானால் பணம் வாங்கவில்லை என்று மறுக்கிறீரா?"

"குதிரை வரும் என்று சொல்லுகிறேன்."

"குதிரையைப் பற்றி நீர் கவலைப்பட வேண்டாம். பணத்தை என்ன செய்தீர், சொல்லிவிடும்; உம்மை மன்னித்துவிடுகிறேன்."

"அரசே, வாதவூரர் கொண்டு சென்றது அரசாங்கப் பணம்; அதை விரயம் செய்யத் தங்களுக்குக்கூட உரிமை கிடையாது என்பதைத் தாங்கள் எத்தனை முறை இந்த வாதவூரர் முன்னிலையிலேயே சொல்லியிருக்கிறீர்கள்; மன்னிப்பது என்றால் பாண்டியன் தனது ஆட்சியை அழிப்பது என்பதே பொருள்" என்று இடைமறிக்கிறார் ருத்திரசாத்தனார் என்ற மந்திரி.

"பணம் வந்துவிட்டால் போதுமா? சமயத்தில் குதிரைகள் கிடைக்காததனால் நாம் எவ்வளவு ஆபத்தான நிலையில் இருந்தோம்? சோழன் திரட்டிய சேனை நம்மீது விழுந்திருந்தால் நாடு என்ன கதியாகும்? களப்பிரர்கள் சோழநாட்டைச் சூறையிடாதிருந்தால் இன்று மீன் கொடியில் ரத்தக்கறைகள் அல்லவா படிந்திருக்கும்? தோல்வி என்பது நமக்கு இல்லை. சொக்கேசன் உள்ளவரை, பாண்டியன் உள்ளவரை, அந்நியன் தலை மண்ணில் உருளத்தான் செய்யும்; இருந்தாலும் . . ." என்கிறார் ஏனாதியான பகைக்கூற்றச் சித்திரனார்.

"வாதவூரரே, என்ன சொல்லுகிறீர்? தொகை எங்கே?" என்கிறான் அரிமர்த்தனன்.

"கொடுத்தவன் வாங்கிக்கொண்டான்; குதிரைகள் வரும்" என்கிறார் வாதவூரர்.

"அரசே, வாதவூரருக்கு வயசு முப்பதுதான். திருக் கோவையாரைப் பாடியவர் என்பதற்காக, அவரை நாம் சிறிது காலம் பார்க்காமல் இருந்துவிட்டதற்காக, ஜீவன்முக்தராகி விட்டார் என்று நினைப்பது தவறு. சங்கரனார் நெற்றிக் கண்ணைத் திறந்தாலும் குற்றம் குற்றமே என்ற நாடு இது. சங்கரருக்கே அப்படியென்றால் வாதவூரருக்கு மட்டும் என்ன இளக்காரம்?" என்கிறார் ருத்திரசாத்தனார்.

"வாதவூரரே, என்ன சொல்லுகிறீர்? சித்தர்கள் போலப் பரிபாஷையில் பேசி ராஜாங்க நேரத்தைக் கழிக்க வேண்டாம். குதிரைகள் வரும் என்கிறீரே; எப்போது வரும்?"

வாதவூரன் கண்கள் ஏறச் செருகிவிட்டன. நின்ற நிலை யிலேயே உள்ளோடு ஒன்றிவிட்டான்.

உதடுகள், "குதிரைகள் – குதிரைகள் – குதிரைகள் ..." என முணு முணுக்கின்றன.

பாண்டியன் மனசிலும், "குதிரைகள், குதிரைகள், குதிரைகள்" என்ற வார்த்தைகள் எதிரொலிக்கின்றன.

பட்டிமண்டபத்துக்கு வெளியே சடபடவென்று ஆர்ப் பாட்டமான சத்தம். காவலர்கள் இருவர் ஓடி வருகிறார்கள். "குதிரைகள் வந்துவிட்டன! அரசே! குதிரைகள் வந்துவிட்டன!" என்று நமஸ்கரிக்கின்றனர்.

"என்ன, குதிரைகளா! எங்கே?" என்று எழுந்திருக்கிறான் மன்னன். சபையும் திரண்டு எழுந்திருக்கிறது. வீரக்கழல் முழங்க, அரசன் மிடுக்குடன் வாசலுக்குப் போகிறான். மந்திரி பிரதானிகள் பின் தொடர்கிறார்கள். பட்டிமண்டபத்திலே 'குதிரைகள் குதிரைகள்' என்று தம்மை மறந்து ஜபிக்கும் வாதவூரரையும் சிலைகளையும் தவிர யாரும் இல்லை.

குதிரைகள்தாம் எத்தனை! பத்து அக்குரோணிக்குப் போது மானவை; அவ்வளவும் வெள்ளை. குதிரை நோட்டம் தெரிந்த கணக்காயர்கள் சுற்றிச் சுற்றிப் பார்க்கிறார்கள்; ஒரு சுழி இருக்க வேண்டுமே. அத்தனையும் உயர்ந்த ஜாதிக் குதிரைகள்.

குதிரைப் பாகன்தான் கண்கொள்ளாக் காட்சி. அவனை அழைத்துச்சென்று அப்படியே முடிசூட்டிவிடலாமா என்று கூட நினைத்தான் அரிமர்த்தனன். என்ன அசட்டுத்தனமான நினைப்பு! அவன் துருஷ்கனா, யவனனா, சோனகனா? கண்களிலேதான் அம்மம்ம, என்ன பயங்கரம்! சாட்டையைக் கொண்டு சிமிட்டாக் கொடுக்கிறான். அத்தனை குதிரைகளும் அணிவகுத்து நிற்கின்றன!

"பெற்றுக்கொண்டு சீட்டைக் கொடும்; போகவேண்டிய வழி கணக்கில் அடங்காது" என்கிறான் குதிரைப்பாகன். குரலில் இனிமையும் பயங்கரமும் கலந்திருந்தன.

அரசன் முறிச்சீட்டில் கையெழுத்திட்டுத் தருகிறான். பாகன் வாங்கிக்கொண்டு வணக்கங்கூடச் செய்யாமல் போய் விடுகிறான்.

மன்னனும் மந்திரிப் பிரதானிகளும் பட்டிமண்டபத் துக்குள் திரும்ப வருகிறார்கள். வாதவூரன் முகத்தில் சோகம் தேங்க, "நாடகத்தால் உன் அடியார் போல் நடித்து நான் நடுவே, வீடகத்தே புகுந்திடுவான் மிகப்பெரிதும் விரைகின்றேன்" என்று தழுதழுத்தபடி உருகி நிற்கிறார்.

"வாதவூரரே, என்னை மன்னிக்க வேண்டும்; நான் ராஜ்யத்தைச் சுமக்கிறவன்."

"அரசே, நான் உலகின் துயரத்தை, வேதனையைச் சுமக்கிறவன்."

"வாதவூரரே, அப்படி மனம் நொந்துகொள்ளக் கூடாது. தாங்கள் பழையபடி எனக்கு அமைச்சராகவே இருக்க வேண்டும்; தாங்கள் இல்லாவிட்டால் இத்தனை குதிரைகள் கிடைக்குமா?"

"அமைச்சன் மருத்துவனைப் போல இருக்கவேணும் என்பதை நான் தங்களுக்குச் சொல்ல வேண்டுமா?" என்கிறார் ருத்திரசாத்தனார்.

"பகையை விரட்டப் படைப்பலம் வேண்டாமா?" என்கிறார் ஏனாதி.

அரிமர்த்தனன் மனசு மறுபடியும் அந்தக் குதிரைகள்மீது, அந்த வெள்ளைக் குதிரைகள் மீது சவாரி செய்கின்றன. பகைவர்கள் தலைமீது நடமிடும் குதிரைகள். வாதவூரன் கொடுத்த குதிரைகள் அல்லவா? என்ன அறிவு, என்ன தூய்மை! தெய்வாம்சமாக, தெய்வமாகக் குதிரைப் பாகனைப் போலவே நின்றானே ...

நடுச்சாமத்தைப் புள்ளியிடச் சங்கு விம்முகிறது, அலறுகிறது, முழங்குகிறது. அதன் ஓசையும் மடிகிறது.

அது என்ன சத்தம், தனி நரி ஊளையிடுகிற மாதிரி! அதன் குரல் ஒடுங்கும் சமயத்தில் ஆயிரம் ஆயிரமாக நரிகள் ஊளையிடுகின்றன. நான்மாடக்கூடலில் நரிகளா? குதிரைப் பந்தி இருக்கும் திசையிலிருந்து அல்லவா கேட்கிறது! அரிமர்த்தனன் எழுந்து நிலாமுற்றத்துக்குச் செல்லுகிறான். காதுகளை ஈட்டியிட்டுக் குடைவது போன்ற இரைச்சல். இருட்டில் கண்கள் துழாவுகின்றன. இருட்டைத் தவிர வேறு எதுவும் தெரியவில்லை.

மன்னவன் வீரக்கழல் ஒலிக்க, உத்தரீயம் தரையில் புரள, மறுபடியும் சயனக்கிருஹத்தில் நுழைகிறான். மஞ்சத்தருகில் சாய்த்து வைத்திருந்த உடைவாளுடன் அறையை விட்டு விரைகிறான். வாசலில் தூக்கமும் மருட்சியும் கண்களில் தேங்க, குழலும் மேலாக்கும் சரிய, துவண்ட நடையில் விளக்கெடுத்து முன் செல்லுகிறார்கள் பணிப்பெண்கள். அந்த மங்கிய ஒளியில் தான் அவர்கள் என்ன அழகு!

அரசன் அரண்மனை வாசலில் வந்து நிற்கிறான். "குதிரை லாயத்தில் நரிகள் புகுந்துவிட்டன, அரசே, அவை நகருக்குள்ளும் பிரவேசித்துவிடும் போலத் தெரிகிறது..." என்று கும்பிடுகிறார்கள் குதிரைப் பந்தியின் காவலர்கள்.

மூன்று ஜோடிக் கழல் ஒலிகள் இருட்டில் படிப்படியாக மங்கி ஓய்ந்தன.

திடீரென்று இருட்டையே கூர்ங் கத்திகொண்டு கிழிப்பது போல ஒரு தனி அலறல். பீதியில் வெருண்டு உயிருக்குப் போராடி மடியும் குதிரையின் குரல் அது. அதைத் தொடர்ந்து ஆயிரம் பேய்கள் கெக்கலிகொட்டி நகைப்பது போன்ற நரி ஊளை. போர்க்களத்தில் கவந்தங்கள் ஆடுவதையும் அச்சிற்று விழும் தேரில் அடிபட்டு நசுங்கும் குதிரைகள் யானைகள் போடும் கூச்சல்களையும் கேட்டவன்தான் அரிமர்த்தன பாண்டியன். ஆனால் அன்று கேட்ட அந்தத் தனிக் குதிரையின் சப்தம், அவனிடம் அபயம் கேட்டு ஏமாந்து உயிர்விடுவது போல இருந்தது. நான்மாடக்கூடலில் இந்த இருட்டுப் பேய்க் கூச்சல் ஜனங்களை எழுப்பி விட்டிருக்கக்கூடும். அவர்கள் இரட்டைத் தாழிட்டு வீட்டுக்குள் அமர்ந்துவிட்டனர்.

குதிரைக் கொட்டடியின்முன் காவலர்கள் கதவைத் தாழிட்டுக் காவல்காத்து நின்றனர்.

"உள்ளே மருந்துக்குக்கூட ஒரு குதிரை இல்லை. நமது லாயத்தில் நின்ற பழைய குதிரைகளைக்கூட ஒன்று பாக்கி விடாமல் கொன்று கிழித்துவிட்டன" என்றார்கள் காவலர்கள்.

"புதுக் குதிரைகள்?"

"அவை மறைந்த மாயந்தான் தெரியவில்லை. உள்ளே நரிகள் நின்றுதான் ஊளையிடுகின்றன. அவை வெளியே வந்துவிடாமலிருக்க, கதவை இழுத்துச் சாத்தி வைத்திருக்கிறோம். நாங்கள் சாத்து முன்பே பெரும் பகுதி வெளியே ஓடிவிட்டன."

"அரசே, குதிரைப் பந்திக்குள் நரிகள் ஊளையிடுகின்றனவே; புதுக் குதிரை ஒன்றுகூட இல்லையே" என்று பக்கத்தில் ஒரு குரல் கேட்டது.

அரசன் திரும்பிப் பார்க்கிறான். அமாத்தியர் ருத்திர சாத்தனார் நின்றுகொண்டிருந்தார்.

"ஆமாம். புதுக் குதிரைகளைக் காணவில்லையாம்" என்றான் அரிமர்த்தனன்.

"நானும் அப்படித்தான் எதிர்பார்த்தேன். தங்கள் மந்திரியின் சித்து விளையாட்டாக இருக்கலாம். நீங்கள் கவனித்தீர்களோ, குதிரைகள் வந்தபோது அவனது நிலையை? நான் வரும்போதே மீண்டும் அவரைக் கைதுசெய்யும்படி உத்திரவிட்டுவிட்டு வந்தேன்."

"சீ! அப்படி இருக்காது. மேலும் நீதி வகுக்க நாம் யார்?"

"அரசே, தாங்களுமா?"

எப்போதும் முடிவிலே இன்பம் • 235 •

"குதிரைப் பாகன் எங்கு மறைந்தான் என்பதுதான் தெரிய வில்லை. நேற்று நமது கோயில் ஆயிரக்கால் மண்டபத்தில் சென்று படுத்ததைத் தான் சிலர் பார்த்ததாகத் தெரிகிறது. ஒற்றர்கள் கிரகித்த தகவல் இதுதான்" என்றது மற்றொரு குரல். ஏனாதி பகைக்கூற்றச் சித்திரனார் தாம்.

"பாகனைப் பிடித்தால் காரியம் தெரியும்."

இடைவெட்டு

அடியார்க்கு நல்லார்: நான்தான் அப்பொழுதே சொன்னேனே: குதிரைகள் நிச்சயமாக வரும் என்று? எனக்குத் தெரியாதா வாதவூரனை!

சேனாவரையர்: வாதவூரன் பொய்யன் என்று நான் எப்பொழுதும் சொன்னதுண்டா? சமயத்துக்கு வராத குதிரைகள் இனி வந்து என்ன, வராமல் என்ன? இப்பொழுது வெகு சிரேஷ்டமான பரிகள் கிடைத்தாலும் அவை நரிகளுக்குத்தான் சமம். மானம் கெட்டுப்போய் அரசனும் அவற்றை ஏற்றுக் கொண்டானே!

இளம்பூரணர்: புரை தீர்ந்த நன்மை பயக்கும் என்றால் எதுவும் பொய்யே அல்ல. இன்று அரசன் ஏற்றவை நரிகளாகவே இருந்தாலும் அவை பரிகளே. வாதவூரனுக்கு வயசு முப்பது என்பதற்காக வாயில் வந்தபடி எல்லாம் பேசுவதா?

ஒற்றன்: குதிரைகள் கொண்டுவந்தானே, அவனை நீங்கள் எங்காவது கண்டீர்களா?

அடியார்க்கு நல்லார்: சொக்கேசன் ஆலயத்து வசந்த மண்டபத்துக்குள் போய் உட்கார்ந்தான். நான் என் கண்களால் கண்டேன்.

சேனாவரையர்: நான் பார்க்கும்பொழுது அவன் வசந்த மண்டபத்தில் இருந்தான் என்று சொல்லும். அவன் இப்பொழுது எங்கும் இருக்கலாம். அவனது கழுத்தில் கிடந்த மறுவைப் பார்த்தீர்களா? ஆலகால விஷம் மாதிரி அல்லவா இருந்தது? உன்மத்தன்போல் அல்லவா, நிதான புத்தியுடன் நடந்துகொள்ளச் சிரமப்படும் உன்மத்தன்போல் அல்லவா, அவன் விழித்தான்?

இளம்பூரணர்: மறு இருக்கிற இடத்தில் இருந்தால் எல்லாருக்கும் அதிருஷ்டந்தான். அவன் அதிருஷ்டசாலிதான் என்பது நிச்சயமில்லை. வாதவூரன் நிச்சயமாக அதிருஷ்டசாலி தான்.

2

வாதவூரர்

வாதவூரன் மனசும் அறிவும் தட்டுமறித்து விளையாடின. யாருக்கு யார் பதில் சொல்லுகிறார்கள் என்ற நினைப்பின்றி யாரோ மனசில் சொன்னதை, தாம் நாவால் சொன்னதாகவே வாதவூரருக்குப் பட்டது. குதிரைகள் வாங்க வேண்டும் என்ற நினைப்பே அற்றுப் போகும்படி தம்மை இழுத்து உட்கார்த்தி விட்ட பெரியார் தம்மிடம் என்னத்தைக் கண்டுவிட்டார் என்பதுதான் முடிவில்லாப் புதிராக அவரை மலைக்க வைத்தது.

கல்லால நீழலில் அமர்ந்த தட்சிணாமூர்த்தத்துக்கு, கண் கூடாகக் கண்டு, ஸ்பரிசித்துப் பேசக்கூடிய ஒரு ரூபம் இருக்கு மாகில் அது அவர்தாம். என்னை ஆட்கொள்வதற்காக அம்மை யப்பனே அப்படி வந்தானோ! சீ! நான் யார்? எனக்குத் தகுதி என்ன? மனசில் அவன்மீது நாட்டம் இருந்துவிட்டால் போதுமா? கால் எடுத்து வைக்கமுடியாமல், அறிவுதான் அடிக்கு நூறு வேலிகள் கட்டுகிறதே, அப்படிப்பட்ட அறிவு, என்னை ஆட்கொண்டு என்னை அளந்து நிற்கும்போது, அவனால்தான் வர முடியுமா, என்னால்தான் அவனிடம் போக முடியுமா?

பாண்டியனிடம் சமத்காரமாகப் பேசிவிட்டதால் நான் செய்த காரியம் சரியாகிவிடுமா? அவன் கொடுத்தானாவது! அவன் வாங்கிக் கொண்டானாவது! அவன் அரிமர்த்தனனாக வந்து கொடுத்த பொழுது அரிமர்த்தனனாக நிற்கும் அவனிடம் கணக்குக் காட்டுவதைவிட்டு, வேதாந்தம் பேசி என்னை நான் பொய்த்துக்கொண்டேனே! என்னைவிட நெஞ்சறி கள்வன் எவன்? என்னையும் நம்பி, பணத்தைக் கொடுத்தானே பாண்டியன்! பாண்டியன் பணம். பாண்டியன் பணம் கரையும் பொழுது காலம் நின்றதே; களனே அழிந்ததே. அந்த பெரியாரை நான் திரும்பவும் பார்க்க வேண்டுமே. அவர் அருகில் இருந்தால், தாய் மடியில் இருப்பது போலல்லவா இருந்தது? அவர் என்னிடம் என்ன சொன்னார்? என்னத்தைத்தான் சொல்ல வில்லை? அவர் சொன்னதை வேதமும் வேதாந்திகளும் சங்கரனும் சொல்லத்தான் செய்திருக்கிறார்கள். அவர் சொன்னதன் நுட்பம் வார்த்தைக்குள் இல்லையே. குரலிலா? கண்ணிலா? அவர் எதைக் கொண்டு என்னை இழுத்து விட்டார்? எனக்குத் தெரிந்ததைத்தான் சொன்னார். ஆனால் தெரிந்தது என நான் நம்பி இருந்ததற்கு எவ்வளவு உள்ளூறை கொடுத்துவிட்டார்! "தாமே குதிரைகள் வரும்; நீ உன் குதிரை களை அடக்கக் கற்றுக்கொள்" என்றாரே சிரித்துக் கொண்டு!

அப்பொழுது பாண்டியனும் அவனுடைய குதிரைகளும் அவனுடைய குதிரை வேட்கையும் இந்தப் பிரபஞ்ச லீலையில் எவ்வளவு அற்பமாக, துச்சமாகப் பட்டன; நமது பார்வைக்குள் படவேண்டாத ஒன்றாகப் படும்படி செய்துவிட்டாரே! நானா பணத்தை எடுத்துக் கொடுத்தேன்? இந்தப் பிரபஞ்சமே எடுத்துக் கொடுத்தது. அதற்குப் பாண்டியன் என்னை வெயிலில் நிறுத்த வேண்டும், கசையடி கொடுக்க வேண்டும், கண்ணைப் பிடுங்க வேண்டும், யானையை விட்டு என் தலையை இடற வேண்டும்? இவையெல்லாம் அற்பத்துக்கு அற்பமான காரியங்கள். பாண்டிய னது குதிரை வேட்கை மாதிரி பிரபஞ்சத்தின் பார்வையில் படவேண்டாத ஒன்று. என்னுடைய கட்சியும் பாண்டியன் கட்சி போன்றதுதான். மதுரை அதிருஷ்டம் பெற்ற ஊர்தான். பாண்டியநாடு அதிருஷ்டம் பெற்ற நாடுதான். என்னை எப்படியாவது நீதியின் ஆதிக்கத்திலிருந்து பாதுகாப்பதற்காக என்ன என்ன பாடுபட்டான்! அவனுக்குக் குதிரையைப் பற்றிக்கூட அக்கறை இல்லை போல் இருக்கிறது. நீதி என்ற ஒன்று திருப்தியடையும்படி நான் பதில் தந்துவிட்டால் என்னைப் பாதுகாத்து மறுபடியும் இந்த மந்திரி உத்தியோக விலங்கை மாட்டிவிடுவதில் அவனுக்கு என்ன ஆசை! அரிமர்த்தனனும் அதிருஷ்டசாலிதான். என் உயிருக்கு உயிரான ருத்திரசாத்தனும் ஏனாதியும் சத்திரவைத்தியர்கள் போல அல்லவா நடந்துகொள்ளுகிறார்கள்! மனித வம்சம் அநாதி காலந்தொட்டு இன்றுவரை, இனிமேலும், அறுகு போலப் படர்ந்துகொண்டே இருக்க, கண்களைக் கட்டிக்கொண்டு நடக்கும் நீதியின் பின்புறமாக, தம் மனசைச் செப்புக் கோட்டைக் குள் சிறை செய்து நடந்தார்களே, அவர்கள் அல்லவா மந்திரிகள்! மந்திரிகள் என்று உலகத்தில் வேடமிட்டால் மந்திரியாகவே நடிக்க வேண்டும். இடையிலே வேஷத்தைக் கலைத்துக்கொள்ள லாமா? அது மனுதர்மமாகாது; உயிர்த் தருமம். உயிர்த் தருமத்துக்கு அரசனது பட்டிமண்டபத்தில் இடங்கொடுக்க முடியுமா? கொடுத்தால் பட்டிமண்டபத்தில் வௌவாலும் குறுநரியும் கொண்டாடி நடக்குமே . . .

என்ன?

குதிரைகளா? பாண்டியனுடைய பணியாளர்கள் அல்லவா வந்து சொல்லுகிறார்கள்? குதிரைகள்! குதிரைகள் வந்துவிட் டனவோ? குதிரைகளாவது வருவதாவது! பணம் போன திக்கில் குதிரைகள் ஏது? உன்னை ஆட்கொண்ட ஐயன், அன்று கல்லாலின் அடியில் உன்னையே உருக்கிவிட்டவன், உன்னைக் காப்பாற்றக் குதிரைகளைக் கொண்டுவந்து விட்டானா? என்ன ஆபத்து! எனக்காக, என் பொய்க்காக,

என்னுடைய நிலையில்லா மனசுக்காக, என்னுடன் சேர்ந்து தெய்வமே, என்னுடைய குருதேவனே, அந்தப் பொய்யை நிலைநாட்டத் துணிந்தானா? நான் கொடுக்காத தொகைக்குக் குதிரைகளா? எனக்காக, என்னுடைய அற்ப ஜீவனைப் பற்றுவதற்காக, சகல லோகங்களுமே திரண்டு நின்று எனது பொய்யை நிலைநாட்ட வருவதா? களங்கமற்ற தர்மமானது என்னுடைய சிற்றறிவின் கொடுக்கல் வாங்கல்களின் அற்ப நடத்தைகளுக்கு, அகந்தைக்குத் துணை வருவதா? உலகத்தையே பொய்ப்பிக்கும் பொய்யை உண்டாக்கிய நான் அதமன் அல்லவா? சர்வேசுவரனுடைய லீலை என்னுடைய பொய்க்கும் துணை நின்று அதை மெய்ப்பிக்க அதலபாதாளத்தில் இறங்கு மாகில் அது . . . அது . . . எனது நா எழவில்லையே . .!

வாதவூரரின் உடலிலிருந்து விலங்குகள் கழற்றப்படுகின்றன. அவருக்குப் பழைய மரியாதைகள் செய்யப்படுகின்றன. ஆனால் அவை மெய்யான பாரவிலங்குகளாக ஊனையும் உயிரையும் உணர்வையும் அதற்குப் பின்புறமாக உள்ள மகாசூட்சுமமான கரணங்களின் சேர்க்கைக் கோப்பையும் அழுத்தின. அவரது நெஞ்சு உலர்ந்தது, வறண்டது, சுழன்றது, பொங்கியது, குமுறியது; சுழித்து நுரைத்துக் கொப்புளித்துப் பொய்ம்மை என்னும் வேதனையைக் கக்கி விக்கித் தடுமாறியது. அவருடைய வேதனை உலகத்தின் வேதனை ஆயிற்று. மதுரை மூதூரின் வேதனையாக உருவெடுத்தது; பெருக்கெடுத்தது. பிரவாகமாகச் சுழித்துக் குறியற்றுக் குறிக்கோள் அற்று விம்மிப் புடைத்து ஓடியது. கரைகள் என்ற பிரக்ஞை இல்லாமலே மதுரை மூதூரை நனைத்தது, முழுக்கியது, ஆழ்த்தியது. பஞ்சணை மெத்தையில் அமர்ந்திருந்தது வாதவூரன் உடல். அவருடைய வேதனை உலக வியாபகமாக, மதுரையையும் அதற்கும் அப்பால் உள்ள அண்டங்களையும் தன்னுள் ஆக்கியது . . .

நடுநிசியில் ருத்திரசாத்தனுடைய சேவகர்கள் அவருடைய உடலில் விலங்கிட்டனர். விலங்குகள் ஏறின என்ற உணர்வும் அற்றுப்போன சமயம் அது. வேதனை வெள்ளம் அவரையும் அவரது பிரபஞ்சத்தையும் அமுக்கித் தன்னுள் ஆக்கித் தடந் தெரியாமல் செய்துவிட்டது.

இடைவெட்டு

சேனாவரையர் : வையை நதியிலே வெள்ளம் இப்படி வந்தது என்று சொன்னால் நம்புகிறவர்கள் யார்? சில சமயங் களில் கண்ணால் காணும் விஷயங்கள்கூட நிஜமா என்ற சந்தேகம் தோன்றுகிறது. நீர் அந்தப் பக்கமாக ஒரு கூடை மண்ணை அள்ளிப்போடும்.

இளம்பூரணர் : பரிகள் நரிகளுக்குச் சமம் என்றீரே. உமக்கு யக்ஷிணி உபாசனை உண்டோ? சொன்ன மாதிரி பாண்டியன் குதிரை லாயத்திற்குள் நரிகள் எப்படிப் புகுந்தன? தலையாலங் கானத்துப் போரில் கவந்தங்கள் ஆடினவாம். கூளிகளும் பேய்களும் கூழ் அட்டனவாம். அன்று கேட்ட பேரிரைச்சல்கூட இன்றைய நரி ஒன்றின் சத்தத்துக்கு ஈடாகாதே. அலறல் கால பாசம் போல் அல்லவா உயிரை நாடித் தடவியது! நரிச் சத்தம் கேட்டே நகரத்தில் சாவுக்குக் கணக்கு இல்லையாம்.

அடியார்க்கு நல்லார் : பேசிக்கொண்டே நிற்காதீர். முழங் கால் பரியந்தம் தண்ணீர் சுற்றுவது தெரியவில்லை? இன்று வையையில் வெள்ளம் எப்படி உண்மையோ அப்படி நரிகளும் உண்மை. இவை கண்ணுக்குத் தெரிந்தவைகள். இவற்றிற்கும் மேலாக ஏதோ ஒன்று, ஆதிகாரணமான ஒன்று . . .

ஒற்றர் : ருத்திரசாத்தன் உத்தரவுப்படி வாதவூரனை விலங் கிட்டுவிட்டார்கள். அவனைப் பிடித்தால் போதாது. குதிரைப் பாகனையும் பிடிக்க வேண்டும்.

மூவரும் : மன்னவன் ஆக்ஞை அல்ல அது. அவன் அப்படி உத்தரவு போடமாட்டான். ஐயோ, வெள்ளம் பொங்குகிறதே! நுரைகள் புரள்வதைப் பாருங்கள். சிவனுடைய சிரிப்பு மாதிரி . . .

3

சொக்கன்

ஆலவாய்மெய்யன், உலகத்தைத் தன்வசம் இழுக்கும் சொக்கன் விளையாடினான். ஜீவாத்மாவின் வேதனையை உணராது விளையாடினான். அங்கயற்கண்ணியின் கண்ணில் பாசமும் கன்னத்தில் குழிவும் தோன்ற அவன் விளையாடி னான். பெரியவராக வந்து, பெரிய ஞானோபதேசம் செய்வது போலப் பாவனை செய்து, தெரிந்ததையே சொல்லி, ஏற்கனவே தன் பாசத்தில் சிக்கிய ஜீவனை இன்னும் ஒரு பந்தனம் இட்டு வேடிக்கை பார்த்தான். ஈசன் விளையாடினான். வாதவூரன் அவனுடைய விளையாட்டுப் பொம்மையானான். ஈசனுக்குப் பிரபஞ்சமே வாதவூரனாயிற்று. பிரபஞ்சத்துக்கு உடைமையான அவனது பார்வை வாதவூரன்மீது மட்டும் விழுந்தது. பிரபஞ்சமும் அண்டபகிரண்டமும் அனந்தகோடி ஜீவராசிகளும் யோக நித்திரை போன்ற தாமஸ நித்திரையில் ஆழ்ந்துள்ள நிலைப்பொருள்களும் ஏகோபித்து ஏற்றுச் சுமக்க வேண்டிய அவனது பார்வை அத்தனையையும் விட்டு அதில் ஒன்றான மகாநுட்பமான வாதவூரன் என்ற தோற்றத்தின்மீது, ஓர் உருவ வரம்புக்கு உட்பட்ட தனிச் சாகையின்மீது விழுந்தால் அது சுமக்குமோ?

ஆமாம், அதனால்தான் வாதவூரன் நெஞ்சிலே வேதனை பிறந்தது. சொக்கன் திடுக்கிட்டான். விளையாட்டு விபரீத மாயிற்று. அவன் மனசையும் அந்த வேதனை கவ்வியது. அங்கயற்கண்ணியின் கண்கள் வாளையைப் போலப் புரண்டு சிரித்தன. கன்னங்கள் குழிவுற்றன. கோவைக் கனிக்கு நிறமும் மென்மையும் கற்பிக்கும் அவள் அதரங்கள் மலர்ந்தன. கொங்கை கள் பூரித்தன. காம்புகள் விம்மின. செல்வி சிரிக்கத் தொடங்கி விட்டாள். அண்ணல் தன் செயல் கண்டு, பித்தாடும் சொக்கன் வேதனைகொண்டு சிரிக்கலானான். சிரிப்பு நாபிக் கமலத் திலிருந்து கொப்புளித்துப் பொங்கியது.

ஈசன் மனசிலோ வேதனை. ஈசன் வாதவூரனாகிவிட்டான். அவன் துயரம் இவன் துயரமாகியது. ஜீவனுடைய பொறுப் புக்குள் உட்பட்டு, அதன் அற்பத்திலும் அற்பமான கொடுக்கல் வாங்கல் பேரங்களின் சிக்கலை நன்குணர்ந்து அதன் சுமைகளைத் தாங்கலானான். ஈசன் கழுத்துத் தள்ளாடியது. என்ன சுமை! என்ன பாரம்! கண்கள் ஏறச் செருகின.

அவனது வேதனையைக் கண்டு அங்கயற்கண்ணி சிரிக் கிறாள். அண்டபகிரண்டமும் ஏகோபித்து அவளுடன் சேர்ந்து ஈசனைப் பார்த்துச் சிரிக்கின்றன.

வாதவூரனாக ஈசன் வேதனை கொண்டான். அவன் மனம் என்ற சர்வ வியாபகமான காலம் கொல்லாத சர்வ மனம் நைந்தது. குமுறியது. கொப்புளித்தது. வாதவூரனாகக் கிடந்து வெம்பியது. குதிரை எனக்காட்டி ஏமாற்றி வந்துவிட்ட செயலுக்காக தானும் அந்த மனிதனைப் போல சிட்சை பெற்றால்தான் ஆறும்; வாதவூரன் தன் அருகில் வந்தால், அவனருகில் தான் இருக்க லாயக்கு என்று நினைத்தாள்.

வேதனை சுமந்த கழுத்துடன் ஆலவாய்க் கர்ப்பக் கிருகத் திலிருந்து வெளிவந்தது ஓர் உருவம். ஈசன் வெளிவந்தான். சுற்றுமுற்றும் பார்த்தான். எங்கே பார்த்தாலும் வெள்ளம். மதுரை மூதூரை ஊர் என்று அறிய முடியாதபடி ஆக்கி விட்டது வெள்ளம். ஈசன் நடந்தான். ஈசன் சிரித்தான். ஈசன் வெள்ளத்தில் நீந்தி விளையாடி முக்குளித்துக் கும்மாளி போட்டுக்கொண்டிருந்தான்.

அங்கயற்கண்ணி சிரித்தாள். வெள்ளம் இன்னும் உக்கிர மாக நுரை கக்கிப் பாய்ந்தது.

மனித வம்சம் துயரத்திலும் வேதனையிலுமே ஒன்றுபட்டு வரும். தன்னை அறியாமலே முக்திநிலை எய்தும். அன்றிரவு அவ்வூரின் நிலை அது. யானையும் காளையும் மனிதனும்

மதிலும் மண்ணும் அரசனும் ஆண்டியும் அன்று வெள்ளத்தைத் தடுக்க, மறிக்க, தேக்கி நகரத்தைக் காப்பாற்ற, காரிருட்டில் அருகில் இருப்பவன் என்ன செய்கிறான் என்பதை அறியாமல் மண்வெட்டிப் போட்டுப் போட்டு நிரப்பினர். மண் கரைந்தது. மறுபடியும் போட்டனர். கரைந்தது. மறுபடியும் போட்டனர்.

அன்றிரவு இரண்டு ஜீவன்கள் வெவ்வேறான துயரத்தில் வாடின. வாதவூரன் தன் பொய்யை நிலைநாட்டிய தெய்வத்தின் கருணையைச் சுமக்க முடியாமல் வேதனைப்பட்டான். மண் வெட்டி வெட்டிப் போடும் அனந்தகோடி ஜனங்கள் முயற்சியை அவனது வேதனை கரைத்தது. உழைத்து உழைத்துச் சோர்வடை கிறவர்களுக்குப் பசியாற்ற ஒரு கிழவி, பந்தமற்ற நாதியற்ற கிழவி பிட்டு அவித்து அவித்துக் கொட்டி விற்றுவருகிறாள். அவள் கிழவி. அவளுக்கு நாதி இல்லை. பந்தம் இல்லை. பிட்டும் பிட்டுக் குழலுந்தான் பந்தம். தணிக்கை பண்ணிவரும் கணக்கர்கள் பசி போக்கப் பிட்டுக்காரியிடம் வந்தார்கள். அவளது அடுப்பில் எரிந்த நெருப்பில் கொஞ்சம் எடுத்து அவளது வயிற்றில் கொட்டிவிட்டுப் போனார்கள். மதுரை வாசிகள் எல்லாரும் கரைக்கு மண் போடவேணுமாம். அவளது பங்குக்கும் தச்சிமுழம் நாலு அளந்து போட்டிருக்கிறதாம். அவள் என்ன செய்வாள்? பிட்டுக் குழலைப் பார்ப்பாளா? அடுப்பைப் பார்ப்பாளா? அந்த இருட்டில் ஆள் தேடிப் போவாளா?

இருட்டிலே "ஆச்சீ" என்ற குரல் கேட்டது. அதிலே எக்களிப்பும் பரிவும் கலந்திருந்தன. வேதனை வெள்ளத்தில் முக்குளித்த ஈசன் குரல் அல்லவா?

"யாரப்பா, புட்டு வேணுமா?" என்று கேட்டாள் ஆச்சி.

"என்ன ஆச்சி, புட்டா அவிக்கிறாய்? புட்டு நன்றாக இருக்குமா?" என்கிறான் ஈசன்.

"என்னப்பா, இப்படி வா. உன்னை வெளிச்சத்தில் நல்லாப் பார்க்கட்டும். என் பேரன் மாதிரி இருக்கியே; வா இப்படி உட்காரு. உன் பங்கை நிரப்பிவிட்டியா? எனக்கு நாலு மொளம் அளந்திருக்காங்களாம். நீதான் ரெண்டு கூடை மண்ணை போடேன். உனக்குக் கோடி புண்ணியம் உண்டு" என்றாள் கிழவி.

"எனக்கு என்ன கொடுப்பாய் ஆச்சி?"

"என்னிடம் காசு பணம் ஏது? இப்பவரை சாப்பிட்டவங்க கணக்குச் சொல்லிவிட்டு போயிட்டாங்க. உனக்கு வேணும்னா, புட்டுத் தாரேன்."

"ஆச்சி, அப்படியென்றால் நீ ரொம்ப ஏழையா?"

"இதென்ன கூத்தா இருக்கு! உங்க ஊர்லே பணக்காரங்களா புட்டுச் சுட்டுப் பொளைக்கிறாங்க?" என்று சிரித்தாள் கிழவி. நாலு புறமும் நரிகள் ஊளையிடும் வனாந்தரத்தில் சிக்கிக் கொண்ட ஜீவனின், நிர்க்கதியாகத் தவிக்கும் உயிரின், துயரம் அந்தச் சிரிப்பிலே இழையோடியது.

"நீயோ பரம ஏழை. எனக்கோ பசி சொல்லி முடியாது. போனாப் போகிறது. புட்டு உதிர்ந்துபோனால், அதை மட்டும் எனக்கு எடுத்து வைத்திருந்து கொடு. நான் போய் உன் பங்குக்கு மண் போடுகிறேன். ஆனால் எனக்குப் பசி அதிகம். ஒரு கூடை போட்டால், உடனே ஓடி வருவேன்."

"இந்தா . . ."

"இப்ப வேண்டாம் ஆச்சி. போட்டுவிட்டு வருகிறேன் . . ."

ஈசன் மறுபடியும் வெள்ளத்தில் முக்குளித்து விளையாடினான். கரையேறினான். மறுபடியும் தண்ணீரில் குதிக்க ஆசை. ஆனால் பிட்டு ருசி நாக்கைச் சுழற்றியது. ஒரு கூடை மண் எடுத்துப் போட்டான்.

பாதிவெள்ளம் படக்கென்று வற்றியது. ஆனால் ஜலம் மனித வெள்ளம் இட்ட மண் கரைமேல் மோதித் தத்தி அலம்பி வழிந்துகொண்டிருந்தது.

"ஆச்சீ, ஒரு கூடை போட்டுவிட்டேன். பசிக்கிறது, புட்டுப்போடு."

"பேரப்பிள்ளை, தெய்வமேதான் உன்னை இங்கே அனுப்பியிருக்கு. நீயும் அதிட்டக்காரன்தான். நீ போனதுலே இருந்து எடுக்கிற புட்டு எல்லாம் உதுந்துதான் போகிறது. இதோ பார், எத்தனை பேர் காத்து உட்கார்ந்திருக்கிறார்கள்."

"அது கெடக்கட்டும். இந்த முந்தித் துணியிலே புட்டெப் போடு. நேரமாச்சு. மண்ணைப் போட்டு கரையை அடைக்க வேண்டாமா?"

"ஆமாம், ஆமாம். நேரமும் விடியலாச்சு. ராசா வந்தா . . ."

"ஆமாம், ஆமாம்."

ஈசன் ஒரே அமுக்கில் பிட்டை விழுங்கிவிட்டான். என்ன ருசி! பேரின்பம்! ஒரே ஓட்டமாக ஓடி, கூடையை விட்டெறிந்துவிட்டு, வெள்ளத்தில் குதித்து விளையாடினான்.

அசுரப் பசி போலச் சுழித்தோடும் வெள்ளத்தில் மீன்போலப் புரண்டு, முழுகி, முக்குளித்து விளையாடினான். வெள்ளத்தில் படம் விரித்துச் சீறிக்கொண்டு நீந்திச்செல்லும் நாக சர்ப்பம் மாதிரி எதிர்த்து நீந்துவான். ஆனந்த வெள்ளத்தில் மிதக்கும் யோகியைப் போலச் சுகாசனமிட்டு வெள்ளத்தின் போக்கில் மிதந்து வருவான். திரும்பவும் வாலடித்துத் திரும்பும் முதலையைப் போலக் கரை நோக்கி வருவான். பிறகு மீன்கொத்திப் புள் மாதிரி கைகளைத் தலைக்குமேல் வீசிக் கோபுரம் போலக் குவிய நீட்டிக்கொண்டு உயரப் பாய்ந்து தலை குப்புற ஜலத்தைக் கிழித்துக்கொண்டு மறைந்துவிடுவான். ஜனங்கள் செத்தானோ என்று பயப்படும்போது மறுகரையில் தலை தெரியும். பிறகு சீறிவரும் பாம்பு மாதிரி நீந்தித் திரும்புவான்.

வெளிச்சம் வரஆரம்பித்தது. வெள்ளத்தின் பீதி குறைய, ஜனங்களும் கரைகளில் நின்று வேடிக்கை பார்த்தார்கள்.

சூரியனுடைய முதல் கிரணங்கள் வெள்ளத்தின் நுரைகளில் வானவில்லிட்டன. அரிமர்த்தன பாண்டியனுடைய மணிமுடி மீதும் பட்டத்து யானையின் வைரமிழைத்த முகபடாம்மீதும் பட்டுத் தெறித்து மின்னி விளையாடின.

அரசன் கரையோரமாகப் பட்டத்து யானைமேல், ஜனங்களிட்ட கரையைப் பார்த்துக்கொண்டு, கணக்கர்கள் கணக்கு ஒப்பிக்க, வந்துகொண்டிருந்தான். தூரத்திலே அவன் கண்ணில் ஒரு பகுதி மட்டும் உடைத்துக்கொண்டு வெள்ளம் பாய்வது தெரிந்தது. மீசை துடிக்க அந்த இடத்துக்கு யானையை விரட்டி ஓட்டும்படி சொல்லுகிறான். பாகன் அங்குசத்தினால் குத்துக் குத்தி, செவியின் புறத்தில் விரல்களால் இடிக்கிறான். அடுத்த கணம் யானை அந்த இடத்துக்கு வந்து நிற்கிறது.

அரிமர்த்தன பாண்டியன் தரையில் குதிக்கிறான்.

மேல்மூச்சு வாங்க ஓடிவந்த கணக்கர்கள் அவசர அவசரமாக ஏடுகளைப் புரட்டி, "பிட்டு வாணிச்சி பங்கு" என்கிறார்கள்.

கூடியிருந்த ஜனக் கும்பல், "தண்ணீரில் கும்மாளி போடுகிறவன் கடமை" என்கிறது.

அரசன் கைதட்டிச் சைகைசெய்து கரைக்கு வரும்படி அழைக்கிறான்.

ஈசன் நாகசர்ப்பம் போலக் கரைக்கு நீந்தி வந்தான். கரையேறி ஈரம் சொட்டச் சொட்ட நிற்கிறான்.

கோபாவேசமாக, "ஏன், மண்ணைப் போடாமல் பொழுதைக் கழிக்கிறாய்? சோம்பேறி!" என்று கேட்கிறான் அரசன்.

புதுமைப்பித்தன்

ஈரச் சிகையை அண்ணாந்து உலுப்பிக்கொண்டு ஈசன் வாய்விட்டு அசட்டுச் சிரிப்பு சிரித்தான். கண்டத்தில் நனைந்த மறு சூரிய ரேகை பட்டு மின்னியது. ஈசன் சிரித்தான்.

அரசன் கோபித்தான். கூட்டத்தை விலக்குவோர் வசம் இருந்த பொற்பிரம்பை வெடுக்கெனப் பிடுங்கி ஓங்கி ஓர் அடி கொடுத்தான். பொற்பிரம்பு ஈசன் முகத்திலும் நெஞ்சிலும் ரத்த விளிம்பு காட்டியது.

அரசன் சினம் அவியவில்லை. மீண்டும் ஓங்கினான்.

ஈசனது அசட்டுச் சிரிப்பு அதிகமாயிற்று. வெருண்டவன் போல ஜலத்தில் பாய்ந்தான்.

அரசன் சினம் அவிந்தது. ஈசனைக் காப்பாற்ற அவனைத் தாவி எட்டிப் பிடித்தான். ஈசனது முடிப்பிட்ட முந்தி கிழிந்து கையுடன் வந்தது. ஈசன் ஜலத்தில் முக்குளித்து மறைந்துவிட்டான். அரசனும் தொடர்ந்து குதித்து மறைந்துவிட்டான்.

வெள்ளம் மடமடவென்று வற்றியது. நுங்கும் நுரையுமாகக் கொப்புளித்த பிரளயம் சர்வேசனது ஹிரண்ய கர்ப்பத்தில் ஒடுங்கியது.

ஈரச் சகதியிலே மன்னவன் அரிமர்த்தன பாண்டியனது சடலம் கிடந்தது.

உலராத சகதியிலே, முகத்தில் சிவந்த வடுவுடனும் சொல்லில் அடங்காத பொலிவுடனும் மன்னவன் அரிமர்த்தன பாண்டியனது சடலம் கிடந்தது.

மடங்கி இறுகப் பற்றிய கைக்குள், முன்றானைக்குள் பந்தகமிட்ட ஓலை நறுக்கு ஒன்று இருந்தது.

ஈசனுக்குக் குதிரைகள் பெற்றுக்கொண்டதாக எழுதித் தந்த அந்த முறிச்சீட்டு.

இடைவெட்டு

இளம்பூரணர் : அவன் மண் சுமப்பவன் என்றால் என்ன? நெஞ்சில் தைரியம் இருந்தால் தண்ணீரில் நீந்தக் கூடாதா? மதுரை நகரத்தில் எத்தனை வீரர்கள் உண்டு! அவர்கள் காலில் உள்ள வீரக்கழல்களின் ஓசை எவ்வளவு! அவ்வளவு பேரும் மண்ணை வெட்டித்தானே போட்டுக்கொண்டிருந்தார்கள்? அவன் ஒருத்தன்தானே தனக்குள் வெள்ளம் அடக்கம் என்பது போல அதன்மீது பாய்ந்து நீந்தினான்? அவனை அடிக்கலாமா?

அடியார்க்கு நல்லார் : இருட்டில் இருந்த பயம் நமக்கு இப்பொழுது இல்லை. வெள்ளமும் வற்றிவிட்டது. வெள்ளத்தில் வரம்பு தெரிகிறது. அவன் எங்கே? அரிமர்த்தன பாண்டியன் எங்கே?

சேனாவரையர் : பரிகள் எங்கேயோ, வெள்ளம் எங்கேயோ, வெள்ளத்தில் நீந்தியவன் எங்கேயோ, அங்கே அரிமர்த்தன பாண்டியன்.

4

அங்கயற்கண்ணி

மதுரை மூதூரின் கர்ப்பக்கிருகத்திலே மணியூசலிலே கருங்குயில் ஒன்று உந்தி உந்தி ஆடிக்கொண்டிருந்தது. விளக்கற்ற வெளிச்சத்திலே புலன்களுக்கு எட்டாத ஒளிப் பிரவாகத்திலே மணியூசல் விசையோடு ஆடியது. அளகச் சுருள் புலன் உணர்வு நுகரும் இருட்டுடன் இருட்டாகப் புரள, கால் விசைத்து உந்திச் சுழி குழிந்து அலைபோல உகள, கொங்கைகள் பூரித்து விம்மிக் குலுங்க, அன்னை மணியூசல் ஆடினாள். ஆலவாய் ஈசன், அழகன் சொக்கன் வருகை நோக்கி மணியூசலாடினாள். தோள் துவள அவள் சங்கிலிகளைப் பற்றி அமர்ந்த பாவனை, சொக்கனை ஆரத் தழுவ அகங்காட்டும் செயல் போல அமைந் திருந்தது. அங்கயற்கண்ணியின் அதரத்திலே கீற்றோடிய புன் சிரிப்பு; மருங்கிலே துவட்சி; கண்ணிலே விளையாட்டு; நெஞ்சிலே நிறைவு. செல்வி மணியூசல் ஆடினாள். அண்ட பகிரண்டங்களை யும் சகல சராசர பேதங்கள் யாவற்றையும் தன்னுள் அடக்கும் ஆலிலை வரிவிட்டு புரண்டு விளையாடியது.

அந்த ஒளியில், அந்த இருட்டில், அந்த நிறைவில் சொக்கன் வந்தான். முகத்திலே வடு, மார்பிலே வடு, நெஞ்சிலே நிறைவு. விளையாடச் சென்ற ஈசன் வீடு திரும்பினான். விளையாட்டின் பலன் ஏற்று ஈசன் வீடு திரும்பினான்.

அன்னை அகங்குழைய நெஞ்சம் பூரிக்க அண்ணலை நோக்கினாள். அந்தப் பார்வை அகிலத்தை இழுக்கும் சொக்கனை இழுத்தது. தானாக, தன்னில் ஓர் அம்சமாகப் பிரபஞ்சத்தைக் கொண்ட ஈசனது அகன்ற மார்பில் அன்னை துவண்டாள். மணியூசலிலே வேகமும் கனலும், வேட்கையற்ற வேட்கையும் இரண்டு நாகசர்ப்பங்கள் உயிர்ப் பாசத்தினால் பின்னிப் புரளுவது போல, ஏதோ ஒரு தோற்றந்தான் அந்த இருட்டில் தெரிந்தது. அன்னையின் நெஞ்சு சுரந்தது. ஈசனின் வேதனை அவிந்தது.

மணியூசல் விசைகொண்டு உயர்ந்து பொங்கியது. வாம பாகத்தில் தன்னில் ஓர் அம்சமாக அன்னையை அமர்த்தி, வலக்கரம் கொண்டு சங்கிலியைப் பற்றி விரல்கொண்டு ஊன்றி ஆடினான்.

பாதத்தினடியில் முயலகன் முதுகு சற்று வளைந்து கொடுத்தது. கொடுமை என்ற அவனது கோரப் பற்களிடை யிலும் புன்சிரிப்பு என்ற எழில் நிலாப் பொங்கியது.

வாமபாகத்தமர்ந்த அன்னை இடக்கரம் ஒரு சங்கிலி யைப் பற்றியது. அவளது பெருவிரல் ஈசனது பெருவிரலில் பின்னிப் பிணைந்து உந்தியது.

"அடித்ததற்குப் பலன் அரியணைக்குப் பதில் அரன்மடி போலும்" என்றாள் அன்னை.

அவர்களது மடிமீது அரிமர்த்தன பாண்டியன் அமர்ந்திருந் தான்; சிசுவைப் போல. கவலை இல்லை; எதுவும் இல்லை.

"வாதவூரன் நெஞ்சில் வெள்ளம் அடங்கவில்லை. வழிநடையும் தூரந்தான்" என்றான் ஈசன்.

பொற் பிரம்பு

ஈசன் முகத்தில் விழுந்தது பொற்பிரம்பின் அடி. அவனது மார்பில் விழுந்தது. நெஞ்சில் விழுந்தது. அப்புறத்து அண்டத்தின் முகடுகளில் விழுந்தது. சுழலும் கிரகங்களின்மீது விழுந்தது. சூலுற்ற ஜீவராசிகள்மீது விழுந்தது. கருவூரில் அடைபட்ட உயிர்கள்மீது, மண்ணின்மீது, வானத்தின்மீது, மூன்று கவடாக முளைத்தெழுந்த தன்மீது, முன்றிலில் விளையாடிய சிசுவின்மீது, முறுவலித்த காதலியின்மீது, காதலின்மீது, கருத்தின்மீது, பொய்மையின்மீது, சத்தியத்தின்மீது, தருமத்தின்மீது அந்த அடி விழுந்தது.

காலத்தின்மீது விழுந்தது. தர்மதேவனுடைய வாள்மீது விழுந்தது. சாவின்மீது, பிறப்பின்மீது, மாயையின்மீது, தோற்றத் தைக் கடந்தவன்மீது, வாதவூரன்மீது, வாதவூரன் வேதனையின் மீது, அவன் வழிபட்ட ஆசையின்மீது, அவனது பக்தியின்மீது அந்த அடி விழுந்தது.

அங்கயற்கண்ணியின்மீது விழுந்தது. அவளது நெற்றித் திலகத்தின்மீது, கொங்கைக் குவட்டின்மீது அந்த அடி விழுந்தது.

***கலைமகள்,* ஜனவரி, பிப்ரவரி 1946**

அவதாரம்

பாளையங்கால் ஓரத்திலே, வயற்பரப்புக்கு வரம்பு கட்டியவை போன்ற பனைவிளைகளுக்கு அருகே குலமாணிக்கபுரம் எனச் சொல்லப்பட்ட குலவாணிக புரம் இருக்கிறது. இந்தச் சிற்றூரில் யாதவர்களும் கொடிக்கால் 'வாணியர்'களுமே ஜாஸ்தி. மருந்துக்கு என்று வேளாண் குடிகளும் கிராமப் பரிவாரங்களான குடிமகன், வண்ணான் முதலிய பட்டினிப் பட்டாளங் களுக்கும் குறை கிடையாது. ஊரில் செயலுள்ளவர்கள், யாதவர்களே.

கிருஷ்ணக் கோனார் என்ற கிருஷ்ணசாமிதாஸ் யாதவர்களுக்குள் யோக்கியர் என்ற பெயர் வாங்கியவர். யோக்கியர் என்றால் அயோக்கியத் தன்மையில் இறங் காதவர் என்றே அர்த்தம். சந்தர்ப்ப வசதி இல்லாத தினாலோ என்னவோ நல்லவராகவே பெயரெடுத்து வந்திருக்கிறார்.

ஆனால் விதி, உடம்பை வளைத்து வேலை செய்ய முடியாதவரை காத்திருந்துவிட்டு, அவருக்கு ஒரு குழந்தையை – ஆண் பிள்ளையை – மட்டும் கொடுத்து மனைவியை அகற்றி அவருடைய நடமாடும் சொத்துக் களான கால்நடைகளிடையே, கோமாரியைப் பரப்பி விளையாடியது.

வெகுசீக்கிரத்தில் கஷ்டங்களை அறியலானார். சாப்பாட்டுக்கும் கஷ்டம் வந்தது. குழந்தையை வைத்துக் கொண்டு பராமரிப்பது தலைக் கட்டு நிர்வாகத்தை விடத்தோன்றியது கிழவனாருக்கு.

பையனுக்கு இசக்கிமுத்து எனப் பெயரிட்டு, இசக்கியின் அருள் விட்டவழி என ஏக்கத்திலும்,

ஏமாற்றத்திலும் ஏற்படும் நிராதரவில் பிறக்கும் திருப்தியைப் பெற்றார்.

குழந்தையும் நாளொரு ஏமாற்றமும் பொழுதொரு கஷ்டமும் அனுபவித்து வளர்ந்து வந்தது. விதியின் கொடுமையைக் கண்டு சீற்றமடைந்தோ என்னவோ, இயற்கை அவனுக்குத் தன் பரிபூரண கிருபையை வருஷித்தது. உடலும் மனமும் வறுமையின் கூர்மையிலே தீட்சண்யப்பட்டு வளர்ந்தது.

இசக்கிமுத்துவைப் பார்த்தால், மனம் அவன் காலடியில் விழுந்து கெஞ்சும். ஆனால் அதே மனம் அவனுக்காக கண்ணீர் வடிக்கும். அவனது முகச் சோபை அப்படி. குழந்தையின் துடிவைக் கண்டு கோனார் அவனுக்கு 'நாலெழுத்து படிச்சுக் கொடுத்து உத்தியோகம் பார்க்கும்படி செய்விக்கவேணும்' என ஆசைப்பட்டு, திண்ணைப் பள்ளியில் சேர்த்துவிட்டார்.

புது விஷயங்களைக் கிரகிக்க இசக்கியிடம் இருந்த ஆவலுக்கு ஏற்றபடி திண்ணை வாத்தியாரின் அறிவுப் பொக்கிஷம் விசாலமாக இல்லை. அதன் விளைவாக கல்வியரங்கம் மாறியது.

கோனார் மறுபடியும் குழந்தையின் கையைப் பிடித்துக் கொண்டு பாளையங்கோட்டை சாமியார் பள்ளிக்கூடத்திற்குப் பிரயாணமானார். எம்மதத்தவரானாலும் துறவிகளாக வருகிறவர்களுக்கு நம்மவர் செலுத்தும் மரியாதை சிற்சில இடங்களில் தவறான மதிப்பும் அந்தஸ்தும் கொடுத்துவிடுகிறது. இத்துடன் ஓரளவு தர்மச் செலவு செய்யும் சேவையும் சேர்ந்துகொண்டால் அந்தஸ்து வளர்ச்சிக்கு அளவே கிடையாது. ஏகாதிபத்தியத்திற்கே பிரத்யேகமான வர்ணம் என்ற வெள்ளைத் தோலும் சேர்ந்து கொண்டாலோ கேட்க வேண்டியதே இல்லை. இந்த மூன்று அந்தஸ்தும் கொண்ட பிற மத மிஷனரிப் பள்ளிக்கூடங்கள் தர்மம் செய்யும் ஏகாதிபத்தியமாக, ஏகாதிபத்தியம் செய்யும் தர்மஸ்தாபனமாக இரண்டு நோக்கங்களையும் கதம்பமாக்கி இரண்டையும் ஒருங்கே குலைத்து வருகிறது.

இப்படிப்பட்ட ஸ்தாபனம் ஒன்றின் ஸ்தல சர்வாதிகாரி அர்ச். ஞானானந்தச் சாமியார். இவர் ஸ்தல கிருஸ்துவர்களின் ஒரு வகுப்பாருக்கு மோட்சத்தில் இடம் போட்டுக் கொடுக்கும் வேலையுள்ள ஸ்தல ஹைஸ்கூலின் தலைமை நிர்வாகத்தை ஏற்று இங்கிலீஷு-ம் சரித்திரமும் போதித்து வருகிறார்.

இவர் வசம் கோனார் தம் குழந்தையை ஒப்புக்கொடுத்தார். சாமியார் இலவசப் படிப்பும், அவன் வாழ்வுக்கு என்று மாசம் நான்கு ரூபாய் சம்பாவனையும் கொடுப்பதாக வாக்களித்ததில் கோனாருக்கு மகிழ்ச்சி கங்குகரையில்லாமல் பிறந்தது. "பிள்ளையை எப்படியும் நாலெழுத்து வரும்படி

செய்விக்கவேண்டும்” எனக் காலில் விழுந்து கும்பிட்டுவிட்டு வீடுவந்து சேர்ந்தார். குழந்தையும் சோற்று மூட்டையுடன் புஸ்தகச் சுமையையும் தாங்கி பாளையங்கால் கரை மேலாக கல்வி யாத்திரை செய்துவந்தான். படிப்பு ஏழாவதுவரை வந்தது.

பையனுக்கும் சாமியாருக்கும் திடீர்புயலாக லடாய் ஏற்பட்டு கிழவரின் நிதானத்தைக் குலைத்தது. இந்தக் காலமும் சாமியார் செய்த பிற மதப் பிரசாரத்தைப் பிரமாதமாகப் பொருட்படுத்தவில்லை. கிருஸ்துவின் பரித்தியாகம் இவன் மனசைச் சிறிது கவர்ந்தது என்றாலும் கிருஸ்து முனியின் தத்துவம் பூண்டிருந்தும், அமல் மிகுந்த சேவை அவனுக்கு அவரது தத்துவத்தின் மேல் வெறுப்பையே ஊட்டியது. மேலும் புண்ணைக் காட்டி பிச்சை வாங்குவதற்கும் கிருஸ்துவின் புண்கள்வழியாக அவர்களும் மோக்ஷ சாம்ராஜ்யத்தை நம்பும் படி தன் வயிற்றுப் பசியை உபயோகிப்பதற்கும் பிரமாத வித்தியாசம் ஒன்றுமில்லை எனவே இவன் நினைத்து வந்தான். அதனால் அவன் இந்த முயற்சிகளை சட்டை செய்யவில்லை. ஆனால் இதுமட்டும் இந்த மதஸ்தாபனத்தில் இல்லை. ஈராயிர வருஷங்களாக மதப்பிரசாரமும் செய்து பழுத்து முதிர்ந்துபோன ஒரு ஸ்தாபனத்தின் கோளாறுகள் அவனைத் திடீரென்று சந்தித்தன. ஒரு லட்சியமோ கொள்கையோ இல்லாத வர்களும், அல்லது லட்சியத்திலோ கொள்கையிலோ நம்பிக்கை யில்லாதவர்களும் பிரமச்சரிய விரதத்தை அனுஷ்டிக்க முயலுவதும், அனுஷ்டிக்கும்படி கட்டாயப்படுத்தப்படுவதும் ரொம்ப அபாயகரமான விஷயம். தீயுடன் விளையாடுவதாகும். இது மன விகாரங்களில் புகுத்தும் சுழிப்புக்கள்; அந்த மனிதனுக்கு ஆபத்தை விளைவிப்பதுடன் நின்றுவிடாமல் ஸ்தாபன பலத்திற்கே உலை வைத்துவிடுகின்றன.

இசக்கிமுத்துக்கு ஏழாவது வகுப்பில் ஏற்பட்ட உபாத்தியாயர் அர்ச். பெர்னான்ட்ஸ் சாமியார் விபரீத ஆசையைக் கொண்டவர். பையனுடைய அழகு அவருடைய நேர்மையற்ற காம விகாரத் திற்கு இலக்காகியது. பையன் திடுக்கிட்டான். தலைமைச் சாமியாரிடம் ஓடித் தெரிவித்தும் நிவாரணமோ ஆறுதலோ கிடைக்க வழியில்லாமல் போக, சிறு குழந்தைத்தனத்தின் அனுபவ சாத்தியமற்ற முறைகளைக் கையாண்டு பள்ளிக்கூடத் திலிருந்து விரட்டப்பட்டான்.

தகப்பனுக்கும் மகனுக்கும், இருவரும் அன்னியோன்னியப் பரிவுகள் நடந்துகொள்ள வசதியளிக்கும் நிர்க்கதியான நிலைமை யிலிருந்தும் மனம் ஒன்றாமல், அந்தஸ்து கொடுத்து வாங்கும் தூரத்தைக் குறைக்காமலே நடந்துவந்ததால், பள்ளிக்கு முழுக்கு

போட ஏற்பட்ட காரணத்தைக் கூற என்னால் முடியவில்லை. 'மதம் மாறச் சொன்னார்' முடியாது என்றதால் விரட்டப்பட்ட தாக அறிவித்துவிட்டான். தெய்வமாக பாவித்து வந்த சாமியாரின் ஆசையைப் பூர்த்தி செய்துவிட்டால்தான் என்ன, எந்த மதத்து மோட்சமானால் என்ன என்றே கிழவருக்குப் பட்டது. மேலும் ஹிந்து தர்மம், தாழ்ந்த வகுப்புக்கள் 'பொட்டுக்கட்டி' தன் விசேஷ பரிவைக் காட்டிவரும் சில வகுப்பின் ஆசாரங்கள் மாமிச உணவை விலக்கி வைக்காதிருப்பதால், இவ்வகுப்புக்களி லிருந்து பிற மதங்களுக்குப் போகிறவர்களுக்கும் அவர்களுக்கு மிடையில் தொடர்பு அவ்வளவாக அறுந்துவிடுவதில்லை. அதனால் கோனாருக்கு பையன் செய்தவேலை பிடிக்கவுமில்லை; புரியவுமில்லை. இருந்தாலும் அவனைக் கண்டிக்கவில்லை. வேறு பள்ளியில் சேர்க்க முயலவுமில்லை.

இந்த நிலையிலே இசக்கிமுத்தின் மனவுலகத்தில் ஒரு மாறுதல் ஏற்பட்டது. அதாவது அவன் தன்னை அறிந்துகொண் டான். ஒரு நாள் ஏனோதானோ என்று வில்லுப்பாட்டின் ஆவேசத்திற்கு இணங்க அவன் கக்கிய வார்த்தைகள் இத்தனை நாட்களாக ஊமைக் கவிஞன் அனுபவித்து வந்த இன்பங்களை எல்லாம் இசையில் கொட்டினான். சில சமயங்களில் பிரமிக்கும் இசைக் கனவுகளை எழுப்பியது; ஆனால் பல வார்த்தைப் படாடோப இடி முழக்கங்கள், கனவைச் சிதைக்கும் கரகரப்பு களுடன் பிறந்தனவென்றாலும் பொதுவாக, முறையாகத் தமிழ் படிப்பது என்ற சம்பிரதாயத்தால் ருசி கெட்டுப் போகாத தினால் பாட்டில் உண்மையும் தெளிவும் தொனித்தது. ஆனால் புராதனச் செல்வங்களில் தொடர்பும் பரிச்சயமும் இல்லாத தினால் நெஞ்சுக்கொடியைத் தோளில் தூக்கிப்போட்டுக் கொண்டு பிறந்தவுடன் தெரு வழியாக கோஷமிட்டுக்கொண்டு ஓடும் குழந்தையின் அசாதாரணத் தன்மையைப் பெற்றிருந்தது. ஆனால் இசக்கிமுத்தின் பாட்டு, இசக்கிமுத்தின் 'வெளிவராத ரகசியமாக' இருந்து வந்தது.

இப்படியாக மனக்கனவுகளைப் பாடுவதும் கிறுக்குவதும் கிழிப்பதுமாகக் காலங்கழித்தான் இசக்கிமுத்து.

2

ரூபமற்ற, நாமமற்ற, அனாதியான, பொருளற்ற, பொருளுக்கு அப்பாற்பட்ட அந்த வஸ்து. அதாவது வஸ்து, என்ற வரம்புக்கு மீறியதும், வரம்பே இடிந்ததுமான ஏதோ ஒன்று என்ற ஒன்றல் லாத, பலவும் அல்லாத அந்த 'அது' சிந்திக்க ஆரம்பித்தது. தன்னை உணர ஆரம்பித்தது; தன்னை உணர்ந்து தன்னையே உணரவும் அஞ்ச ஆரம்பித்தது. பூர்த்தியாகாத ஆசை வித்துக்கள்

மாதிரி கொடுமையின் குரூரத்தின் தன்மைகள் தன் சித்த சாகரத்தின் அடியில் அமுங்கியும் குமிழிவிட்டு, பிரபஞ்சம் என்ற தன்னையே கண்டு அஞ்சியது. தன்னையே நோக்கியது. தானான மனிதர்கள், தன்னுள் ஆன மனிதர்கள், தன்னைக் கையெடுத்து வணங்கி தன்மீதே இலட்சியங்களைச் சுமத்தி, நன்மை நலம் மோட்சம் என்ற கோவில்களைக் கட்டுவது கண்டு கண்ணீர்விட்டது. அவர்கள் நம்புவது தான் அல்ல என்று அவர்களிடம் அறிவிக்க விரும்பியது, துடிதுடித்தது.

3

கிருஷ்ணக் கோனார் அந்திமதசையென்னும் அஸ்தமனக் கிரணங்கள் தன்மீது விழுவதைக் கண்டுவிட்டார். அர்த்தமற்ற புதிராக இருந்துவரும் பெரிய மாறுதலின் காலம் அணுகுவதை உணர்ந்துவிட்டார். இனி எப்படியோ? இதுவரை நடந்துவந்த வாழ்வுப் பாதை பிறப்பு என்ற சித்தவான் வளையத்தைத் தொடும் அந்த மங்கிய எல்லையிலிருந்து அன்றுவரை ஏற்பட்ட மாற்றங்கள், கொந்தளிப்புக்கள், சுழல்கள் எல்லாவற்றையும் சமநோக்குடன் பார்க்கும் அப்பொழுது ஆட்டிய அதிர்ச்சிகள் அற்று நோக்கும் தன்மையைப் பெற்றார். இன்னும் ஒரு ஆசைமட்டும் பூர்த்தியாகவில்லை.

அவனுக்குக் கலியாணத்தைச் செய்துவிட்டால், தன் கடமை பரிபூரணமாக நிறைவேறியதாகவே அவர் தீர்மானித்தார்.

லெட்சுமி என்ற பெண் இசக்கிமுத்துக்கு உடலதிர்ச்சிகளில் இருக்கும் இன்பத்தைக் காட்ட அவ்வூர்ப் பெரியோர்களால் ஆசீர்வதிக்கப்பட்டாள். புதுக்குடித்தனம் என்னும் பதினெட்டாம் பெருக்கு களிபுரண்டு கொந்தளித்துச் சுழித்து ஓடியது. மனக் கனவுகள் என்ற தெப்பம் இசக்கிமுத்துக்கு நிலை தடுமாறி குதித்து முழுங்கிச் சென்றது. கனவுகள் புது வடிவம், நிஜவடிவம் பெற்றன. அவன் பாட்டு எழுதுவதை நிறுத்திவிட்டான். நேரில் நிறைவுபெற்ற மனம் பாட்டில் துள்ளிப் பொங்கவில்லை. அவன் கனவுகள் நாத வடிவம் பெறாமல் நாள் மணிக்கணக்கில் நிஜ 'தரிசன'த்தில் ஒடுங்கியது.

4

எல்லாம் தானாகவும், தன்னில் வேறாகவும் வேறு என்ற பேத மற்றும் இருக்கும் அது தன் தொழிலில், தன் நியதியில், தன் இயற்கைத் தன்மையில் சந்தேகம் கொண்டது. பயம் கொண்டது. தன் தொழிலை தானே நிறத்த இயலாமல், தவித்தது. தனக்குத் தன் தொழில் தெரியவில்லை எனக் குமைந்தது. சிருஷ்டித் தொழில் கலையின் நியதியை அடிப்படையாக கொண்டிருக்க வேண்டும் என்பதைக் கண்டது. தான் நிலையா

மல் தன் பூர்த்தியாகா ஆசைகள் தன் தொழிலில் விழுவது கண்டு தனக்குத் தன் பயிற்சியில்லை, கலையில்லை அதாவது சிருஷ்டித் தன்மைக்குத் தான் லாயக்கில்லை என நினைத்தது.

வருஷம் முழுவதும் பதினெட்டாம் பெருக்காக இருக்க முடியுமா? வெவ்வேறு நிலையில் உள்ள உணர்ச்சி, பிரவாகம் போல ஒன்றையொன்று மோதி பொதுநிலையடையும்வரை கொந்தளிப்பும் சுழற்சியும் இருக்கும். நிலைமை சமப்பட்டவுடன் வேகம் குறையாது போனாலும் மேலுக்குத் தெரியாமல் இருக்கும். இசக்கிமுத்தின் மனத் துடிப்பு இந்த நிலையை அடைந்ததின் பயனாக, அதன் நிதானத்தை தப்பிதமாகக் கருதும்படி லெட்சுமிக்கு மனப் பண்பு இருந்ததால், அவனுக்கு தப்பிதம் செய்துவிட்டாள். நிதானப் போக்கை அசட்டை என்று நினைத் ததின் விளைவாக சந்தர்ப்ப விசேஷத்திற்கிணங்க விபரீதம் விளைந்துவிட்டது. விளைந்ததும் இசக்கிமுத்துக்குத் தெரிந்தது.

நாதப்பிசகு ஏற்படாமல் ஒலிக்கும்படி செய்துவந்த அவனது மனவீணையின் நரம்புகள் அறுந்து தொங்கும்படி உணர்ச்சி வாசித்து விளையாடிவிட்டன. உன்மத்தன் ஆனான். பூர்வ ஜன்மம் என்ற வசதி இருக்கிறதோ என்னவோ மனித ஜீவனுக்கு உள்ள விசேஷ வசதிகளையும் நம்மால் அறிய முடியாது.

சக்திகளையும் இசக்கிமுத்து அவளை மன்னிக்கும் மனப் பண்பு படைத்திருந்தான்; நபும்சகத்தால் விளையும் சகிப்புத் தன்மையல்ல; பரிபூரண மன்னிப்பு. ஆனால் மனம் அறுந்து தொங்கியது. கொழுந்துவிடாவிட்டாலும் கங்கு அவியவில்லை. சில சமயம் சித்தம் அளந்து கட்ட முடியாத விபரீத அளவுக்கு மனம் பேயுருக்கொண்டு குமுறியது. தன்னையே தின்று தணிந்தது.

மனசின் குதியாட்டத்தைக் கண்டு அஞ்சிய இசக்கிமுத்து அதன் கடிவாளம் தன் கைக்கு சிக்கும்படி பண்படுத்த லயக் குறைவு இல்லாததால் இசை எழுப்ப விரும்பினான். பாட்டு உண்மையில் துடிதுடிப்புடன் பொங்கியது. வார்ப்பில் பரிபூரண அழகு முன்போல் அனாயாசமாக விழவில்லை. கற்பனையில் கைப்பு தட்டியது. கனவை ஏமாற்றம் ஏந்தி நின்றது.

நிராகரித்தான்.

கலைவாணியின் வழி சிருஷ்டியின் வழி என்பதை உணர்ந்து அறிந்தவன்; அறிந்து உணர முயன்றவன் அல்ல. மனப் பண்பு தான் கவிதையின் மார்க்கம் எனக் கண்டான். மனிதனுடைய பரிபூரண லட்சியமான தெய்வக் கனவில் மனசை லயிக்க விட்டால்தான் பாட்டில் பண்பு பிறக்கும் என நினைத்தான்.

லட்சுமியை விட்டுப் புறப்பட்டான். சமூகத்தை மறந்து வெளிப்பட்டான்.

மன லட்சியத்தின் பூத உருவமான ஹிமயத்தை நோக்கினான்.

நடந்தான்.

5

அந்த அது மனித உருவம்கொண்டு, மனிதன் நினைக்கும் தான், தானல்ல என மனிதனிடம் பறையடித்து அறிவித்து, தன் சுமையை இறக்கிக்கொள்ள விரும்பியது.

மனித உருக்கொண்டது.

தாடியும் மீசையும் நரைத்துப் பழுத்த கிழவனாராக உருவெடுத்தது.

ஹிமயத்தில் காலடி வைத்தது.

நடந்தது.

ரூபத்திலே தெளிவு இருப்பதை உணர்ந்தது. தன்மீது சுமை இல்லையோ எனக்கூட சந்தேகித்தது. ஆனால் பொறுப்பை மறந்துவிடவில்லை. ஏனென்றால் அதனால் அதை மறக்க முடியவில்லை.

நடந்தது ...

நடந்து வந்தது.

இசக்கிமுத்தும் நடந்து வருகிறான். அவன் முகத்தை தாடியும் சிகையும் மறைத்தது. ஆனால் மனக்கொதிப்பின் புகை மண்டலம் போல் முகத்தைச் சுற்றிச் சிதறிப் பறந்தது.

6

இருவரும் சந்தித்தனர்.

அது அவனைச் சந்தித்தது;

அவன் அதைச் சந்தித்தான்.

"நான், நானில்லை" என்றது அது.

"நான், நானில்லை" என்றான் அவன்.

"யோகத்தில் அமருவோம்" என்றான் அவன்.

இருவராக அமர்ந்தனர்; ஒருவராக இருந்தனர்.

அது அவனில் தன்னைக் கண்டது.

அவன் அதில் தன்னைக் கண்டான்.

முல்லை, 1947

கயிற்றரவு

‘கள்ளிப்பட்டியானால் என்ன? நாகரிக விலாச மிகுந்தோங்கும் கைலாசபுரம் ஆனால் என்ன? கங்கையின் வெள்ளம் போல, காலம் என்ற ஜீவநதி இடைவிடாமல் ஓடிக்கொண்டிருக்கிறது . . . ஓடிக்கொண்டே இருக்கும். தயிர்க்காரி சுவரில் புள்ளி போடுகிற மாதிரி, நாமாகக் கற்பனை பண்ணிச் சொல்லிக்கொள்ளும் ஞாயிறு, திங்கள், செவ்வாய்க் கிழமைகள் எல்லாம் அடிப்படையில் ஒன்று தானே. பிளவு – பின்னம் விழாமல் இழுக்கப்பட்டுவரும் ஒரே கம்பி இழையின் தன்மைதானே பெற்றிருக்கின்றது. இல்லை – இல்லை. சிலந்திப் பூச்சி தனது வயிற்றிலிருந்து விடும் இழைபோல நீண்டுகொண்டே வருகிறது. இன்று – நேற்று – நாளை என்பது எல்லாம் நம்மை ஓர் ஆதார எண்ணாக வைத்துக்கொண்டு கட்டிவைத்துப் பேசிக் கொள்ளும் சவுகரியக் கற்பனைதானே. நான் என்ற ஒரு கருத்து, அதனடியாகப் பிறந்த நானல்லாத பல என்ற பேத உணர்ச்சி, எனக்கு முன், எனக்குப் பின் என்று நாமாக வக்கணையிட்டுப் போட்டுக்கொண்ட வரிகள் . . . இவை எல்லாம் எத்தனை தூரம் நிலைத்து நிற்கும் . . . நான், நான் என நினைத்த – நினைக்கும் – நினைக்கப்போகும் பல தனித் துளிகளின் கோவை செய்த நினைப்புத்தானே இந்த நாகரிகம் . . . கூட்டு வாழ்வு என்ற வாசனையையொட்டி, மனசு இழைத்து இழைத்துக் கட்டும் மணற் சிற்றில்தானே இந்த நாகரிகம் . . . மகா காலம் என்ற சிலந்தியின் அடிவயிற்றிலிருந்து பிறக்கும் ஜீவ நதியின் ஓரத்தில் கட்டிவைத்த மணற் சிற்றில் . . . என்ன அழகான கற்பனை’ என்று உச்சிப் போதில் பனை மூட்டினடியில் குந்தி உட்கார்ந்திருந்த பரமசிவம் பிள்ளை நினைக்கலானார்.

தோவர்த்து முண்டில் அவர் கட்டியிருந்த ஒற்றைப்பிரி முண்டாசுக்குத் தப்பிய சிகைத் தலையில் வெயில் தாக்கியது. குனிந்து குந்தியிருந்த பனைநிழல் வாக்கில் வெயில் சற்றும்படாத படி ஒரு பக்கமாக நகர்ந்தார். முள்ளும் முனையுமாக நின்ற ஊவாஞ்செடி, கருவேலங்கன்று பெருந்துடையில் குத்தியது. மறுபுறமாக விலகிக்கொண்டார். குனிந்து கவனித்துக்கொண் டிருந்தவருக்கு நினைவு பிரபஞ்ச யாத்திரை செய்ததென்றாலும், மலத்தில் மாண்ட குடல் புழு கண்ணில் விழுந்தது. 'மலப் பிறவி . . . பல ஜன்மம் பல மரணம்.' சீச்சீ . . ., மனம் குமட்ட வேறு ஒரு பனை மூட்டினடியில் போய் அமர்ந்தார். அது விடலிப் பனை. சற்றுத் தாழ்வாக இருந்ததனால் நிழலும் சுமாராக இருந்தது. முள் குத்தலும் இல்லை. ஆனால் சரல் குத்தியது.

மனமோ 'பிறவா நெறி' காட்டாமல் மீண்டும் மீண்டும் மலப்புழு மாதிரி உடற் கூறின் விளைவாக எழுந்த அவசங்களின் பால் விழுந்து குமைந்தது. 'மனம் என்ற ஒன்று உடம்பை விட்டுத் தனியாக, அதன் அவசியம் இல்லாமலே இயங்கக் கூடிய ஒன்றா அல்லது நாதத்துக்கு வீணை என்ற சாதனம் அவசியமாக இருப்பது போலத்தானா . . . நான் பிறப்பதற்கு முன் . . . என்னைப் பற்றி எனக்குப் பிரக்ஞை உண்டா? என்னைப் பற்றி, இப்பொழுது என்னைப் பற்றியுள்ள சூழ்நிலைக்குத்தான் பிரக்ஞையுண்டா?'

'இந்தப் பனை, இந்தப் பனை விடலியெல்லாம் என் பிரக்ஞைக்குள் பட்டது. இது முளைத்தது எனக்குத் தெரியும். இது முளைப்பதற்கு முன் இந்தக் கட்டாந்தரை, இந்த நிழல் கூட அற்று இருந்தது தெரியும். முந்திய ஆடிக் காற்றில் விழுந்ததே அந்தப் பனை – அது எங்கு நின்றது என்றுகூட நிதானிக்க முடியாமல் வரட்டுக் கட்டாந்தரையாகத்தான் கிடக்கிறது . . . நான் பிறப்பதற்கு முன்பு . . . பரமசிவம் பிள்ளை என்ற ஒருவன் விருப்பு வெறுப்பு, ஆசை துயரம், கவலை பொறுப்பு முதலிய வற்றுடன் கூடிய ஒரு ஜந்து; வாழையடி வாழையாக வரும் விளையாட்டின் வித்தைகளை வாலாயமாகக் கற்று அதற்கு இசைந்தோ இசையாமலோ விளையாடி . . . பிறகு பரமசிவம் என்ற பெயர் மட்டும் போகுமிடத்துக்கு வழி வைத்துவிட்டு, வந்த வழியைப் பார்த்துக்கொண்டோ அல்லது புது வழியிலோ போய்விடும் ஒரு தோற்றம் . . . ஒரு பொம்மலாட்டம்! பொம்ம லாட்டம் என்று எப்படி நிச்சயமாகச் சொல்ல முடியும்? சூத்திரக் கயிறு இழுக்கிறதா அல்லது சூத்திரதாரன் உண்டா? நிச்சயமாக எப்படி இருக்கிறது அல்லது இல்லை என்று இரண்டில் ஒன்று சொல்லிவிட முடியும். வருகிற வாசல், போகிற திசை இரண்டுந்தான் தெரிகிறது. வருகிறது ஒரு

யோனித் துவாரம், போகிறது மற்றொரு யோனித் துவாரம் . . . பிரகிருதி என்ற அன்னையிடந்தானா? அல்லது கருவூரிலிருந்து கருவூருக்குச் செல்லும் பாதைதான் மனித வாழ்வா? முடிவில்லா வித்தையா? முறையில்லாத் தந்திரமா ..?'

கைலாசபுரத்து ஆற்றங்கரை பனைமூட்டினடியிலே உட்கார்ந்த பரமசிவம் பிள்ளையின் மனம் 'தான்' இல்லாத ஒரு காலத்தைச் சற்று சிரமத்துடன் கற்பனை பண்ணத் தொடங்கியது.

1

சுமார் அரை நூற்றாண்டுக்கு முன் கைலாசபுரத்திலும் சூரியோதயம், சூரியாஸ்தமனம் தெரிந்துகொண்டுதானிருந்தது. அப்பொழுது ஆற்றங்கரைக்கு வரும் பாதையில் அத்தனைக் காரைக் கட்டிடங்கள் கிடையாது. புழுதி கிடையாது. சுகமான மருத மர நிழல் உண்டு. மாடு படுத்திருக்கும். மனித நாகரிகமே அந்தப் பிராந்தியத்தில் அப்பொழுது உட்கார்ந்து அசை போட்டுக்கொண்டிருந்த மாதிரிதான் தென்பட்டது. ஆனால் இயக்கம் இருந்துகொண்டுதானிருந்தது. ஞாயிற்றுக்கிழமை மடிந்து திங்கட்கிழமை பிறக்கிறது எந்த வினாடிக்குள் என்று யாருக்காவது நிர்த்தாரணமாகச் சொல்ல முடியுமா? நாமாக முடுக்கிவிட்ட கெடிகாரம் சொல்லுவதும், நாம் சொல்லுவதும் ஒன்றுதான். ஞாயிற்றுக்கிழமையாகவே இருந்துகொண்டுவந்தது திங்கட்கிழமை என்று நாம் சொல்லும்படியாகிவிட்ட ஒரு தன்மை போல, நாகரிகம் அங்கே உட்கார்ந்து அசைபோட்டுக் கொண்டிருப்பது போலத் தென்பட்டதும் ஒரு தோற்றந்தான். அது அப்படியே உட்கார்ந்துகொண்டே இருந்தால், இப்பொழுது காரைக் கட்டிடங்கள் எப்படி முளைத்திருக்கும்? மருத மரத்து நிழல் இன்னும் இருந்துகொண்டிருக்குமே! அப்பொழுது காற்றடித்தது; மழை பெய்தது; நதியில் வெள்ளம் வந்தது. பனைமரங்கள் சாய்ந்தன; விறகாயின . . . விட்டமாயின. விடலிகள் முளைத்தன. சூரியாஸ்தமனம் . . . சூரியோதயம் . . . ஆற்றங்கரைப் படிக்கல்லில் அழகியநம்பியா பிள்ளை வேட்டி துவைப்பார் . . . உட்கார்ந்திருந்து அழுக்குத் தேய்ப்பார். ஆற்றில் மூழ்கிக் குளிப்பார். நின்று திருநீறு அணிவார். அனுஷ்டானாதி கள் செய்வார். படிமீது மருத நிழல்கள் கவிந்திருக்கும். ஆனால் இப்போது படிக்கல் சரிந்துவிட்டன. பாதை உண்டு. மணலிலும் தெற்றுக்குத்தாக நிற்கும் படிகளை மறைத்தும் தண்ணீர் ஓடும். இப்போது மருத மரம் இல்லை. வெயில் உண்டு. கல் வழுக்கும்.

அன்று ஐம்பது வருஷங்களுக்கு முன்னால் கருவூரிலே வீரிய வெள்ளம் பிரவகித்தது . . . அதிலே விளைந்த அனந்த கோடி பீஜங்களிலே ஒன்று நிலைத்தது. அனந்த ஜீவ அணுக்

களிலே அதற்கு மட்டும் அதிர்ஷ்டம் என்பதா? அல்லது நிலைக்க வேண்டும் என்ற பூரண பிரக்ஞையுடன் அது நிலைத்ததா? எப்படியானாலும் இந்த அணு இல்லாவிட்டால் இன்னொன்று. நிலைத்தது; ஒன்றியது; உருவம் பெற்றது; உணர்வு பெற்றது. மீனாயிற்று, தவளையாயிற்று, வாலிழந்தது, குரங்காயிற்று, சமாதி நிலையிலே உறங்கலாயிற்று ... சிசுவாகி, கைக்கட்டை விரல்களை உள்ளங்கையில் மடக்கி விரல்களைக் கொண்டு மூடிக் குண்டுக்கட்டாகக் காத்திருந்தது ...

கைலாசபுரத்திலே மரங்கள் மொக்குவிட்டன. பூ மலர்ந்தது. தேன் வண்டுகள் வரத்துப்போக்கு வைத்துக்கொண்டன. மரமும் சூலுற்றது ... பிஞ்சுற்றது ...

கருவூருக்கு வடக்கே உதரபுரிலேயிருந்து ஹூங்காரம் போன்ற அலறல் பிறந்தது. வேதனையிலே குரல் பிறந்தது. கைக்கட்டை விரல்களை உள்மடக்கிப் பிடித்துக்கொண்டு தலை குப்புற வந்து விழுந்தது ஒரு பிண்டம் – ஒரு ஜன்மம். பிரக்ஞை வந்தது. காட்டுமலம் போயிற்று. ஜன்மம் வீறிட்டது. கைகளையும் கால்களையும் சுண்டி உதறிக்கொண்டு அழுதது. கருவூர்க் கயிற்றைக் கத்தரித்துவிட்டார்கள். தனி ஜன்மமாயிற்று. தனித்தன்மை பெற்றது. முலை சுவைத்தது ... உறங்கியது ... அழுதது ... முலை சுவைத்தது ...

கைலாசபுரத்திலே மரங்கள் காய்த்தன. கொத்துக் கொத்தாக, பச்சைப் பச்சையாகக் காய்த்துத் தொங்கின. மரத்தையே தரையில் இழுத்துக் கிடத்திவிடும் போலிருந்தது அந்த வருஷத்துக் காய்ப்பு.

2

நிலவொளியிலே, நிலா முற்றத்திலே அழகியநம்பியா பிள்ளை குழந்தையொன்றை வைத்துக் கொஞ்சுகிறார். குழந்தை கொஞ்சுகிறது.

“அப்பா யாரு?” என்று கேட்கிறார் அழகியநம்பியா பிள்ளை.

குழந்தை தனது நெஞ்சைத் தட்டிக் காட்டியது.

“முட்டாப்பயலே; நான்தாண்டா அப்பா! நீ பரமசிவம் ... பரமசிவம் பிள்ளை!” என்றார் அழகியநம்பியா பிள்ளை.

“அப்பா யாரு?” என்றார் அழகியநம்பியா பிள்ளை.

குழந்தை அவரது நெஞ்சைத் தொட்டிக் காட்டியது.

“பரமசிவம் யாரு?” என்று கேட்டார் அழகியநம்பியா பிள்ளை.

“நான்” எனத் தனது நெஞ்சைத் தட்டிக்கொண்டது குழந்தை.

"போடு பக்காளி போடு! பத்துப் பக்காளி போடு!" எனக் குழந்தையை மெய்ம்மறந்து குதூகலத்தில் பந்து போல் தூக்கிப்போட்டு விளையாடினார்.

குழந்தையும் பரமசிவமாகி நான் – நீ – அவன் என்ற பேதாபேதப் பிரக்ஞையுடன் வாழையடி வாழையாக இருந்து வரும் விளையாட்டைக் கற்றுக்கொள்ள ஆரம்பித்தது. அம்மா – அப்பா – தெரு – ஊர் எனப் பரிசய விலாசம் படிப்படியாக வளர்ந்தது. வாத்தியார், பிரம்படி, பிறகு கல்வி, சில்லறை அறிவு, பிரம்புக் கொட்டடியிலும் மற்றப்படி இனிக்கின்ற, அவசியமான, பிரியமான ஞானச் சரக்குகளை வேறு அங்காடி களிலும் பரமசிவம் பெற்றார். சீனி இனிக்கும் – நெருப்புச் சுடும் – அப்பா கோபிப்பார் – கடவுள் மன்னிக்க மாட்டார் என்ற நேர் அனுபவ, அனுபவ சூன்யக் கருத்துக்களை எல்லாம் நான், என்னுடைய என்ற அடித்தளம் இட்ட ஒரு மனையில் சுவர் எழுப்பிக் கட்டிடம் அமைக்க ஆரம்பித்தது. பள்ளிக் கூடம் – பரமசிவம் – அடி – உதை – பலம் – பலீன் சடுகுடு முதலிய பாதைகளில் செல்ல, கிழமைகள் என்ற கால அமைதி தாராளமாக வசதி செய்துகொடுத்தது.

அழகியநம்பியா பிள்ளையின் வேலைகளை மேற்கொள்ளும் காலம் வந்தது. பரமசிவம், பரமசிவம் பிள்ளையானார். உடல் வாட்டசாட்டமாக அமைந்தது. உடம்பில் வலு, நெஞ்சில் உரம், மனசில் நம்பிக்கை, தைரியம். வீட்டிலே சமைத்துப் போட . . . பிறகு வம்ச விருத்திக் களமாக்கிக் கொள்ள யுவதி . . . உச்வாச நிச்வாசத்தைவிட என்ன சுகம் . . . போகம் – உடலில் உள்ள வலு வீரியமாகப் பெருக்கெடுத்து ஜீவ தாதுக் களை அள்ளி விசிறியது. இப்பொழுது கிழமைக்கும் வாரத் துக்கும் மாதத்துக்கும் ஓடும் வேகந்தான் என்ன. கஷ்டம் – வருத்தம் – கசப்பு – ஏமாற்றம் கடன் வாங்கி அதற்குள் ஐந்து வருஷங்களா? . . . என்ன ஓட்டமாக ஓடுகிறது. மணல் கூண்டு கடிகையில் கடைசி மணல் பொதி விரைந்து ஓடி வருவது மாதிரி என்ன வேகம் . . . நிஜமாக, திங்களும் செவ்வாய்களும் இப்போதுதான் இவ்வளவு வேகமாக ஓடுகின்றனவா . . . அல்லது நான்தான் ஓடுகிறேனா . . . நான் யார் . . . இந்த உடம்பா . . . தூங்கும்பொழுது, பிறக்கு முன் இந்த நான் எங்கிருந்தது . . . இந்த நான்தான் ஓடுகிறதா, நாள்தான் ஓடுகிறதா . . . பெட்டியடிக் கணக்கு . . . இடுப்பொடிக்கும் உழைப்பு. குனிந்து குனிந்து, இன்னொருவன் பணமுட்டைக்கு தலையை அண்டை கொடுத்து கழுத்தே சுளுக்கிக்கொண்டதே. முதுகிலே கூன் விழுந்துவிட்டது. பிறனுக்கு நலம் பார்த்து நாலு காசு சேர்த்து வைத்துக் கண்ணிலும் வெள்ளெழுத்து. வீட்டிலே பூனை படுத்திருக்கும் . . .

பொய்மை நடமாடும்... வறுமையும் ஆங்கே பெற்றெடுத்த பிள்ளையுடன் வட்டமிட்டுக் கைகோத்து விளையாடும். மனையாளுக்கு கண்ணிலே இருந்த அழகு – ஆளைத் தூண்டி லிட்டு இழுக்கும் அழகு எங்கே போயிற்று? கையில் ஏன் இந்த வறட்சி? வயலோ ஒத்தி. வீடோ படிப்படியாக மூலப் பிரகிருதியோடு லயமாகிவிட யோக சாதனம் செய்கிறது. விட்டமற்றுப்போனால் வீடும் வெளியாகும்... அப்பொழுது அழகியநம்பியா பிள்ளை எங்கே, அவர் மகன் பரமசிவம் எங்கே... எல்லாம் பரம ஒடுக்கத்திலே மறைந்துவிடும். எத்தனை துன்பம் – எத்தனை நம்பிக்கைக்காக எத்தனை ஏமாற்று... எத்தனை கடவுள்கள்... வாய்க்கு ருசி கொடுக்க ஒரு கடவுள்... வயலுக்கு நீர் பாய்ச்ச ஒரு கடவுள்... வியாச்சியம் ஜயிக்க... சோசியம் பலிக்க, அப்புறம் நீடித்து, நிசமாக உண்மையில் பக்தியாய்க் கும்பிட. எத்னையடா எத்தனை... நான் தோன்றிய பின் எனக்கு என்று எத்தனை கடவுள்கள் தோன்றினார்கள்... எனக்கே இத்தனை என்றால் என்னைப் போன்ற அனந்தகோடி உயிர் – உடம்புகள் கொண்ட ஜீவநதியில் எத்தனை... ஆற்று மணலைக்கூட எண்ணிவிடலாம்... இந்தக் கடவுளர் களை..? ஒருவன் பிறந்தால் அவனுடன் எத்தனை கடவுளர்கள் பிறக்கிறார்கள். அவனுடன் அவர்கள் மடிந்துவிடுகிறார்களா... 'நான்' மடிந்துவிடுகிறதா... அப்பொழுது ஒருவேளை அவர்களும் இந்த நானோடு போய்விடக்கூடும்... இந்த நாளையும் மீறித் தங்கிவிடுகிற கடவுளர்களும் உண்டு. அவர்கள்தான் மனம் என்ற ஒன்று கால வெள்ளத்துக்கு அருகே அண்டி விளையாடும் மணல் வீட்டைப் பந்தப்படுத்த முயலும் சல்லி வேர்கள்... பரமசிவம், பரமசிவம் உனக்கு ஏதுக்கடா இந்தச் சள்ளை! அதோ, காலடியில் பாம்புடா, பாம்பு...

கயிற்றரவு!

3

காலம் ஒரு கயிற்றரவு?

பரமசிவம் பிள்ளையைக் கட்டிலிலிருந்து எடுத்துத் தரையில் கிடத்திவிட்டார்கள். பாம்பு கடித்தால் பிழைக்க முடியுமா? போகிற வழிக்குப் புண்ணியம் சேர்க்கத் தலைமாட்டில் உட்கார்ந்து யாரோ தேவாரம் படித்தார்கள். பரமசிவம் பிள்ளை ஏறிட்டுப் பார்த்து சிரமத்துடன், 'தூரத்தில் இருந்து படித்தால் கேட்பதற்குச் சுகமாக இருக்கும்... பக்கத்திலிருந் தால் காதில் வண்டு குடைகிற மாதிரி தொந்தரவாக இருக்கிறது' என்றார்.

கண்ணை முழுவதும் திறக்காமலும் முழுவதும் மூடாமலும் அரைக்கண் போட்டபடி உலகைப் பார்ப்பதிலே அவருக்கு

ஓர் ஆனந்தம் இருந்தது. நிம்மதி இருக்கிறது. தூரத்திலே தேவாரம் தண்ணீரடியில் முங்கி உட்கார்ந்திருக்கும்போது கேட்கும் தூரத்து ரீங்காரம் மாதிரி சுகமாக இருக்கிறது. அதோ தெரிகிறது என் புஸ்தகம் ... என்னுடைய கால் கட்டை விரல்தான் ... இனி எத்தனை நேரம் எனக்கு இது தெரிந்து கொண்டிருக்கும் ... ஸ்மரணையில் கால் இருக்கிறமாதிரி தெரியவில்லையே. கண்ணுக்குத் தெரிந்தால் மட்டும் போதுமா? ஸ்மரணைக்குப் புலனாக வேண்டாமா? கால் கட்டைவிரல் ரொம்ப தூரத்திலிருக்கிறதோ ... இரண்டு மயில் தூரத்தில் சீ ... எட்டு மைலாவது இருக்க வேண்டும். அதோ அந்தப் புஸ்தகம் இப்பொழுது அதுவும் தூரத்தில் தெரிகிறதே ... அதில் என்ன எழுதி வைத்திருந்தேன் ... கணக்கா ... சுவடியா ... அழகிய நம்பியைக் கூப்பிட்டுக் கேட்கவேண்டும் ... எது இருந்தால் தான் என்ன?... நாம் செத்துப்போனால் இந்தக் கால் கட்டை விரல் சாம்பலாகத்தானே ... அது எவ்வளவு நேரம் எனக்குத் தெரியப்போகிறதோ ... கொஞ்சம் நிம்மதியாகப் பார்த்துக் கொண்டே இருப்போமா ... அதுவும் சுகமாகத்தானிருக்கிறது ... உறக்கம் வருகிறதோ ... அசதியாக வருகிறதே. . . நிம்மதியாகக் கண்ணை மூடினால் ... அப்பா என்ன சுகம் ... மூச்சு நின்றது ... கைக்கட்டை விரல்கள் உள்வாங்கின ... காட்டு மலம் வந்தது ... 'நான்' கழன்றது ... ஸ்மரணை கழன்றது ... உயிர் – ஆமாம் – உயிரும் அகன்றது ... அன்று கருவூரிலே உருவற்று நிலைத்த பிண்டம் இன்று உருவுடன் வதங்கிக் கிடந்தது.

சுழி

சாம்பல் காற்றோடு போச்சு; பெயர் பெயரோடு போச்சு ... மனித மனம் இம்மாதிரி அனந்த கோடிக் கூடுகளைக் கட்டிக் கட்டி விளையாடியது ... கைலாசபுரத்து மருத மரம் நிழல் கொடுத்தது. மரம் பூத்துக் காய்த்தது, பழுத்தது ... ஆற்றில் தண்ணீர். தண்ணீர் மணலிலும் படியிலும் தவழ்ந்து ஓடியது. கள்ளிப்பட்டியானால் என்ன, கைலாசபுரமானால் என்ன? காலவெள்ளம் தேக்கமற்று ஓடிக்கொண்டே இருந்தது ... அதிலே வரையில்லை ... வரம்பில்லை ... கோடுகூடத் தெரியவில்லை ... கருவூரிலானால் என்ன? காட்டூரிலானால் என்ன? சமாதியோ ... பிரக்ஞையோ எதுவானால் என்ன..?

நான் ஓடினால் காலம் ஓடும். நான் அற்றால் காலம் அற்றுப்போகும். காலம் ஓடுகிறதா? ஞாயிறு – திங்கள் – செவ்வாய் – நான் இருக்கும் வரைதான் காலமும். அது அற்றுப் போனால் காலமும் அற்றுப்போகும். வெறும் கயிற்றரவு!

பரமசிவம் பிள்ளை எங்கே?

***காதம்பரி,* ஏப்ரல் 1948**

பின்னிணைப்பு

புதுமைப்பித்தன் வாழ்க்கைக் குறிப்பு

இயற்பெயர் சொ. விருத்தாசலம். பிறப்பு : 25 ஏப்ரல் 1906, திருப்பாதிரிப் புலியூர். தந்தை : வி. சொக்கலிங்கம் பிள்ளை. தாயார் : பர்வதத்தம்மாள். சிற்றன்னை : காந்திமதியம்மாள். உடன்பிறந்த தங்கை : ருக்மணி அம்மாள்.

தொடக்கக் கல்வியைச் செஞ்சி, திண்டிவனம், கள்ளக்குறிச்சி ஆகிய ஊர்களில் பெற்றார். தாசில்தாராகப் பணியாற்றிய அவரின் தந்தை ஓய்வுபெற்றதும் 1918இல் சொந்த ஊரான திருநெல்வேலிக்குத் திரும்பினார். ஆர்ச் யோவான் ஸ்தாபனப் பள்ளியில் படித்தார். நெல்லை இந்துக் கல்லூரியில் படித்து, 1931இல் பி.ஏ. பட்டம் பெற்றார்.

1932 ஜூலையில் திருமணம். மனைவி : கமலா (1917– 1995); திருவனந்தபுரத்தைச் சேர்ந்தவர்.

1933 அக்டோபர் 18இல் முதல் படைப்பு 'குலோப்ஜான் காதல்' காந்தியில் வெளியீடு. 1934 ஏப்ரலிலிருந்து மணிக்கொடியில் பல கதைகளையும் கட்டுரைகளையும் வெளியிட்டார். 1934ஆம் ஆண்டின் முற்பகுதியில் சென்னைக்குக் குடிபெயர்ந்தார். 1934 ஆகஸ்டு முதல் பிப்ரவரி 1935வரை ஊழியனில் உதவி யாசிரியர். (சிறுகதை) மணிக்கொடியில் பி.எஸ். ராமையாவுடன் நெருங்கிய உறவு. 1935 ஜூலை முதல் 1943 செப்டம்பர் வரை தினமணியில் உதவியாசிரியர். நிர்வாகத்துடனான மோதலின் காரணமாக டி.எஸ். சொக்கலிங்கம் தினமணி ஆசிரியப் பொறுப்பிலிருந்து விலகியபோது பிற உதவியாசிரியர்களோடு புதுமைப்பித்தனும் விலகினார்.

1939இல் உலகத்துச் சிறுகதைகள், பேஸிஸ்ட் ஜடாமுனி, கப்சிப் தர்பார் ஆகியவை வெளிவந்தன. 1940இன் தொடக்கத்தில்

முதல் சிறுகதைத் தொகுதி புதுமைப்பித்தன் கதைகள் நூலும் நவயுகப் பிரசுராலய வெளியீடாக வந்தது.

1944இல் டி.எஸ். சொக்கலிங்கம் தொடங்கிய தினசரியில் சேர்ந்தார். பின்பு அதிலிருந்தும் 1945இன் தொடக்கத்தில் விலகித் திரைப்படத் துறையில் நுழைந்தார். 1946இல் ஜெமினியின் 'அவ்வை' மற்றும் 'காமவல்லி' படத்துக்காகவும் பணியாற்றினார். பின்பு 'பர்வதகுமாரி புரொடக்ஷன்ஸ்' என்ற திரைப்படத் தயாரிப்பு நிறுவனத்தையும் தொடங்கினார். 1946 ஏப்ரலில் மகள் தினகரி பிறப்பு. எம்.கே.டி. பாகவதரின் 'ராஜமுக்தி' படத்திற்காக 1947இன் பிற்பகுதியிலிருந்து 1948 மே தொடக்கம் வரை புனே வாசம். அங்குக் கடுமையான காசநோய்க்கு ஆளானார். 5 மே 1948இல் திருவனந்தபுரத்திற்குத் திரும்பினார். ஜூன் 30இல் மறைந்தார்.